പുതുകാലം
പുതുകഥകൾ

puthu kaalam puthu kadhakal
stories

•

editor
ajeesh dasan

•

first edition
march 2010

•

typesetting
minerva graphotechs, attukal

•

published
chintha publishers, thiruvananthapuram

•

printed
akshara offset, thiruvananthapuram

•

cover
shahul aliyar

•

price
rupees one hundred and eighty only

വിതരണം

ദേശാഭിമാനി ബുക്ക് ഹൗസ്

H O തിരുവനന്തപുരം–695 001

ബ്രാഞ്ചുകൾ

ദേശാഭിമാനി റോഡ് തിരുവനന്തപുരം • ഓവർബ്രിഡ്ജ് തിരുവനന്തപുരം • കെ എസ് ആർ ടി സി ബസ് സ്റ്റേഷൻ ആലപ്പുഴ • കെ എസ് ആർ ടി സി ബസ് സ്റ്റേഷൻ എറണാകുളം • ഐ ജി റോഡ് കോഴിക്കോട് • മാവൂർ റോഡ് കോഴിക്കോട് • എൻ ജി ഒ യൂണിയൻ ബിൽഡിങ് കണ്ണൂർ • സെൻട്രൽ ബസ് ടെർമിനൽ കോംപ്ലക്സ് താവക്കര കണ്ണൂർ • മച്ചിങ്ങൽ ലെയ്ൻ തൃശൂർ

CO - 1253 / 2171

പുതുകാലം
പുതുകഥകൾ

എഡിറ്റർ
അജീഷ് ദാസൻ

ചിന്ത പബ്ലിഷേഴ്സ്
തിരുവനന്തപുരം-695 001
വില : 180.00 രൂപ

അജീഷ് ദാസൻ

1980 മെയ് 10–ന് വൈക്കത്ത് ജനിച്ചു. എറണാകുളം മഹാരാജാസ് കോളേജിൽനിന്ന് മലയാളസാഹിത്യത്തിൽ ബിരുദം. കവിതയ്ക്ക് 2004–ലെ മലയാളം കവിതാ പുരസ്കാരം ലഭിച്ചു. *കാൻസർ വാർഡ്* എന്ന കവിതാ സമാഹാരം പ്രസിദ്ധീകരിച്ചിട്ടുണ്ട്.

ഉള്ളടക്കം

അവതാരിക

ഡോ. കെ എസ് രവികുമാർ

മലയാള ചെറുകഥയുടെ സമകാലിക മുഖത്തെ പ്രതിനിധാനം ചെയ്യുന്ന സമാഹാരമാണ് *പുതുകാലം പുതുകഥകൾ*. കഥയുടെ കാലസൂചനമാത്രമല്ല, കാലബദ്ധതകൂടിയാണ് വിവക്ഷിതം. കഥയെന്നല്ല ഏതു രചനയും കാലബദ്ധമാണ്. കാലത്തിന്റെ സൂചനകൾ ഒന്നുമില്ല എന്നു നടിക്കുന്നവയിലും പരോക്ഷമായി അതുണ്ടാവും. ആഖ്യാനപ്രധാനമായ രചനയാവുമ്പോൾ അതിൽ കാലമുദ്ര പതിയാനുള്ള സാധ്യത ഏറെയാണ്. ജീവിതമുഹൂർത്തങ്ങളെയും വ്യക്തിചിത്രങ്ങളെയും ആവിഷ്കരിക്കുമ്പോൾ, സ്ഥലസൂചനയും ചരിത്രസൂചനയും നൽകുമ്പോൾ, ഇതൊക്കെക്കൂടി ചേർന്നു രൂപപ്പെടുന്ന യഥാർഥ്യത്തിന്റെ ആവിഷ്കാരത്തിൽ ഒക്കെ അത് അഭിവ്യക്തമാകുന്നു. രചന സാങ്കേതിക സ്വഭാവത്തിൽ യഥാതഥത്വത്തെ അതിവർത്തിക്കുന്നവയായാലും ഇക്കാര്യത്തിൽ മാറ്റമില്ല.

കലണ്ടർ കണക്കിൽ ഇത് ഇരുപത്തൊന്നാം നൂറ്റാണ്ടിന്റെ ആദ്യദശകത്തിന്റെ അന്ത്യം. ചെറിയ കാലത്തിനിടയിൽ വലിയ പരിവർത്തനമുണ്ടായിക്കൊണ്ടിരിക്കുന്ന ഘട്ടം. മാറ്റങ്ങൾക്ക് കണ്ണഞ്ചിക്കുന്ന വേഗം. ആ പരിണാമത്തിനിടയിൽ മാനുഷ്യ

കത്തിന്റെ ചോദനകളും മൂല്യങ്ങളും തമ്മിലുള്ള സംഘർഷത്തിന്റെ മൂർച്ചയും കൂടുന്നു. ജീവിതാവസ്ഥകളെ പരിവർത്തനവിധേയമാക്കുന്നതിൽ സാങ്കേതികവിദ്യയും സാമ്പത്തികക്രമവും വലിയ പങ്കുവഹിക്കുന്നു. വിവരവിനിമയരംഗത്തെ അതിദ്രുത പരിണാമങ്ങളും ലോകതലത്തിലുള്ള രാഷ്ട്രീയ-സാമ്പത്തിക പരിവർത്തനങ്ങളും ഇതിന്റെ സ്വഭാവത്തെ നിർണയിക്കുന്നു. ഇങ്ങനെയുള്ള ലോകാവസ്ഥയുടെ നടുവിൽ നിന്നുകൊണ്ടാണ്-അതിനോടെല്ലാം സക്രിയമായി പ്രതികരിച്ചുകൊണ്ടാണ്-മലയാള ചെറുകഥ വർത്തമാനത്തെ ആവിഷ്കരിക്കുന്നത്.

മലയാളത്തിലെ എഴുത്തിന്റെ യൗവനം അതിന്റെ വൈവിധ്യങ്ങളെയും ആഭിമുഖ്യങ്ങളെയും ബലദൗർബല്യങ്ങളെയും പ്രകടിപ്പിക്കുന്നത് ഈ കഥകളിൽ കാണാം. മുമ്പ് ചില കാലങ്ങളിൽ കണ്ടുവന്നതിനെക്കാൾ വ്യക്തമായും ആഴത്തിലും ലോകാനുഭവങ്ങളോട് പ്രതികരിക്കുന്നവയാണ് പുതുകഥകൾ. എന്നാൽ അത് ജീവിതത്തിന്റെ പുറംപോളകളിൽ അഭിരമിക്കുക മാത്രമല്ല, അതേസമയം ആന്തരിക യാഥാർഥ്യത്തിലേക്ക് കടന്നുചെല്ലുന്നുകൂടിയുണ്ട്. ആ നിലയിലാണ് ഈ കഥകൾ കാലസത്യത്തെ ആവിഷ്കരിക്കുന്നത്. ഓരോ കഥാകൃത്തും സാമൂഹികാനുഭവത്തിന് വൈയക്തികാനുഭവത്തിന്റെ മൂർത്തത നൽകുന്നു. ആഖ്യാനത്തിൽ അത് സാമാന്യാനുഭവത്തെ സവിശേഷാനുഭവമാക്കിത്തീർക്കുന്നു. ഈ ഘടകത്തിൽ പ്രകടമാകുന്ന വൈചിത്ര്യങ്ങളാണ് ഇന്നത്തെ കഥകളുടെ സാമൂഹികോന്മുഖതയെ പരമ്പരാഗതകഥകളുടെ രീതിയിൽനിന്ന് ഒട്ടൊക്കെ വ്യത്യസ്തമാക്കുന്നത്.

നിത്യജീവിതാനുഭവത്തിന്റെ ആർദ്രവും പരുഷവും വിക്ഷോഭകരവുമായ വിതാനങ്ങൾ അതിന്റെ വിഭിന്ന നിലവാരങ്ങളിൽ ഈ കഥകളിൽ അനുഭവവേദ്യമാകുന്നു. മനുഷ്യബന്ധങ്ങളെ നിരാർദ്രമാക്കുന്ന സ്വാർഥപരത ജീവിതസാഹചര്യവശാൽ വർധിച്ചുവരുന്ന കാലമാണിത്. പക്ഷേ ആ അവസ്ഥയിലും അഗാധമായ ചില ആർദ്രാനുഭവങ്ങൾ പാരുഷ്യത്തിന്റെ ഇടമുളയായി പൊട്ടി വളരുന്നത് ചില രചനകൾ കാട്ടിത്തരുന്നു. ചരിത്രം ആവശ്യപ്പെടുന്ന പാകപ്പെടലിനും വ്യവസ്ഥാവൽക്കരണത്തിനുമിടയിൽ അതിനെയെല്ലാം അതിജീവിച്ച് ആന്തരപ്രേരണയ്ക്കിണങ്ങി ജീവിക്കുന്ന ചില മനുഷ്യചിത്രങ്ങൾ തെളിയുന്നു. ആ അവസ്ഥയിലും മാറിവരുന്ന ചില സ്നേഹകണങ്ങൾ ഉണ്ട്. അവയുടെ സ്നിഗ്ധത, അവ്യാഖ്യേയത ഈ സമാഹാരത്തിലെ ചില രചനകളിൽ കാണാം. അങ്ങനെ അവസ്ഥാവൈചിത്ര്യത്തിന്റെയും ഭാവവൈപുല്യത്തിന്റെയും ആഖ്യാനവൈവിധ്യത്തിന്റെയും പ്രാതിനിധ്യം വഹിക്കുന്നവയാകുന്നു ഈ ചെറുകഥകൾ.

കലയും കലാകാരനും തമ്മിലുള്ള ബന്ധം, കലാസൃഷ്ടിയും സമൂഹത്തിന്റെ ആസ്വാദനസ്വഭാവും തമ്മിലുള്ള ബന്ധം തുടങ്ങിയ സമസ്യകൾ ചില എഴുത്തുകാർ പ്രമേയമാക്കിയിട്ടുണ്ട്. കാരൂർ നീലകണ്ഠപി

ള്ളയുടെ *മരപ്പാവകൾ,* വി പി ശിവകുമാറിന്റെ *പ്രതിഷ്ഠ* തുടങ്ങിയ കഥകൾ ഈ ഇനത്തിൽപ്പെടുന്നവയാണ്. ആ ഗണവുമായി ബന്ധപ്പെടുത്താവുന്ന രചനയാണ് ബി മുരളിയുടെ *ഖജുരാ–ഹോ.* കലാസൃഷ്ടിയെ ഒരു സാധാരണ സന്ദർഭത്തിൽ കാണുമ്പോൾ തോന്നുന്ന പ്രതീതിയാകണമെന്നില്ല വ്യത്യസ്തമായ സാഹചര്യത്തിൽ കാണുമ്പോൾ ഉണ്ടാകുന്നത്. നിത്യനൈമിത്തിക ജീവിതത്തിന്റെ ഒഴുക്കിൽപ്പെട്ടു പോകുമ്പോൾ പലപ്പോഴും ശ്രദ്ധയിൽപ്പെടാത്ത ചില മാനങ്ങൾ സവിശേഷമായ അന്തരീക്ഷത്തിലെ ആസ്വാദനത്തിൽ ലഭിച്ചുവെന്നുവരാം. അതുപോലെ തന്നെ കലയെക്കുറിച്ചുള്ള വിഭിന്നകാഴ്ചപ്പാടുകളിൽ ഒന്നാണ് അതിന്റെ അതീന്ദ്രിയത. ആ അംശത്തിന്റെ എടുത്തുകാട്ടൽ ഈ കഥയിൽ ഉണ്ട്. പ്രത്യേകിച്ചും ആധുനിക–ഉത്തരാധുനിക കലയിൽ അന്തർഭവിച്ചിരിക്കുന്ന വിഭ്രാന്തമായ മാനസികഭാവങ്ങളുടെ ആവിഷ്കാരത്തെ നീതിമത്ക്കരിക്കുന്ന തലം ഈ കഥയ്ക്കുണ്ട്. അതിന് അടിവരയിടാൻ പാകത്തിൽ പ്രശസ്ത പോപ്പ് ഗായികയായ ബ്രിട്ട്നി സ്പിയേർസിന്റെ ഒരു പരാമർശം മുഖക്കുറിപ്പായി കൊടുത്തിരിക്കുന്നു. വേദിയിൽ അപസ്മാരം ബാധിച്ചതുപോലെ ആടിപ്പാടാറുള്ള അവരുടെ ഭ്രാന്തമായ ചലനങ്ങളെ കുറെക്കൂടി വിഭ്രാന്തഭാവത്തിൽ അവതരിപ്പിച്ച ഒരു ശിൽപ്പം സമ്മാനിച്ചയാളോട് 'എനിക്കിതു വേണ്ട, നിങ്ങൾ മറ്റെവിടെയെങ്കിലും കൊണ്ടുവയ്ക്കൂ' എന്ന് ആ ഗായിക പറയുന്നതാണ് വാക്യങ്ങൾ. ഇന്ത്യൻ ചിത്രകലയുടെ ഒരു വരിഷ്ഠമുഖമാണ് ഖജുരാഹോ ക്ഷേത്രശിൽപ്പങ്ങൾ. എന്നാൽ ആ ശിൽപ്പങ്ങളുടെ അഭിരാമമായ ഭംഗികളല്ല, പരമ്പരാഗത കാഴ്ചപ്പാടിൽ നോക്കുമ്പോൾ വിലക്ഷണമെന്നോ വിശ്ലഥമെന്നോ വിരൂപമെന്നോ പറയാവുന്ന ചില ആധുനിക കലാരചനകൾക്കുള്ളത്. സവിശേഷമായ അന്തരീക്ഷത്തിൽ, സന്ദർഭത്തിൽ, വീക്ഷാകോടിയിൽ അത്തരം രചനകൾ ഭാവശക്തിയും കലാത്മകതയും കൈവരിക്കുന്നതായി അനുഭവപ്പെടും. ഇവിടെ അതുവരെയും ആഖ്യാതാവ് അഗണ്യമായി കരുതിയിരുന്ന, തനിക്ക് അസംവേദനീയമെന്നു വിചാരിച്ചിരുന്ന വിശ്ലഥ ശിൽപ്പങ്ങൾ രാത്രിയുടെ വിജനവും നിഷ്പന്ദവുമായ ഒരു മുഹൂർത്തത്തിൽ പുതിയ സംവേദനങ്ങൾ ഉണർത്തുന്നതിന്റെ ദൃശ്യമാണുള്ളത്. ബാഹ്യതലത്തിൽ ശിൽപ്പ–ചിത്ര പ്രദർശനത്തോടും മറ്റും ബന്ധപ്പെട്ട ചില അനുഷ്ഠാനരീതികളെ നർമസ്ഫുരിതമായിട്ടാണ് അവതരിപ്പിക്കുന്നതെങ്കിലും അതിനപ്പുറത്ത് കലാനുഭവത്തിന്റെ അനന്യതയെ അത് ഗാഢമായി ആവിഷ്കരിക്കാൻ ശ്രമിക്കുന്നു. വിശേഷിച്ചും ബാഹ്യതലത്തിൽ അമൂർത്തമെന്നു തോന്നുന്ന കലാസൃഷ്ടികൾക്കും ആന്തരികതലത്തിൽ ജീവിതത്തിൽ വേരോട്ടമുണ്ട് എന്ന സത്യത്തിലേക്ക് അത് ഉന്മുഖമാകുന്നു. മറ്റൊരു ഘടകം എല്ലാതരത്തിലും സാധാരണക്കാരൻ എന്ന പ്രതീതിനൽകുന്ന ആഖ്യാതാവിന്റേതാണ്. ലോഡ്ജ്വാസിയായ സാധാരണ എൻ ജി ഒ ആയ അയാൾക്ക് നേരാംവണ്ണം പത്രം വായിക്കാൻപോലും കഴിയാറില്ല.

നാട്ടിലെ വസ്തുതർക്കം വീട്ടിലെ മറ്റംഗങ്ങൾക്കുണ്ടായ അസുഖം എന്നിവയായിരുന്നു സുഹൃത്തിന്റെ ചിത്രപ്രദർശനനാളുകളിൽ അയാളുടെ മനസിൽ അസ്വസ്ഥത പകർന്നു നിറഞ്ഞുനിന്നിരുന്നത്. കലയും നിത്യജീവിത പ്രശ്നങ്ങളും ഒരു സാധാരണക്കാരന്റെ മുമ്പിൽ വരുമ്പോൾ ഏതിനാണ് പ്രാധാന്യം എന്നകാര്യത്തിൽ ഇവിടെ കഥാകൃത്തിന് സംശയമില്ല. ആ യാഥാർത്ഥ്യത്തെക്കൂടി ഈ കഥ അഭിവ്യക്തമാക്കുന്നുണ്ട്. കഥയിലെ ശിൽപ്പി ഒരു സന്ദർഭത്തിൽ ആഖ്യാതാവിനോട് പറയുന്നുണ്ട്, തന്റെ രചന മനോവിഭ്രാന്തി നിറഞ്ഞ സങ്കൽപത്തിൽ നിന്ന് ഉണ്ടായതാണെന്നും അവ ഹലൂസിനേഷൻ സൃഷ്ടിക്കുമെന്നും. എന്നാൽ യാഥാർത്ഥ്യം തന്നെ അതിന്റെ ഉച്ചാവസ്ഥയിൽ വിഭ്രമമായിത്തീരുന്ന അനുഭവമാണ് എന്ന നിലപാടുകൂടി ഈ കഥയിൽ തെളിയുന്നുണ്ട്.

സമകാലികജീവിതത്തിന്റെ രാഷ്ട്രീയവും സാമൂഹികവുമായ സംഘർഷബിന്ദുക്കളെ കേന്ദ്രീകരിച്ച് അപമാനവീകരിക്കപ്പെട്ട മനുഷ്യജീവിതത്തെക്കുറിച്ചുള്ള കഥകൾ പലതും പുതിയ കഥാകൃത്തുക്കൾ എഴുതുന്നുണ്ട്. പൊള്ളുന്ന സമകാലികപ്രശ്നങ്ങൾ അങ്ങനെ ചെറുകഥകളിൽ തീക്ഷ്ണമായി പ്രശ്നവൽക്കരിക്കപ്പെടുന്നു. സന്തോഷ് ഏച്ചിക്കാനത്തിന്റെ *ഡേവിഡ്ജി കോഡ്* ഈ ഗണത്തിൽപ്പെട്ട ചെറുകഥയാണ്. കേരളത്തിൽ വളർന്നു പന്തലിച്ചുകഴിഞ്ഞ ഭൂമാഫിയയെക്കുറിച്ചുള്ള കഥകൾ പലതും നിരന്തരം പത്രപംക്തികളിൽ മസാലപുരട്ടുന്ന കാലമാണിത്. ഉറപ്പുള്ള നിക്ഷേപം എന്ന നിലയിൽ ഭൂമി വാങ്ങിക്കൂട്ടുന്ന കള്ളപ്പണക്കാരും കെട്ടിടനിർമാതാക്കളും ദല്ലാളന്മാരും ഒക്കെക്കൂടി ചേർന്നുള്ള വിഷമവൃത്തമാണത്. മണ്ണിന് പൊന്നിനേക്കാൾ വില വരുന്ന ഇന്നത്തെ കാലത്ത് ശൂന്യതയിൽ നിന്ന് പരമനിസ്വന്മാർ മഹാപ്രഭുക്കളായിത്തീർന്ന മാന്ത്രികകഥകൾ ഈ ലോകത്തെക്കുറിച്ച് ഉണ്ടാകുന്നു. അങ്ങനെ കഥയിലെ വിനോദനെപ്പോലെയുള്ള പുതിയ സാമ്പത്തികവർഗം ഉയർന്നു വരുന്നു. ഈ സാഹചര്യത്തിന്റെ മറുപുറം നേരായ മാർഗത്തിൽ അധ്വാനിച്ചു ജീവിക്കുന്നവർക്ക് അവരുടെ ഏറ്റവും വലിയ സ്വപ്നമായ ഇത്തിരി മണ്ണും അതിലൊരു ചെറുവീടും എന്ന സ്വപ്നം സാക്ഷാൽക്കരിക്കാൻ കഴിയാതെ പോകുന്നു എന്നതാണ്. ഈ രണ്ടവസ്ഥകളുടെ സംഘർഷത്തെയാണ് *ഡേവിഡ്ജി കോഡ്* എന്ന ചെറുകഥ സമാന്തരീകരിച്ചാവിഷ്കരിക്കുന്നത്. സമീപകാലത്ത് ഏറെചർച്ച ചെയ്യപ്പെട്ട ഡാൻ ബ്രൗണിന്റെ *ഡാവിഞ്ചി കോഡ്* എന്ന നോവലുമായി പാഠാന്തരബന്ധം സൃഷ്ടിച്ചാണ് ഈ കഥയ്ക്ക് പ്രമേയപരമായ ആഴവും ആഖ്യാനപരമായ വൈചിത്ര്യവും കഥാകൃത്ത് നൽകുന്നത്. ശീർഷകം മുതൽ ആരംഭിക്കുന്ന ഈ അപരതലത്തിന്റെ സാന്നിധ്യം ഈ കഥാകൃത്തിന്റെ അഭിമതമായ രചനാതന്ത്രമാകുന്നു.

സാധാരണഗതിയിൽ നിസ്സാരമെന്നു തോന്നുന്ന ചില കാര്യങ്ങൾ വാസ്തവത്തിൽ വളരെ ഗൗരവമുള്ളതാണ്. ആരുമത് ഉറക്കെ പറയാറില്ലെന്നേയുള്ളൂ. ഇത്തരം അരികുസത്യങ്ങളായി മാറ്റിനിറുത്തുന്ന ഒരു അടിസ്ഥാനയാഥാർത്ഥ്യത്തെ പ്രമേയമാക്കുന്ന കഥയാണ് പ്രിയ എ എസിന്റെ *വയലറ്റ് പൂച്ചകൾക്ക് ശൂ വയ്ക്കാൻ തോന്നുമ്പോൾ.* മുൻകാലങ്ങളിൽ തള്ളിക്കളയപ്പെട്ടിരുന്ന അരികുസത്യങ്ങൾക്ക് പ്രമേയപരമായ സാംഗത്യം ലഭിക്കുന്നു എന്നതാണ് സമകാലിക ചെറുകഥയുടെ ഒരു സവിശേഷത. അതിവേഗം ഒരൊറ്റ നഗരഗ്രാമമായി മാറിക്കൊണ്ടിരിക്കുന്ന കേരളത്തിൽ മാത്രമല്ല ഇന്ത്യയിൽ മിക്കയിടത്തും യാത്രചെയ്യുന്നവർക്ക് സൗകര്യപൂർവം വൃത്തിയുള്ള സാഹചര്യങ്ങളിൽ പ്രാഥമിക കൃത്യങ്ങൾ നിർവഹിക്കാൻ ഉള്ള സംവിധാനമില്ല എന്നതാണ് സത്യം. ഇതിന്റെ ദുരിതം ഏറെ അനുഭവിക്കുന്നത് സ്ത്രീകളാണ്. ഈ വിഷയം പ്രധാനമാണെങ്കിലും പുരുഷാധിപത്യസമൂഹത്തിൽ ആരുമത് കാര്യമായെടുക്കാറില്ല. ഈ വിഷയത്തെ തന്റേതായനിലയിൽ തനിമയുള്ള രീതിയിൽ അവതരിപ്പിക്കുന്നതാണ് പ്രിയ എ എസിന്റെ ചെറുകഥ. പുറമേ നോക്കിയാൽ വിഷയം നിസ്സാരം എന്നു തോന്നുമെങ്കിലും വളരെയധികം സാമൂഹിക സാംഗത്യമുള്ള പ്രമേയമാണിത്. അത് കുട്ടികളുടെ ഭാവനാലോകത്തിന്റെ വർണപ്പകിട്ടുള്ളതും യാഥാർത്ഥ്യത്തിന്റെ പരിമിത വിതാനത്തിന് പുറത്തേക്ക് ചിറകുവിരിക്കുന്നതുമായ ആഖ്യാനാംശങ്ങൾ ചേർത്ത് അവതരിപ്പിച്ചിരിക്കുകയാണ്. ഇത്തരം കാര്യങ്ങളെ നിസാരവൽക്കരിക്കുന്ന പുരുഷന്മാരുടെ മനോഭാവത്തെ പരോക്ഷമായി വിമർശിക്കുന്നുമുണ്ട്. പാരിസ്ഥിതികപ്രശ്നങ്ങളും മറ്റും ബൗദ്ധികചർച്ചയ്ക്കു വിധേയമാക്കുന്നവർ, ലഘുവും പ്രാഥമികവുമായ ഇത്തരം പ്രശ്നങ്ങളെ നിസാരവൽക്കരിക്കുന്നതിന്റെ വൈരുധ്യമാണ് വിമർശനവിധേയമാകുന്നത്. സിദ്ധാന്തപരവും അമൂർത്തവുമായ വിഷയങ്ങളെക്കുറിച്ചുള്ള ചർച്ചകളെക്കാൾ നിത്യജീവിതത്തിന്റെ ചെറുചീളുകളിൽ സ്പർശിച്ചുനിൽക്കുന്ന ഈ കഥ സ്ത്രീവാദ സമീപനത്തിന്റെ വ്യത്യസ്താഖ്യാനമായിത്തീരുന്നു. നാണി എന്നു വിളിപ്പേരുള്ള മണിദീപ എന്ന കൊച്ചുപെൺകുട്ടിയെ കേന്ദ്രീകരിച്ച് അതിരുകളില്ലാത്ത ശൈശവഭാവനയുടെ ഭംഗികളും വർണപ്പകിട്ടുകളും പകരുന്ന രചനകൂടിയായിത്തീരുന്നു ഇത്.

ഇ സന്തോഷ്കുമാറിന്റെ ചെറുകഥകൾ പൊതുവേ സമകാലികജീവിതത്തിന്റെ ആസുരഭാവങ്ങളുടെ അന്തർധാരകളെ അന്വേഷിക്കുന്നവയാണ്. ഹിംസാത്മകതയുടെ ജ്വാലകൾ ജീവിതത്തിന്റെ സ്വാച്ഛന്ദ്യത്തെ പൊള്ളിക്കുന്നതിന്റെ ചിത്രങ്ങളാണ് അവയിൽ തെളിയുന്നതേറെയും. അങ്ങനെ ആ കഥകളിൽ പലതും സമകാലിക സാമൂഹികജീവിതത്തിന്റെ ഉഷ്ണമാപിനികളായിത്തീരുന്നു. *മീനുകൾ* ആ ഗണത്തിൽ വരുന്ന രച

നയാണ്. ചെറുകഥയെക്കുറിച്ചുള്ള ക്ലാസ്സിക്കൽ ധാരണകൾക്കു നിരക്കുന്നവയാണ് സന്തോഷ്കുമാറിന്റെ മിക്ക ചെറുകഥകളും. അടിസ്ഥാനഘടകമായി ഒരു കഥ, അതിന്റെ ആവിഷ്കാരത്തിൽ ബിംബാത്മകവും അന്തരീക്ഷപ്രധാനവുമായ രചനാഘടകങ്ങൾ ഏകീകൃതമായിത്തീരുന്നതിലൂടെ രൂപപ്പെടുന്ന ഘടനാസമഗ്രത, അതു സൃഷ്ടിക്കുന്ന സവിശേഷമായ ഒരു പരകോടി തുടങ്ങിയ പല ഘടകങ്ങളും അവയിലുണ്ട്. *മീനു*കളും ഏതാണ്ടീസ്വാഭാവം പുലർത്തുന്ന രചനയാണ്. ആഖ്യാതാവായ കുട്ടി–കള്ളന്റെ മകൻ–ചൂണ്ടലിട്ട് പിടിച്ച് വക്കുപൊട്ടിയ സ്ഫടികഭരണിയിലാക്കിയ, പിന്നീട് ചത്തുപോകുന്ന ചെറുമീൻ ആവഹിക്കുന്ന ബിംബാത്മകതയാണ് കഥയുടെ കാതൽ. ശിക്ഷാകാലം പൂർത്തിയാക്കുന്നതിനു മുമ്പ് ജയിൽ ആശുപത്രിയിൽ നിന്ന് പൊലീസുകാരുടെ കണ്ണുവെട്ടിച്ച് ചാടിപ്പോന്ന കള്ളൻ– ആഖ്യാതാവായ കുട്ടിയുടെ അച്ഛൻ–വൈദ്യുതിയുപയോഗിച്ചു മീൻപിടിക്കാൻ ശ്രമിക്കുന്നതിനിടയിൽ അപകടമരണത്തിനിരയാകുന്ന കഥാംശത്തിന്റെ ആഖ്യാനത്തിന് ഭാവപരമായ ആഴവും ഗാഢതയും നൽകുന്ന ഘടകമാണ് ചൂണ്ടലിൽ കുടുങ്ങി ഭരണിയിൽ ഒടുങ്ങുന്ന മീൻ. പള്ളിയിലെ പെരുനാളിന്റെ പശ്ചാത്തലം, ഒറ്റക്കണ്ണൻ അച്ചു ഇടയ്ക്കിടെ പൊട്ടിക്കുന്ന പടക്കത്തിന്റെ ശബ്ദം ഉളവാക്കുന്ന ഭയജനകത്വം—ഇങ്ങനെ വിരുദ്ധാംശങ്ങളുടെ വിന്യാസത്തിലൂടെ രൂപപ്പെടുന്ന സവിശേഷമായ അന്തരീക്ഷമാണ് ഈ കഥയിലെ മൃത്യുസാന്നിധ്യത്തെയും ഹിംസാത്മകതയെയും ഗാഢമാക്കുന്നത്.

അങ്ങേയറ്റം സ്വതന്ത്രവും അടുപ്പമുള്ളതുമായ പ്രണയത്തിൽപ്പോലും സ്ത്രീയുടെ ലൈംഗികത ദമനം ചെയ്യപ്പെടുന്നു എന്ന സത്യത്തെ പ്രശ്നവൽക്കരിക്കുന്ന ചെറുകഥയാണ് സിതാര എസിന്റെ *ഇടത്താവളം.* അത് സ്ത്രീമനസിന്റെ നിഗൂഢവും സ്വാതന്ത്ര്യോന്മുഖവുമായ ഭാവങ്ങളെ സൂക്ഷ്മതലത്തിൽ ആവിഷ്കരിക്കുന്നു. വ്യത്യസ്ത സാഹചര്യങ്ങളിൽ നിന്നുള്ള വേരുകൾ നഷ്ടപ്പെട്ട രണ്ടു യുവതികളുടെ സമാന്തരചിത്രങ്ങൾ അറബിനാടുകളുടെ പശ്ചാത്തലത്തിലുള്ള ഈ കഥയിൽ കാണാം. പ്രണയത്തിനുവേണ്ടി ജനിച്ചു വളർന്ന കുടുംബവും തൊഴിലും ഉപേക്ഷിച്ചവരാണവർ. ടെലിവിഷനിൽ ലൈംഗികപരിപാടി ലൈവ് ആയി അവതരിപ്പിക്കുന്ന ഒരു യുവതി പ്രണയിച്ച് വിവാഹം കഴിച്ച യുവാവിനെ പക്ഷേ, ഉപേക്ഷിക്കാൻ പോകുന്നു. എന്തെന്നാൽ, പ്രണയം പോലും സ്ത്രീക്ക് അവളുടെ ഉള്ള് പൂർണമായി വെളിവാക്കാനാവാത്ത ഒരു അസ്വതന്ത്രതയാണ് എന്ന് അവൾ തിരിച്ചറിയുകയാണ്. പ്രണയിക്കുന്നവർക്കൊപ്പം കഴിയുമ്പോൾ അനുഭവപ്പെടുന്ന പ്രച്ഛന്നമായ അസ്വതന്ത്രതയുടെ സംഘർഷത്തെ, പുരുഷാധിപത്യത്തിന്റെ കഠിനവ്യവസ്ഥകൾ നിലനിൽക്കുന്ന ഒരു സമൂഹത്തിലേക്ക് വധുവായി എത്തിയ മറ്റൊരുവളുടെ

കാഴ്ചപ്പാടിലൂടെ അവതരിപ്പിക്കുന്നതിലെ വിപരീതങ്ങളുടെ സംഘർഷം ഈ കഥയിലുണ്ട്. അത്തരം അവസ്ഥയുടെ ഇരുമ്പുമറയ്ക്കുള്ളിൽ ചെറു പഴുതുകളിലൂടെ പ്രകാശനം തേടുന്ന സ്ത്രീയുടെ ഉള്ളിലെ പുരുഷാഭി മുഖമായ മനോഭാവത്തിന്റെ വിലോല രശ്മികളുടെ ആവിഷ്കാരവും ഈ ചെറുകഥയിൽ കലരുന്നു. കെട്ടുപാടായിത്തീർന്ന ദാമ്പത്യത്തിലെത്തിയ പ്രണയത്തിന്റെ പാരതന്ത്ര്യത്തിനുള്ളിൽ നിന്നുള്ള സ്വകാര്യമായ ഒരു സ്വാതന്ത്ര്യാവിഷ്കാരമാണത്. സൂക്ഷ്മഭാവങ്ങളും സവിശേഷാന്തരീ ക്ഷവും പുലരുന്ന ഈ ചെറുകഥയുടെ ഘടനാപരമായ സാന്ദ്രതയും ആവിഷ്കാരത്തിലെ ഒതുക്കവും ശ്രദ്ധേയം.

സ്ത്രീജീവിതത്തിന്റെ ആന്തരികക്ഷോഭങ്ങൾക്ക് ശരീരനിഷ്ഠമായ ഊന്നലുകളുള്ള ആഖ്യാനം സാധ്യമായത് സ്ത്രീവാദപരമായ കാഴ്ച പ്പാട് സാഹിത്യത്തിൽ സജീവമായതോടെയാണ്. സ്ത്രീകൾ എഴുതു മ്പോൾ രൂപപ്പെടുന്ന സ്വത്വപ്രകാശനത്തിന്റെ സവിശേഷതലമായി ഇത് നിരീക്ഷിക്കപ്പെട്ടിട്ടുണ്ട്. സ്ത്രീകളുടെതായ ഒരു ലോകത്തേക്കിറങ്ങിച്ചെന്ന് പുരുഷാധിപത്യ വ്യവസ്ഥയുടെ അടഞ്ഞ ലോകത്തോട് തങ്ങളുടേതായ നിലയിൽ ഒരു ക്ഷണികകലാപം നടത്തുന്ന ഒരുകൂട്ടം സ്ത്രീകളെ അവ തരിപ്പിക്കുകയാണ് ഉണ്ണി ആർ *ആനന്ദമാർഗ്ഗത്തിൽ.* മധ്യപ്രായത്തിലെ ത്തിയ ഏതാനും കോളേജ് അധ്യാപികമാർ രണ്ടു പകലും ഒരു രാത്രിയും ദൈർഘ്യമുള്ള വിനോദയാത്രയ്ക്കു പോകുന്നതിന്റെ ആഖ്യാനമായാണ് കഥ രൂപപ്പെടുത്തിയിട്ടുള്ളത്. യാത്രയുടെ പ്ലാനിങ്, ബസ്‌യാത്ര, രാത്രിയിൽ വിജനമായ മന്ദിരത്തിലെ താവളംകൊള്ളൽ– ഈ മൂന്നു രംഗ ങ്ങളിലെ സംഭാഷണങ്ങളിലൂടെയും പരിമിതമായ പശ്ചാത്തല വിവരണ ത്തിലൂടെയും തെളിഞ്ഞുവരുന്ന കഥാപാത്രങ്ങളിൽ, സമൂഹം വിശേ ഷിച്ചും കുടുംബം, തൊഴിലിടം എന്നിവിടങ്ങളിലെ പുരുഷാധിപത്യത്തിനു മുമ്പിൽ അനുഭവപ്പെട്ടിരുന്ന 'ഇൻഹിബിഷൻ' എന്ന ആത്മാവിന്റെ ആവ രണം ഉരിഞ്ഞെറിയുന്ന സ്ത്രീകളുടെ ക്ഷണികമെങ്കിലും കലാപശക്തി യുള്ള സ്വത്വപ്രകാശനമാണ് ഈ കഥയിൽ തെളിയുന്നത്. പലതരം ടോണുകളിലേക്ക് പകർന്നാടുന്ന ഭാഷാപരിചര്യയാണ് ഈ കഥയുടെ ഒരു സവിശേഷത. അത് ചിലപ്പോൾ സമൂഹത്തിന്റെ സദാചാരനാട്യത്തെ പ്രകോപിപ്പിക്കുന്നിടത്തോളമെത്തുന്ന ഇരുണ്ടഹാസ്യമുണർത്തുന്നു. എങ്കിലും ആത്യന്തികമായി അവഗണിതയാകുന്ന സ്ത്രീയുടെ ആത്മ രോദനങ്ങളാണ് ആ കഥയുടെ കാതൽ. ആ നിലയിൽ *ആനന്ദമാർഗ്ഗം* എന്ന ശീർഷകത്തിൽ ഒരു വിപരീതധ്വനി മുഴങ്ങുന്നുണ്ട്.

കെ വി അനൂപിന്റെ *രൂപകം* രതിയും മരണവും അവ കൂടിപ്പിണയു മ്പോഴുണ്ടാകുന്ന ബീഭത്സതയും ഭ്രമസ്പർശമുള്ള അനുബന്ധഭാവ ങ്ങളും കൂടിച്ചേർന്നതെങ്കിലും ആഖ്യാനതലത്തിൽ സാരള്യം

പുലർത്തുന്ന രചനയാണ്. വിജനപ്രദേശത്തെ റെയിൽപ്പാളത്തിനു സമീപം കണ്ട പതിനെട്ടോ ഇരുപതോവയസുള്ള ചെറുപ്പക്കാരിയുടെ ശരീരത്തിനു കാര്യമായ ക്ഷതംപറ്റാത്ത ജഡത്തിനു കാവൽ നിൽക്കേണ്ടിവന്ന രണ്ടു പൊലീസുകാരിൽ ചെറുപ്പക്കാരനാണ് കഥയിലെ ആഖ്യാതാവ്. വിജനരാത്രിയിൽ, അയാളുടെ ആ സന്ദർഭത്തിലെ അനുഭവങ്ങളും പ്രതികരണങ്ങളും തന്റെ ബാല്യത്തിലെ വിഭ്രാമകമായ ഒരു സ്ത്രീശരീരദർശനത്തിന്റെ ഓർമകളുമായി കൂടിക്കലരുകയാണ്. ഏത് മൃദുഭാവത്തെയും ചവിട്ടിയരച്ചുകളയുന്ന ചില ജീവിതസന്ധികളുടെ പാരുഷ്യങ്ങളുണ്ടല്ലോ, അത്തരം ഒരവസ്ഥയിൽക്കൂടി കടന്നുപോകേണ്ടിവരുന്ന ഭാവശീലനായ ഒരു മനുഷ്യന്റെ ആന്തരികസംഘർഷമാണിവിടെ തെളിയുന്നത്. ആ സമയത്ത് അയാളുടെ ഉള്ളിൽ ചീത്തവികാരങ്ങളും നന്മയുടെ ഭാവങ്ങളും കൂടിക്കലരുന്നു. സമാന്തരമായി പോകുന്ന, പരസ്പരം കൈകോർത്തു കിടക്കുന്ന നന്മതിന്മകളുടെ കൂടിക്കലരലായി റെയിൽപ്പാളത്തെ കൽപ്പിക്കുന്ന രൂപകം, ആ ആന്തരിക ഭാവസംഘർഷത്തിന്റെ സൂചകമാകുന്നു. ഇത്തരം സവിശേഷമായ സൂചകങ്ങളും ബിംബങ്ങളും ചേർന്നാണ് ഈ കഥയുടെ അന്തരീക്ഷം രൂപപ്പെടുന്നത്. ആഖ്യാനതലത്തിലെ സാരള്യത്തെ അതിവർത്തിക്കുന്ന ആന്തരികസങ്കീർണത ഈ ചെറുകഥയ്ക്കുണ്ട്.

വാർധക്യത്തിന്റെ സങ്കടങ്ങളെയും അതിനെ രക്ഷിക്കാൻ ബാധ്യതപ്പെട്ട സമൂഹത്തിന്റെ താൽപ്പര്യനാട്യത്തെയും ആത്യന്തികസന്ദർഭത്തിൽ അത്തരം നാട്യങ്ങൾ കൊഴിഞ്ഞുപോകുന്ന അവസ്ഥയെയും ആവിഷ്കരിക്കുന്ന കഥയാണ് പ്രത്യക്ഷതലത്തിൽ ടി ബി ലാലിന്റെ *വൃദ്ധവൃന്ദം*. വാർധക്യത്തിന്റെ വേദനകളിലും ഏകാന്തതയിലും മറ്റുള്ളവരുടെ അവഗണനയിലും അഭയമായിത്തീരുന്ന യൗവനാനുഭവങ്ങളിലേക്ക് മനസുകൊണ്ടുള്ള പുന:പര്യടനം ഈ കഥയുടെ മറ്റൊരു വിതാനമാകുന്നു.

ചിത്തവിഭ്രമത്തെ ഉത്തേജിപ്പിക്കുന്ന ഋതുവാണ് വേനൽ. *മധ്യവേനൽ* എന്ന കഥയിൽ എസ് ഹരീഷ് അരാജക പ്രവണമായ ജീവിതഭാവങ്ങളുടെയും വിശ്ലഥവൃത്തികളുടെയും വഴിയിൽ സഞ്ചരിക്കുന്ന യുവാക്കളുടെ ചിത്രണത്തിലൂടെ വ്യവസ്ഥാപിതജീവിതത്തിന്റെ യാന്ത്രികതയെ നിരാകരിക്കുന്ന മനോഭാവത്തിന് ആവിഷ്കാരം നൽകുകയാണ്. കസാൻദ് സാക്കീസിന്റെ സോർബയുടെ വാക്കുകൾ മുഖക്കുറി ചേർത്തിട്ടുള്ള ഈ കഥയുടെ കേന്ദ്രബിന്ദു മനുഷ്യപ്രകൃതിയുടെ അവ്യാഖ്യേയതയും വൈചിത്ര്യസാധ്യതകളുമാണ്. ഭ്രാന്തുള്ളവരും ഭ്രാന്തില്ലാത്തവരും തമ്മിലുണ്ടെന്നു കരുതുന്ന അതിർവരമ്പിന്റെ അർഥശൂന്യതയിലേക്കുള്ള പാളിനോട്ടങ്ങളും ഇവിടെയുണ്ട്. വർഷങ്ങളായി പത്തുമണിക്കുറങ്ങുകയും നാലുമണിക്കുണരുകയും യോഗചെയ്തുകൊണ്ട് ദിവസം ആരം

ഭിക്കുകയും ഒക്കെചെയ്യുന്ന ആഖ്യാതാവും ജീവിതത്തെ അരാജകത്വത്തിന്റെ ആഘോഷമാക്കി മാറ്റിയ വിനയനും ഒന്നിക്കുന്നതിന്റെ പൊരുളതാണ്.

കൗമാരത്തിലെ ലൈംഗികാഭിമുഖ്യങ്ങളും അതിന്റെ പ്രേരണയിൽ ചെറിയതെറ്റുകൾ ചെയ്യുന്ന കുട്ടികളുടെ അറിവില്ലായ്മയെ ചൂഷണം ചെയ്യുന്ന മുതിർന്നവരുടെ പീഡനങ്ങളും വഞ്ചനകളുമൊക്കെ സമകാലിക യാഥാർഥ്യങ്ങളിൽ പ്രമുഖമാണ്. അത്തരം ഒരു സന്ദർഭത്തിൽ നിന്ന് ഉരുവംകൊണ്ട ചെറുകഥയാണ് എസ് ആർ ലാലിന്റെ *കാരുണ്യഹോസ്പിറ്റൽ*. വളരെ ശ്രദ്ധാപൂർവം പറഞ്ഞും പറയാതെയും സൂചിപ്പിച്ചും ധ്വനിപ്പിച്ചും മുന്നേറുന്ന ആഖ്യാനത്തിലൂടെ കൗമാരത്തിന്റെ ആർദ്രമായ സ്നേഹവും വിലോലമായ ശാരീരികാഭിമുഖ്യവും ഒരുതലത്തിലും അവയെല്ലാം ഇരയാക്കിമാറ്റുന്ന മുതിർന്നവരുടെ മൃഗീയമായ കാപട്യവും ഹൃദയമില്ലായ്മയും ഈ കഥയിൽ സമാന്തരീകരിച്ച് കാലത്തിന്റെ ആസുരതയ്ക്ക് തികഞ്ഞ കയ്യടക്കത്തോടെ കഥാരൂപം നൽകിയിരിക്കുന്നു.

അർഷാദ് ബത്തേരിയുടെ *ജീവിതത്തോളം ഭൂമിയുടെ ഉലച്ചിൽ* നടക്കുകയാണ് എന്ന വ്യാജബോധത്തോടെ ഓടിക്കൊണ്ടിരിക്കുന്ന ഒരു മനുഷ്യന്റെ ആന്തരികവ്യഥയെ ആവിഷ്കരിക്കുന്നു. ഈ കാലത്ത് മനസുതുറന്നു ജീവിക്കുന്ന എല്ലാവർക്കും ഒരുതരത്തിലല്ലെങ്കിൽ മറ്റൊരു തരത്തിൽ ഇത്തരം ആന്തരിക സംഘർഷം അനുഭവിക്കേണ്ടിവരുന്നു. പക്ഷേ, അത്തരം വൈചിത്ര്യമുള്ള അവസ്ഥയിൽപ്പെട്ട മനുഷ്യരുടെ ദൈന്യം മാധ്യമത്തിന്റെ ഇരയായിത്തീരുന്നതിന്റെ വൈപരീത്യം മറ്റൊരുവഴിക്ക്. ഇങ്ങനെ സമകാലിക ജീവിതത്തിന്റെ ഒരു വൈപരീത്യത്തിന് വ്യത്യസ്തമായ ആവിഷ്കാരം നൽകുന്ന കഥയായിത്തീരുന്നു ഈ രചന.

വിപണികേന്ദ്രിതമായ ആഗോളസാമ്പത്തിക വ്യവസ്ഥയുടെ വാഴ്ചയും തേർവാഴ്ചയും നടക്കുന്ന ഈ കാലത്ത് ജീവിതത്തിന്റെ ഇതരവിതാനങ്ങളെല്ലാം അതിനു കീഴ്പ്പെട്ടു പോകുന്നു. മൂല്യങ്ങളും മനുഷ്യബന്ധങ്ങളെ സ്നിഗ്ധമാക്കുന്ന ആർദ്രഭാവങ്ങളുമെല്ലാം വിപണിയുടെ പിടിയിൽ അപ്രസക്തമാകുന്നു. ഈ ലോകാവസ്ഥ മനുഷ്യാവസ്ഥയിൽ ഏൽപ്പിക്കുന്ന ആഘാതമാണ് ഇ പി ശ്രീകുമാറിന്റെ മിക്ക രചനകളുടെയും പ്രമേയം. *ശവവസ്ത്രക്കച്ചവടം* എന്ന കഥയിൽ മരിച്ചവരുടെ വസ്ത്രങ്ങൾ ശേഖരിച്ചു വിൽക്കുന്നതിലൂടെ ലാഭം കൊയ്യുന്ന ഒരുവന് മനുഷ്യബന്ധങ്ങളുടെ തലത്തിൽ നേരിടേണ്ടിവന്ന തിരിച്ചടിയും അതിന്റെ വൈകാരികാഘാതവുമാണ് പ്രമേയമാകുന്നത്. ഇത് പുതിയ കാലത്തിന്റെ മുദ്രകളെ അതിന്റെ രൂക്ഷതയോടെ ഒപ്പിയെടുത്ത ചെറുകഥയാകുന്നു. ആളുകൾ മരിച്ചുകിട്ടാൻവേണ്ടി കാത്തിരിക്കുന്ന ബന്ധുക്കളുടെ ക്രൂരത, അപകടമരണത്തിന്റെ ഘട്ടത്തിലും ദൃശ്യമാധ്യമത്തിനു പാകത്തിൽ ചമ

ഞ്ഞൊരുങ്ങുവാൻ വ്യഗ്രതപ്പെടുന്നവരുടെ പൊള്ളത്തരം, പുതുകാലത്ത് ജീവിതത്തിന്റെ ഏതുതലവും വാണിജ്യസ്ഥാപനങ്ങളുടെ സ്പോൺസർഷിപ്പിനു വിധേയമാകുന്ന സ്ഥിതി വിശേഷം-ഇങ്ങനെയുള്ള പ്രശ്നങ്ങൾ പലതും ഈ കഥയുടെ ഘടനയിൽ തെളിഞ്ഞുകാണാം.

അമൂർത്തമായ ഒരു ഭാവത്തെ പ്രതീയമാനമാക്കുന്ന ചെറുകഥയാണ് സുസ്മേഷ് ചന്ത്രോത്തിന്റെ *അരികെ*. സംഭവങ്ങളല്ല, സവിശേഷമായ അന്തരീക്ഷമാണ് ഈ കഥയിൽ പ്രാധാന്യം നേടുന്നത്. ചിതറിയ ചിന്തകളും ഓർമകളുമായി വഴിയോരത്തു നിൽക്കുന്ന മനുഷ്യൻ തന്റെ അരികിൽ പാർക്കുചെയ്തിരുന്ന കാറിന്റെ ബോണറ്റിൽ തെളിയുന്ന പ്രതിബിംബങ്ങളെക്കുറിച്ചും വഴിയരികിലെ പൂമരത്തിൽ നിന്ന് അവിടെ കൊഴിയുന്ന പൂക്കളെക്കുറിച്ചും ഒക്കെ ബോധവാനാണെങ്കിലും അവിടെ നിർത്തിയിട്ട കാറിനുള്ളിൽ ഒരു സ്ത്രീ മരിച്ച അവസ്ഥയിൽ ഇരിക്കുന്നത് അറിയുന്നതേയില്ല. കഥാന്ത്യത്തിൽ വെളിവാക്കപ്പെടുന്ന ആ വസ്തുത കഥയിലെ അതുവരെയുള്ള അന്തരീക്ഷ-ഭാവചിത്രണത്തിന് ഒരു വിപരീതമാനം നൽകുന്നു. ആത്യന്തികമായി മനുഷ്യജീവിതത്തിന്റെ പ്രവചനീയാതീതവും അവ്യാഖ്യേയവും ആയ സ്ഥിതിയുടെ ചിത്രണമായിത്തീരുന്നു ഈ ചെറുകഥ.

ധന്യാരാജിന്റെ *അതിജീവനമാർഗങ്ങൾ* പുരുഷമനോഭാവത്തിന്റെ ചിലസഹജസ്വഭാവങ്ങളെ വിമർശനാത്മകമായി അവതരിപ്പിക്കുന്നു. സ്ത്രീ സ്വന്തം കാലിൽ നിൽക്കുകയും പുരുഷന് തുല്യമായ നിലയിൽ തൊഴിലിടത്തിൽ പ്രാധാന്യം നേടുകയും ഒക്കെ ചെയ്യുന്നതിനോട് പുരുഷനുള്ള ആന്തരികമായ താൽപ്പര്യമില്ലായ്മയുടെ ആവിഷ്കാരമാണീ രചന. വ്യവസ്ഥാപിതരീതിയിൽ കഥയുടെ പൂർത്തീകരണ ബിന്ദുവിനു മുമ്പ് അവസാനിക്കുന്ന ഈ ചെറുകഥയിൽ കഥാന്ത്യം എന്തായിരിക്കും എന്ന് വ്യക്തമാണ്.

ഈ സമാഹാരത്തിലെ ചെറുകഥകളിൽ പ്രകടനാത്മകമായ നിലയിൽ രൂപവൈചിത്ര്യം അവതരിപ്പിക്കാൻ ശ്രമിക്കുന്ന രചനകൾ കുറവാണ്. ആ അംശത്തിൽ അഭിരമിക്കുന്ന ഒരു ചെറുകഥയാണ് വി എച്ച് നിഷാദിന്റെ *നൃത്തക്കാരിയുടെ മകൾ.* വിച്ഛിന്നഘടനയിലൂടെ ആവിഷ്കരിക്കപ്പെടുന്ന ഈ കഥയിൽ ദൃശ്യമാധ്യമരംഗത്തെ കലാപ്രവർത്തകർ അനുഭവിക്കുന്ന ആത്മസംഘർഷത്തിന് ശാരീരികമാനം നൽകാനാണ് ശ്രമം. ഇവിടെയും പുതുകാലത്തിന്റെ ലോകസ്വഭാവം മുദ്രിതമാകുന്നു.

സാധാരണഗതിയിലുള്ള ആഖ്യാനക്രമത്തിൽനിന്നു മാറിനിൽക്കാൻ ശ്രമിക്കുന്ന രചനയാണ് പി വി ഷാജികുമാറിന്റെ *വെയിൽ, മഴ, മുസ്തഫ etc...* ജീവിതയാഥാർഥ്യത്തിന്റെ ഒരു ചീളിൽ നിന്ന് ഭാവനയുടെ സാധ്യതകളിലേക്കു മുന്നേറുന്ന ഈ കഥയും അതിജീവനത്തിനു പാടുപെടുന്ന ബാല്യത്തിന്റെ വെല്ലുവിളികളെയാണ് അടിസ്ഥാനയാഥാർഥ്യമായി അവ

തരിപ്പിക്കുന്നത്. കഥാരചന എന്ന സർഗപ്രവർത്തനത്തെ ആഖ്യാനവിഷയമാക്കുകയും അതിന് വിഭ്രമാത്മകമായ ഒരു വിതാനം പകരുകയും ചെയ്യുന്ന ഈ കഥയിൽ ജന്തുകഥകളുടെയും അത്ഭുതകഥകളുടെയും ഇഴകൾ കലരുന്നു. അപ്പോഴും കഥയെക്കാൾ വലുത് ജീവിതമാണ് എന്ന സത്യത്തിലേക്ക് മുസ്തഫയുടെ ജീവിതം നീലനിറമുള്ള സൈക്കിളിൽ കുതിക്കുന്നു.

ഈ കഥകൾക്കു പുറത്തും മലയാളത്തിൽ പുതുകഥയുടെ പുതുമുകുളങ്ങളുണ്ട്. എങ്കിലും സമകാലികജീവിതത്തിന്റെയും പുതുകാലത്തിന്റെ സർഗാത്മകതയുടെയും പ്രാതിനിധ്യം വഹിക്കുന്ന വ്യത്യസ്തമായ ചില കഥാമുഖങ്ങളെന്ന നിലയിൽ ഇവ ഇവിടെ സഞ്ചയിക്കപ്പെടുന്നു. കാലത്തിന്റെ ആന്തരികോദ്വേഗങ്ങളെ അവ പല പ്രകാരത്തിൽ ആവിഷ്കരിക്കുന്നു; ചിലപ്പോൾ അതീവം പ്രകടമായും മറ്റു ചിലപ്പോൾ തീരെ പരോക്ഷമായും. അപ്പോഴെല്ലാം ഈ കഥകളെ പൊതുവിൽ ബന്ധിപ്പിക്കുന്ന ഒരു ഘടകമുണ്ട്—പുതിയ കാലത്തിന്റെ ജീവിതസത്യം. അങ്ങനെയാണ് ഈ ചെറുകഥകൾ പുതുകാലത്തിന്റെ പുതുകഥകളാകുന്നത്.

ഡേവിഡ്ജി കോഡ്

സന്തോഷ് ഏച്ചിക്കാനം

സഹപ്രവർത്തകർ വിനയത്തോടെ ഡേവിഡ്ജി എന്നു വിളിക്കുന്ന പുത്തൻ വേലിക്കൽ അന്തോണി മകൻ ഡേവിഡ് ഞായറാഴ്ച ഭാര്യ ട്രീസയും കൊച്ചുങ്ങളും കുർബാന കൊള്ളാൻ പള്ളിയിലേക്ക് പോയപ്പോൾ മേശപ്പുറത്ത് മൂടിവെച്ചിരുന്ന കട്ടൻ കാപ്പിയുമായി ഉമ്മറത്ത് വന്ന് ജീവിതവിജയം കണ്ടെത്താനാവാതെ ഇനിയും താനൊരു പരാജയമായി തുടരുന്നതിന്റെ രഹസ്യമെന്താണ് എന്ന് ആലോചിക്കുവാൻ തുടങ്ങി.

ഒരു സാധാരണ നഗരജീവിയുടെ പ്രാഥമികാവശ്യങ്ങളായ അഞ്ച് സെന്റ് സ്ഥലം. വീട്. നിലവാരം ഇച്ചിര കുറഞ്ഞതായാലും വേണ്ടില്ല സ്വന്തമായി ഒരു വാഹനം. ഒന്നും ഇതുവരെ ഉണ്ടാക്കുവാൻ പറ്റിയിട്ടില്ല. ഈ നഗരത്തിൽ ജനിച്ച് വളർന്ന് പന്തലിച്ചിട്ട് പോലും. എല്ലാറ്റിനും കർത്താവ് ഒരു വഴികാണിച്ചുതരുമെന്ന് വിശ്വസിച്ച് ട്രീസ കലൂർ മാതാവിന്റെ രൂപക്കൂടിനു താഴെ ഒരുപാട് മെഴുകുതിരികൾ ഉരുക്കിയതാണ്. ഒരു ചുക്കും സംഭവിച്ചില്ല. കലൂര് മുതൽ കച്ചേരിപ്പടി വരെയുള്ള ട്രാഫിക് ബ്ലോക്ക് മാറ്റാൻ പറ്റാത്ത പാർട്ടിയാ ഇനി ഡേവിഡിന്റെ ജീവിതത്തിൽ അത്തിമരം തളിർപ്പിക്കാൻ പോകുന്നേ ...

ഇല്ല പൊന്നു തമ്പുരാനേ, ഡേവിഡ് ഇനി പള്ളിയിലോട്ടില്ല. ട്രീസേം കൊച്ചുങ്ങളും വരും. അതവരുടെ ഇഷ്ടം. വെറും സെക്കന്റ് ഗ്രേഡ് ഹെൽത്ത് ഇൻസ്പെക്ടറായ തന്റെ ശമ്പളംകൊണ്ട് ഒരു കുടുംബം മുന്നോട്ട് കൊണ്ടുപോകണമെങ്കിൽ അവൾക്ക് ദൈവത്തിന്റെ ചെറിയ സപ്പോർട്ടൊക്കെ വേണ്ടിവരും.

ഇത്രേം കൊല്ലം ബൈബിളിൽ നീ എഴുതിവെച്ചതുപോലെയൊക്കെ ജീവിച്ചു. എന്നിട്ടോ കടം മാത്രം മിച്ചം. അന്തസ്സായിട്ടൊരു അഴിമതി നടത്താൻപോലും ഒത്തിട്ടില്ല. ഉത്തമഗീതങ്ങളൊക്കെ അപ്പടി ബൈഹാർട്ട് ആക്കി വന്നപ്പോഴേക്കും എല്ലാറ്റിലും ഒരുമാതിരി കാൽപനികത വന്ന് നിറഞ്ഞ് താനൊരു സാങ്കൽപിക ജീവിയായി. പാർപ്പിടം, ഡിസൈനർ തുടങ്ങി ഗൃഹനിർമ്മാണത്തെക്കുറിച്ചുള്ള പ്രസിദ്ധീകരണങ്ങൾ മറിച്ചു നോക്കി സ്വന്തം വീടിനെപ്പറ്റിയുള്ള മോഹങ്ങൾ ട്രീസ മക്കളുമായി പങ്കു വയ്ക്കുന്നതു കാണുമ്പോ സങ്കടം വരും.

ഒരു ദിവസം ട്രീസ ഡേവിഡിനോട് വലിയ ശബ്ദത്തിൽ ചൂടായി.

“നിങ്ങളിങ്ങനെ കർത്താവിനേം കുറ്റം പറഞ്ഞോണ്ടിരുന്നോ. നിങ്ങടെ ഓഫീസിലെ വിനോദനെ കണ്ട് പഠിക്ക്. പ്യൂണല്ലേ അവൻ. നിങ്ങളെക്കാൾ ഏഴെട്ട് വയസിന് താഴെയാ. സിറ്റീലെ കണ്ണായ സ്ഥലത്ത് 25 സെന്റ് സ്ഥലം. രണ്ട്നില വീട്. മൂന്ന് പെങ്ങന്മാരേം നൂറ് പവനും കാറും കൊടുത്താ കെട്ടിച്ചുവിട്ടത്. പുതുപുത്തൻ സ്കോഡയുമെടുത്ത് അവനിതേക്കെടന്ന് കറങ്ങുന്നതു കാണുമ്പോ... ന്റെ ഈശോയേ വിശ്വസിക്കാൻ മേല. സ്വന്തം കഴിവുകേട് മറച്ചുവയ്ക്കാൻ നിങ്ങള് ദൈവത്തിന്റെ മേക്കിട്ട് കേറീട്ടൊന്നും കാര്യമില്ല.”

ട്രീസ പറഞ്ഞതിലും ശരിയില്ലായ്കയില്ല. വിനോദൻ ആദ്യമായി ഓഫീസിൽ വന്ന ദിവസം ഡേവിഡ് ഇന്നും മറന്നിട്ടില്ല. ഒറ്റമുണ്ടും വള്ളിച്ചെരിപ്പും. സ്കെയിലുപോലെ മെലിഞ്ഞിട്ടായിരുന്നു. വെറും അഞ്ച് വർഷം.ഇന്ന് കൊച്ചീടെ താക്കോൽ അവന്റെ കൈയിലാണ്. ബുദ്ധിയും ആവശ്യത്തിന് ചങ്കൂറ്റവുമുണ്ടെങ്കിൽ ഭൂമി ഇടപാടിലൂടെ കോടികൾ കൊയ്യാമെന്നതിന്റെ ജീവിക്കുന്ന തെളിവാണ് വിനോദൻ.

എന്തുകൊണ്ട് വിനോദന് ജീവിതവിജയം നേടാൻപറ്റി. പുത്തൻ വേലിക്കൽ അന്തോണി മകൻ ഡേവിഡിന് അവനേക്കാൾ ബുദ്ധിയും പഠിപ്പുമുണ്ടായിട്ടും അയാൾ ഒരുമാതിരി നിലാവത്ത് വിട്ട കോഴിയെപ്പോലെ ഒരു വഴിയും കിട്ടാതെ തിരിഞ്ഞ് കളിക്കുന്നത് എന്തുകൊണ്ടാണ്? ഇതിലെന്തോ നിഗൂഢമായ ചില രഹസ്യങ്ങൾ ഒളിഞ്ഞു കിടപ്പുണ്ട്. അതിന്റെ ചുരുളഴിച്ചാൽ ഈ ലോകത്ത് വിനോദനെപ്പോലെ എല്ലാ മനുഷ്യർക്കും ആഗ്രഹങ്ങൾ പൂർത്തിയാക്കി സന്തോഷത്തോടെ ജീവിക്കാം.

അന്നുമുതൽ അന്വേഷിച്ചുകൊണ്ടിരുന്ന ആ ഗൂഢരഹസ്യത്തിലേക്കുള്ള വഴി തെളിഞ്ഞു കിട്ടാൻ ഡേവിഡിന് വീണ്ടും മൂന്നാഴ്ചകൾകൂടി കാത്തിരിക്കേണ്ടിവന്നു. പുസ്തകവിൽപ്പനക്കാരനായ ഒരു ചെറുപ്പക്കാരൻ ഉച്ചയൂണ് കഴിഞ്ഞുള്ള പതിവ് മയക്കത്തിൽനിന്ന് അയാളെ വിളിച്ചു

ണർത്തി *ഡാവിഞ്ചി കോഡ്* എന്ന നോവൽ പരിചയപ്പെടുത്തുംവരെ. മോണാലിസയുടെ ചാരനിറമുള്ള കണ്ണുകൾകൊണ്ട് രൂപകൽപ്പന ചെയ്ത കവർ. വായനയോട് അത്ര പ്രിയമുള്ള ആളല്ലെങ്കിലും അതിലെ 'കോഡ്' എന്ന വാക്ക് ഡേവിഡിനെ പെട്ടെന്ന് ആകർഷിച്ചു.

"ബെസ്റ്റ് സെല്ലറാണ് സർ" ചെറുപ്പക്കാരൻ പറഞ്ഞു. "ലോകത്ത് ഇന്ന്ഏറ്റവും കൂടുതൽ വായിക്കുന്ന പുസ്തകം. ഡാൻ ബ്രൗണിന്റെ മാസ്റ്റർപീസ്."

"താനിത് വായിച്ചിട്ടുണ്ടോ?"

"ഉവ്വ് സർ"

"എന്നതാടോ ഇതിന്റെ കഥ"

"വളരെ ഇന്ററസ്റ്റിങ് ആണ് സർ"

ചെറുപ്പക്കാരൻ കഥ പറഞ്ഞു തുടങ്ങി.

"പാരീസിലെ പ്രശസ്തമായ ലൂവ്റ് മ്യൂസിയത്തിന്റെ സൂക്ഷിപ്പുകാരൻ ഴാക്സൊനീയർ ഒരു രാത്രി ഏതോ അജ്ഞാതന്റെ വെടിയേറ്റ് മരിക്കുന്നു. മരിക്കും മുൻപ് അങ്ങേര് തന്റെ ശരീരത്തിലും തറയിലുമായി ചില ചിഹ്നങ്ങളും സന്ദേശങ്ങളും എഴുതിയിടുന്നു. അതൊന്നും പോലീസിനു മനസിലാവുന്നില്ല. അത് കണ്ടെത്താൻ പോലീസ് ഹാർവാർഡ് യൂണിവേഴ്സിറ്റിയിലെ ചിഹ്നശാസ്ത്രജ്ഞനായ റോബർട്ട് ലാങ്ടന്റെ സഹായം തേടുന്നു. അദ്ദേഹം സൊനീയറിന്റെ ബോഡി പരിശോധിക്കുന്നു. മ്യൂസിയത്തിന്റെ ഇടനാഴിയിൽ പൂർണ്ണനഗ്നനായിട്ടാണ് അയാൾ കിടന്നിരുന്നത്. സ്വന്തം ചോരയിൽ വിരൽമുക്കി അയാൾ തന്റെ വയറ്റിൽ അഞ്ചുരേഖകൾ പരസ്പരം ബന്ധിച്ച് നക്ഷത്രംപോലെ ഒരു ചിഹ്നം വരച്ചിരുന്നു. പഞ്ചാഗ്രി."

"പഞ്ചാഗ്നിയോ. അതെന്നതാടാ മോനേ."

"പഞ്ചാഗ്നിയല്ല സർ പഞ്ചാഗ്രി" ചെറുപ്പക്കാരൻ ചിരിച്ചു. "അതൊരു പുരാതന ചിഹ്നമാണ്. അതിന് പല അർഥങ്ങളും ഉണ്ട്. കഥ മുഴുവൻ പറഞ്ഞാൽ സാറ് പിന്നെ പുസ്തകം വാങ്ങത്തില്ല. ചുരുക്കിപ്പറഞ്ഞാ സംഭവം ഇതാണ്. മരിച്ചവൻ എഴുതിയിട്ട ചിഹ്നങ്ങൾ അഥവാ കോഡുകൾ ലാങ്ടൻ വ്യാഖ്യാനിക്കുന്നു. അതിലൂടെ കൊലയാളിയുടെ ചിത്രം തെളിയുന്നു. എങ്ങനെയുണ്ട്."

"കൊള്ളാം" ഡേവിഡ് പറഞ്ഞു. അയാൾ 200 രൂപ കൊടുത്ത് പുസ്തകം വാങ്ങി മേശയിൽ വെച്ചു.

തുടർന്നുള്ള രണ്ട് ദിവസങ്ങൾ അയാൾ ഡാവിഞ്ചി കോഡിനുവേണ്ടി മാറ്റിവെച്ചു. ഒരു പിരമിഡിനകത്ത് പൊടിഞ്ഞ കടലാസുകളുടെ മണമുള്ള ഇടാനാഴിയിലൂടെ ഒരു ചരിത്രഗവേഷകനെപ്പോലെ താൻ അലയുകയാണെന്ന് ഡേവിഡിനു തോന്നി. സൊനീയർ ഒരു ചിഹ്നമായി ലൂവ്റ് മ്യൂസിയത്തിന്റെ കോറിഡോറിൽ കിടന്നതുപോലെ ഓരോ മനുഷ്യനും സ്വയം ഓരോ ചിഹ്നങ്ങളാണ്. കോഡുകളാണ്. അതിന്റെ ഡീക്കോഡു ചെയ്യാൻ പറ്റുന്നവന് വിജയത്തിന്റെ രഹസ്യങ്ങൾ കണ്ടെത്താൻ സാധിക്കുന്നു.

ലാങ്ടനെപ്പോലെ വിനോദന് തന്റെ ജീവിതത്തെ ഡീക്കോഡ് ചെയ്യാൻ കഴിഞ്ഞു. ലാങ്ടൻ സൊനീയറിന്റെ കൊലപാതകിയെ കണ്ടെത്തി. വെറുമൊരു പ്യൂണായ വിനോദനാകട്ടെ ഭൂമി ഇടപാടിലൂടെ കോടികൾ ഉണ്ടാക്കി. പക്ഷേ, താനോ, സർക്കാരിന്റെ മരക്കസേരയിൽ ഇനിയും വ്യാഖ്യാനിക്കപ്പെടാത്ത ഒരു ചിഹ്നമായി ഇങ്ങനെ കുന്തം വിഴുങ്ങിയപോലെ ഇരിക്കുന്നു.

സ്വയം ഡീക്കോഡ് ചെയ്യാൻ പറ്റാതെ വെറും പൊടിയായി മരിച്ചുപോകുന്ന കോടിക്കണക്കിന് മനുഷ്യരെപ്പറ്റി ഡേവിഡ് ആലോചിച്ചു. ഒരു പേടി അതിന്റെ തണുത്ത കാലുകൾ നീട്ടി അടുത്തേക്ക് വരുന്നതുപോലെ ഡേവിഡിനു തോന്നി. ഇല്ല, ഒരു ചിഹ്നം മാത്രമായി ഇവിടെ ജീവിച്ച് മരിക്കാൻ ഞാൻ തീരുമാനിച്ചിട്ടില്ല. എന്റെയുള്ളിലെ ലാങ്ടൻ ഇന്നു മുതൽ പ്രവർത്തിച്ചു തുടങ്ങും. ഡേവിഡ് തീരുമാനിച്ചു. ഈ വിഷയത്തെപ്പറ്റി ആദ്യം സംസാരിക്കേണ്ടത് പ്യൂൺ വിനോദനോടാണ്.

അന്നുരാത്രി സെഞ്ചുറി ക്ലബ്ബിന്റെ റൂഫ്ഗാർഡനിൽവെച്ച് വിനോദനോട് ഡാവിഞ്ചി കോഡിനെപ്പറ്റി വിശദമായി സംസാരിച്ചശേഷം അവന്റെ ചെലവിൽ ഡേവിഡ് നടത്തിയ അഭിമുഖസംഭാഷണത്തിന്റെ പ്രസക്തഭാഗം താഴെ ചേർക്കുന്നു.

ഡേവിഡ് : ചിഹ്നശാസ്ത്രജ്ഞനായ ലാങ്ടനെപ്പോലെ വിനോദൻ സ്വയം ഡീക്കോഡ് ചെയ്യാൻ തുടങ്ങിയത് എന്നു മുതൽക്കാണ്.

വിനോദൻ : അപ്പൻ മരിച്ച് കുടുമ്മം പട്ടിണിയായപ്പൊത്തൊട്ട് ഡീക്കോഡ് ചെയ്യാൻ തുടങ്ങിയതാ സാറേ. റബ്ബർ എസ്റ്റേറ്റിൽ ടാപ്പിങ് ആയിരുന്നു ജോലി. എന്തിനേം ഇതുപോലെ തൊലിപൊളിച്ച് പരിശോധിക്കുന്നതിനെയാണല്ലോ ഈ ഡീക്കോഡ് എന്നു പറയുന്നേ. അന്നേരമാണ് പി എസ് സി കിട്ടിയത്. ഒരു ലോക്കൽ നേതാവിനെ കണ്ട് കൊച്ചിയിലേക്ക് അപ്പോയ്ന്റ്മെന്റ് വാങ്ങി. വെള്ളത്തൂവലീന്ന് ബസ്സുകയറി.

ഡേവിഡ് : കൊച്ചി തിരഞ്ഞെടുക്കുവാൻ കാരണം.

വിനോദൻ : മൂഞ്ചാൻ. മണ്ടത്തരം ചോദിക്കാതെ സാറേ.

(വിനോദൻ ചിരിച്ചുകൊണ്ട് സ്കോച്ചിന്റെ കഴുത്ത് പൊട്ടിച്ച് ഗ്ലാസിലൊഴിച്ചു)

കുന്നിനരികത്ത് നിൽക്കുന്നോർക്ക് കുന്നിന്റെ ഹൈറ്റ് അറിയില്ല എന്നു പറഞ്ഞപോലെയാ നിങ്ങടെയൊക്കെ കാര്യം. കൊച്ചിയിലെ മണ്ണ് പൊന്നല്ലേ. റിയൽ എസ്റ്റേറ്റിൽ ഒരു കളി കളിക്കാൻ തന്നെയാ ഞാനിങ്ങ് പോന്നത്.

ഡേവിഡ് : അപ്പൊ പ്യൂണിന്റെ ജോലി.

വിനോദൻ : ചുമ്മാ കിടക്കട്ടേന്ന് ഒരു അഡ്രസ്സിന്.

ഡേവിഡ് : ഭൂമി ഇടപാടുകാരനാവാൻ എന്തൊക്കെ മുന്നൊരുക്കങ്ങൾ നടത്തി?

വിനോദൻ : സാലറി സെർട്ടിഫിക്കറ്റ് കാണിച്ച് ആദ്യം ഒരു ലോൺ എടുത്തു. രണ്ട് ലക്ഷം. ഒരു ലക്ഷം കൊടുത്ത് നഗരത്തിലെ താപ്പാനകളുടെ കേന്ദ്രമായ ഈ ക്ലബ്ബിൽ ഒരു മെമ്പർഷിപ്പെടുത്തു. സ്മോളടി പരി

ശീലിച്ചു. അടിച്ച് പാമ്പായി നാട്ടുകാരെക്കൊണ്ട് പറയിപ്പിക്കാനല്ല. സാറിനറിയ്യോ തമ്മിൽ പരിചയപ്പെടും മുമ്പ് സോഡയൊഴിച്ച് വെച്ച ഗ്ലാസുകൾ തമ്മിൽ ഒരു തണുത്ത ചുംബനമുണ്ട്. ആ ചിയേഴ്സിലാ നമ്മളെപ്പോലുള്ള പാവങ്ങളൊക്കെ രക്ഷപ്പെട്ടുപോകുന്നത്. അല്ലെങ്കിപ്പിന്നെ കോടീശ്വരനായ കാസർക്കോട്ടുകാരൻ സുലൈമാൻ ഹാജിയെ ഞാൻ പരിചയപ്പെടുവോ? ഫ്രണ്ട്സ്സാവ്വോ?

ഡേവിഡ് : നിങ്ങളുടെ റിയൽ എസ്റ്റേറ്റ് എക്സ്പീരിയൻസിനെപ്പറ്റി ഒന്നു വിശദീകരിക്കാമോ?

വിനോദൻ : ആസാദ് റോഡിൽ രണ്ട് കോടി പറഞ്ഞ ഇരുപത്തിയഞ്ച് സെന്റ് സ്ഥലത്തിന് ഒരു ലക്ഷം രൂപ ടോക്കൺ അഡ്വാൻസ് കൊടുത്തുകൊണ്ടാണ് ഞാനീ രംഗത്തേക്ക് വരുന്നത്. അഞ്ചുകൊല്ലം മുൻപ്. സെഞ്ചറി ക്ലബ്ബിൽ വെച്ച് വോഡ്ക വഴി കിട്ടിയ ഒരണ്ണന്റേതായിരുന്നു സ്ഥലം. ആറ് മാസത്തെ സമയം ചോദിച്ചു. സംഭവം ഓക്കെ. ഞാൻ വേഗം ചെന്ന് സുലൈമാൻ ഹാജിയോട് കാര്യം പറഞ്ഞ് ഇടപാട് നടത്തി. 2 കോടി അമ്പത് ലക്ഷത്തിന് വില ഉറപ്പിച്ചു. അതീന്ന് രണ്ട് വോഡ്കയണ്ണന് കൊടുത്തു. നയാപൈസയുടെ ചെലവില്ലാതെ അമ്പത് ലക്ഷം നമ്മുടെ പോക്കറ്റിൽ.

(ഡേവിഡ് മരവിച്ചിരിക്കുന്നതുനോക്കി വിനോദൻ ഒഴിഞ്ഞ ഗ്ലാസുകൾ ഒന്നുകൂടി നിറച്ചു).

വിനോദൻ : തീർന്നില്ല സാറേ, സ്ഥലം റെജിസ്ട്രർ ചെയ്ത് സുലൈമാൻ ഹാജി ആപ്പീസീന്ന് പുറത്തിറങ്ങും മുമ്പ് 'ഇന്നാപിടിച്ചോന്നും' പറഞ്ഞ് അമ്പത്ലക്ഷം ഞാനങ്ങോരുടെ പോക്കറ്റിലിട്ടു. ടോക്കൺ അഡ്വാൻസ്. അപ്പോഴേക്കും കൊല്ലത്തുള്ള ഒരു പാർട്ടി മൂന്നേകാലിന് ഇതേ സ്ഥലം വാങ്ങിച്ചോളാന്നും പറഞ്ഞ് എന്നെവന്ന് മുട്ടിയിരുന്നു. രണ്ട് എഴുപത്തിയഞ്ചിന് ഹാജിയുമായി വീണ്ടും കച്ചവടം ഉറപ്പിക്കുന്നു. എന്റെ കീശയിൽ വീണ്ടും അമ്പത്. ഹാജിക്ക് ഇരുപത്തിയഞ്ചും. അതല്ല സാറേ രസം. രണ്ട് മാസം കഴിഞ്ഞപ്പൊ ഹാജിക്ക് ഒരു പൂതി. മൂപ്പർക്ക് ഈ സ്ഥലം തന്നെവേണം. മൂന്നര തരാമെന്ന്. കൊല്ലം പാർട്ടി ഓക്കെ പറഞ്ഞു. എന്തിനധികം പറയണം. സാറേ ഇപ്പൊ ഈ സ്ഥലം എന്റെ സ്വന്തം പേരിലാ. വെറും ബ്രോക്കർപണിയിലെ ലാഭംകൊണ്ട് മേടിച്ചതാ. ഇപ്പൊ എട്ട് കോടിയാ പറയുന്നേ. വേറൊരു പാർട്ടിയോട് ഞാൻ അഡ്വാൻസ് വാങ്ങിയിരികാ. ഈ ഇരുപത്തിയഞ്ച് സെന്റിൽ എന്തുണ്ടായിട്ടാ. ഒരു ഹരം. വാശി. പണക്കാർക്ക് ഭൂമിക്കച്ചോടം എന്നു പറഞ്ഞാ ചീട്ട്കളി പോലെയാ. ഇനി സാറിനെപ്പോലെ ഒരാൾക്ക് സ്വന്തം നാട്ടിൽ ഇത്തിരി മണ്ണ് വാങ്ങി വീടൊക്കെ വയ്ക്കാമെന്നു വിചാരിച്ചാ നടപ്പില്ല. ഈ സിറ്റി മൊത്തം സുലൈമാൻ ഹാജിയുടെയാ. ഇനി കുറച്ചുകൂടി കഴിഞ്ഞാ ഒരുപിടി മണ്ണിന് കൊടുക്കേണ്ടിവരും ലക്ഷങ്ങൾ.

ഇരുന്ന കസേര ആരോ വലിച്ചെടുത്ത് കൊണ്ടുപോയതുപോലെ

ഡേവിഡിനു തോന്നി. നിൽക്കാമെന്നുവെച്ചാൽ കാൽക്കീഴിൽ തറയില്ല. ഭൂമി അടർന്ന് ഒരു ചങ്ങാടംപോലെ ഇരുട്ടിൽ എവിടെയോ ഒഴുകിപ്പോയിരിക്കുന്നു. നിൽക്കാനും ഇരിക്കാനും പറ്റാത്ത അവസ്ഥയിൽ അന്തരീക്ഷത്തിൽ നിരാലംബമായിക്കിടന്ന അയാളുടെ ശരീരത്തെ മദ്യം അതിന്റെ ചുഴികളിലിട്ട് ഒന്ന് കറക്കി. ഡേവിഡിനകത്തുനിന്നും ശക്തമായ ഒരു ഓക്കാനം പുറപ്പെട്ടു. അയാൾ അതിന്റെ കഴുത്തിൽ പിടിച്ച് ഞെരിച്ചുകൊണ്ട് പുറത്തേക്കു നടന്നു. അപ്പോൾ പിറകിൽ വിനോദന്റെ ശബ്ദം കുഴയുന്നത് ഡേവിഡ് കേട്ടു.

"കൊച്ചിയിലെ മണ്ണ് തെരുവിലെ പെണ്ണിനെപ്പോലെയാ സാറേ. അന്നന്നു കാശെറിയുന്നവന്റെ മുന്നിൽ അവള് കിടന്നുകൊടുക്കും. ഞാനൊക്കെ വെറും പിമ്പാ... പിമ്പ്."

ഉറക്കെ ചിരിച്ച് വിനോദൻ പിന്നോട്ട് മറയുമ്പോഴേക്കും ഡേവിഡ് നിരത്തിലെത്തിക്കഴിഞ്ഞിരുന്നു. തെരുവിലൂടെ ഡേവിഡ് വേച്ചുവേച്ച് നടന്നു. ഫുട്പാത്തുകളിൽ നിരനിരയായി കിടന്നുറങ്ങുന്ന നൂറ്കണക്കിന് മനുഷ്യർ.

"സുലൈമാൻ ഹാജീടെ പറമ്പീക്കെടന്ന് ഉറങ്ങുന്നോടാ പൊലയാടിമക്കളേ" ഡേവിഡ് ഉച്ചത്തിൽ ചോദിച്ചു.

അതുകേട്ട് ഒരു മധ്യവയസ്കൻ ഉറക്കത്തിൽനിന്ന് ചാടി എണീറ്റ് ഡേവിഡിനെ തുറിച്ചുനോക്കി.

"നിന്റെ പേരെന്താടാ" എന്ന് ചോദിക്കാൻ തുടങ്ങിയ ഡേവിഡ് പെട്ടെന്ന് അത് വേണ്ടെന്നുവെച്ചു. അയാൾ അവന്റെ കോളറിൽ പിടിച്ച് കുലുക്കി.

"നീ ഡാവിഞ്ചി കോഡ് വായിച്ചിട്ടുണ്ടോ. ഉണ്ടോടാ?" അവൻ മിണ്ടിയില്ല. "എല്ലാ മനുഷ്യരും ഓരോ കോഡാണ്. സുലൈമാൻ ഹാജീടെ പറമ്പിൽ കിടന്ന് സമയം വെയ്സ്റ്റാക്കാതെ പോയി ഡീക്കോഡ് ചെയ്യടാ." ശരീരം പിന്നോട്ട് വളച്ചുപിടിച്ച് അവന്റെ മുഖത്തിനു നേരെ ഡേവിഡ് സർവ്വശക്തിയുമെടുത്ത് കാറിത്തുപ്പി.

പിറ്റേന്ന് കാലത്ത് പ്രാതലിനുശേഷം മുറിയിൽ കയറിയ ഡേവിഡ് പുറത്തുവന്നത് രണ്ട് ദിവസം കഴിഞ്ഞാണ്. അതിനിടയിൽ അയാൾ എന്തൊക്കെയോ എഴുതുകയും വരയ്ക്കുകയും ചെയ്യുന്നത് ട്രീസ ശ്രദ്ധിച്ചു. കൂടെക്കൂടെ കാപ്പിയിട്ട് അവൾക്ക് മുറിയിൽ എത്തിക്കേണ്ടിവന്നു. മൂന്നാംദിവസം കാലത്ത് സിറ്റിയിൽ പോയിവന്ന ഡേവിഡിന്റെ കൈയിൽ പഴയ ആധാരങ്ങളുടെ യഥേഷ്ടം പകർപ്പുകൾ ട്രീസ കണ്ടു.

എത്ര തിരക്കുണ്ടെങ്കിലും ഷേവ് ചെയ്യാൻ മറക്കാത്ത ഡേവിഡിന്റെ കവിളുകളിൽ നരച്ചരോമങ്ങൾ പൊങ്ങിവന്നു. അതയാളെ കൂടുതൽ ക്ഷീണിതനാക്കി. ഇടയ്ക്ക് ഇത്തിരി അമർഷത്തോടെ കാര്യം അന്വേഷിച്ച ഭാര്യക്ക്നേരെ ഡേവിഡ് കാപ്പിപ്പാത്രം വലിച്ചെറിഞ്ഞു.

നാലാം ദിവസം പുലർച്ചെ ഉയിർത്തെണീറ്റ കർത്താവിന്റെ പ്രസന്നതയോടെ ഡേവിഡ് മുറിയിൽനിന്നും ശാന്തനായി പുറത്തേക്ക് വന്ന്

ഭാര്യേം മക്കളേം അഭിവാദ്യം ചെയ്തു. ചിരിച്ചു. അന്നേരം ഡേവിഡിന്റെ കൈയിൽ ഒന്നിലധികം പേപ്പർ ചുരുളുകൾ ഉണ്ടായിരുന്നു. ഈ നഗരത്തിൽ വിൽക്കാൻ ബാക്കിയുള്ളതും സുലൈമാൻ ഹാജിയുടെ കണ്ണിൽ പെടാത്തതുമായ ഭൂമികളുടെ പകർപ്പുകളാണിതെന്ന് ഡേവിഡ് ട്രീസയ്ക്ക് മുന്നിൽ വെളിപ്പെടുത്തി.

താടിരോമങ്ങൾ നീക്കംചെയ്ത് കവിളുകളെ കണ്ണാടി പോലെ മിനുസം വരുത്തിയ ഡേവിഡ് ഭൂമിയുടെ പകർപ്പുകളുമായി പുറത്തിറങ്ങുംമുൻപ് ഭാര്യയുടെ അരക്കെട്ടിൽ പിടിച്ച് തന്നോട് ചേർത്ത് ചെവിയിൽ ഇങ്ങനെ മന്ത്രിച്ചു. "ഞാൻ എന്നെ ഡീക്കോഡ് ചെയ്തുകഴിഞ്ഞു ട്രീസാ. നിന്റെ സ്വപ്നങ്ങൾ യാഥാർഥ്യമാകാൻ പോവുകയാണ്. കലൂര് മാതാവിന്റെ രൂപക്കൂടിനു താഴെ നീ ഉരുക്കിയ മെഴുകുതിരികളുടെ ഫലം. നമ്മളതൊക്കെ അനുഭവിക്കാൻ പോണേയുള്ളൂ."

●

ഡേവിഡ്ജി സർ എന്തു മറിമായമാണ് കാണിച്ച് വെച്ചിരിക്കുന്നത്. ഭൂമിയുടെ പുതിയ പകർപ്പുകൾ വിനോദനെ ഭയപ്പെടുത്തി. സുലൈമാൻ ഹാജി തൊടാത്ത മണ്ണോ? ഈ നഗരത്തിലോ? പകർപ്പിൽ നോക്കി സ്ഥലനിർണയം നടത്തും മുമ്പ് ഡേവിഡ് അത് തട്ടിയെടുത്ത് ചുരുളുകളാക്കി കെട്ടി മേശവലിപ്പിൽവെച്ചു. ലോക്ക് ചെയ്തു. ബോംബെയിലെ ഒരു ബിനാമിയുമായി ഡേവിഡ് സംസാരിച്ച് വിലയിൽ ഒരു ധാരണയുണ്ടാക്കി വെച്ചേക്കുകയാണെന്നുകൂടി അറിഞ്ഞതോടെ വിനോദൻ പിന്നെ അവിടെ നിന്നില്ല. ഉച്ചയ്ക്ക് ശേഷം ലീവ് എഴുതിക്കൊടുത്ത് അയാൾ പുറത്തിറങ്ങി.

●

സുലൈമാൻ ഹാജി നിസ്കാരപായയിൽ നിന്ന് എഴുന്നേറ്റു. അയാൾ തലയിലെ തൊപ്പി മാറ്റി അരയിൽ പച്ച തുകൽബെൽറ്റ് മുറുക്കി. കിടക്കയുടെ അടിയിൽ രഹസ്യമായി സൂക്ഷിച്ചിരുന്ന റിവോൾവർ വലിച്ചെടുത്തു.

വിനോദൻ സിറ്റിങ് റൂമിൽ ടെൻഷനടിച്ച് ഇരിക്കുകയായിരുന്നു. ജനാലവഴി പുറത്തെ മഴയുടെ തണുപ്പ് അടിച്ചുകയറി. സുലൈമാൻ ഹാജി നെറ്റിയുടെ വെളുത്ത ആകാശത്തിൽ നിസ്കാരത്തഴമ്പിന്റെ ഒരു കാർമേഘക്കഷ്ണവുമായി വിനോദന്റെ മുമ്പിൽ നിന്നു. ശകാരത്തിന്റെ കനത്ത മഴ പെയ്യാൻ സാധ്യതയുണ്ട്. "ഇക്കാ" വിനോദൻ പറഞ്ഞു "അതവന്റെ കൈയിൽ ഉണ്ട്. നമ്മുടെ ബിസിനസ്സിന്റെ ആണിക്കല്ല്. അതവൻ ബോംബെക്കാർക്ക് കൊടുത്താൽ നമ്മുടെ മാനംപോകും."

"ഫാ സുബ്ബറേ..." കനത്ത ഇടിവെട്ടിൽ വിനോദനെ അടിമുടി കുലുക്കി നല്ല അസ്സൽ കാസർക്കോടൻ ഭാഷയിൽ സുലൈമാൻ തകർത്തുപെയ്യാൻ തുടങ്ങി;

"ഞ്ഞി ഏറ നൊടിച്ചലെളക്കാണ്ട് ബേഗം പോയിറ്റ് ആ ഹറാം പെർന്ന

നായിന്റെ മോന്റെ കയ്യീന്ന് ആ കള്ളാസ് മേങ്ങീറ്റ് ബാടാ ഹമ്ക്കേ.” ഹാജി അരയിൽനിന്നും തോക്ക് എടുത്ത് വിനോദന്റെ കൈയിൽ വെച്ചു കൊടുത്തു. അതിന്റെ ഭയാനകമായ തണുപ്പ് അവന്റെ വിരലുകളിലേക്ക് മെല്ലെ പടർന്നു.

ഹാജി പറഞ്ഞു.

“നേരാംബണ്ണം മിണ്ടീറ്റും ജോനത് തരേലാങ്കില്... ഞ്ഞി ഓന്റെ മയ്യ ത്തെടുത്തള. കേസ് ഞമ്മൊ നോയിക്കോളാം. ആവേ...”

നേരം വൈകിയിരുന്നു. ഡേവിഡ് ഓട്ടോസ്റ്റാൻഡിലേക്ക് നടന്നു. പാതവിളക്കിന്റെ വെട്ടത്തിൽ മഴവീണ റോഡ് കണ്ണാടിപോലെ തിളങ്ങി. സ്റ്റാൻഡിൽ വണ്ടികൾ ഇല്ലാത്തതിനാൽ അയാൾ വീട്ടിലേക്ക് നടക്കാൻ തീരുമാനിച്ചു. കഷ്ടിച്ച് രണ്ട് കിലോമീറ്റർ. ഭൂമിയുടെ പകർപ്പുകൾ എടുത്ത് ഒരു പ്ലാസ്റ്റിക് കവറിൽ പൊതിഞ്ഞ് തോൾസഞ്ചിയിൽ ഭദ്രമായി വെച്ചു. അപ്പോൾ വെള്ളം തെറിപ്പിച്ചുകൊണ്ട് ഒരു മാരുതിവാൻ ആ വഴി കടന്നു പോയി.

പാതവിളക്കുകൾ അവസാനിച്ചതും ഇരുട്ട് ഡേവിഡിനെ വന്ന് മൂടി. പെട്ടെന്ന് ശക്തമായ വെളിച്ചം മുഖത്തടിച്ചു.

തൊട്ടുമുന്നിൽ പത്തിരുപത് മീറ്റർ മാറി നിർത്തിയിട്ടിരിക്കുന്ന ഒരു മാരുതിവാൻ. അതിൽ നിന്നും വിനോദൻ ഇറങ്ങി ഡേവിഡിനു നേരെ വന്ന് കൈനീട്ടി.

“ സാറേ, ആ സ്കെച്ചുകൾ ഇങ്ങ് തന്നേക്ക്”

“ഇല്ല. കൊന്നാലും തരില്ല.” ഡേവിഡ് തോൾസഞ്ചി നെഞ്ചോട് ചേർത്ത് പിടിച്ചു.

“വേണ്ട, ആ സ്പോട്ട് പറഞ്ഞാലും മതി”

വിനോദൻ ഡേവിഡിന്റെ ചുമലിൽ കൈവെച്ചു.

“ഇല്ല, സുലൈമാൻ ഹാജിയെപ്പോലെ ഈ ലോകത്ത് ബാക്കി യുള്ളവർക്കും ഇത്തിരി മണ്ണും വീടുമൊക്കെ വേണം. സുഖായി ജീവി ക്കണം.”

വിനോദൻ റിവോൾവർ എടുത്തതും ഡേവിഡ് തിരിഞ്ഞോടി. വെടി വെക്കാനുള്ള സൂത്രപ്പണി ഹാജി പറഞ്ഞുകൊടുത്തിരുന്നുവെങ്കിലും അപ്പോഴത്തെ വെപ്രാളത്തിൽ അയാളതൊക്കെ മറന്നുപോയി. വെടിപൊ ട്ടിയില്ല. ‘പണ്ടാരം’ എന്ന് പ്രാകിക്കൊണ്ട് വിനോദൻ തോക്ക് സീറ്റിലിട്ട് വണ്ടിയിൽ ചാടിക്കയറി. ഓടിക്കൊണ്ടിരുന്ന ഡേവിഡിന്റെ പിറകിൽനിന്നും ചീറിവന്ന വാൻ അയാളെ തട്ടി തറയിലിട്ട് വാരിയെല്ലുകൾക്ക് മേൽ കയറി നിന്നു. അസ്ഥികൾ ഒടിഞ്ഞ് ടയർ തന്റെ ദേഹത്തേക്ക് താഴുന്നത് ഡേ വിഡ് അറിഞ്ഞു. വിനോദൻ തോൾസഞ്ചി വലിച്ചെടുത്തു. ഡേവിഡിന്റെ ചോരയിൽനിന്നും വഴുതിയിറങ്ങിയ വാൻ അതിവേഗം പാഞ്ഞുപോയി.

വേദനയിൽ പുളഞ്ഞ് തന്റെ സർവശക്തിയും സംഭരിച്ച് ഡേവിഡ് വേച്ച് വേച്ച് എഴുന്നേറ്റു. ഒരു നിമിഷം തെരുവിൽ നിരനിരയായി കിട ക്കുന്ന ആയിരക്കണക്കിന് മനുഷ്യരെ ഡേവിഡ് ഓർത്തു. തന്നെപ്പോലെ

കോടിക്കണക്കിന് സാധാരണ മനുഷ്യർ മരണംവരെ മനസിലിട്ട് വളർത്തിക്കൊണ്ടിരിക്കുന്ന, സ്വപ്നം കാണുന്ന ഒരേ ഒരാഗ്രഹം. അതിനു വേണ്ടിയാണ് അവനീ വിയർപ്പത്രയും ഒഴുക്കിക്കൊണ്ടിരിക്കുന്നത്. ആ പ്രതീക്ഷയിലാണവൻ ജീവിക്കുന്നത്. മരിക്കുംമുൻപ് ഇതൊക്കെ ലോകത്തോട് വിളിച്ച് പറഞ്ഞേ തീരൂ. പൊട്ടിയ രക്തക്കുഴലുകളിൽനിന്നും ചോര വയറ്റിലാകെ പടരുന്നു. വാക്കുകൾകൊണ്ടോ അക്ഷരങ്ങൾ കൊണ്ടോ ഇനിയൊന്നും സംഭവിക്കാനുള്ള സമയമില്ല.

വിനോദൻ ഭൂമിയുടെ പകർപ്പുകൾ ഓരോന്നായി എടുത്ത് മേശപ്പുറച്ചുവെച്ചു. സുലൈമാൻ ഹാജി ''ഞ്ഞി ആരാടാ മോൻ" എന്ന് സന്തോഷത്തോടെ ഒച്ചവെച്ച് വിനോദനെ ആശ്ലേഷിച്ചു. "വിനോദാ... ഞ്ഞി ആ കള്ളാസ്സെടുത്ത് നോക്ക്. പടച്ചോനേ ഏതെല്ലാം സ്പോട്ടാന്ന് ഞമ്മളൊന്നറിയട്ട്. നാളത്തന്നെ കച്ചോടാക്കിക്കളയാം. ആവേ..."

വിനോദൻ ആദ്യത്തെ ചുരുൾരേഖ നിവർത്തി. അതിൽ കാണിച്ചിരിക്കുന്ന സ്ഥലത്തിന്റെ അതിരുകൾ പരിശോധിച്ചു. കിഴക്ക് കൊച്ചിൻ ടവർ... പടിഞ്ഞാറ് മാതാ ലോഡ്ജ് ... തെക്ക് ഓവർബ്രിഡ്ജ് ... വടക്ക് ...
"ദൈവമേ....."

വിനോദനിൽനിന്ന് ഒരു നിലവിളി ഉയർന്നു. ചുരുൾ രേഖകൾ എടുത്ത് അവൻ ഹാജിയാരുടെ കണ്ണിനുനേരെ പിടിച്ചു. അയാൾ അന്തം വിട്ടുപോയി.

"പടച്ചോനേ.... ഇദ് ഞങ്ങളെ നോർത്ത് റെയിൽവേസ്റ്റേഷനല്ലേ?, ഞ്ഞി അടുത്തത് കാട്ടിയേ."

ഹാജി ഒരു മൊന്ത വെള്ളമെടുത്ത് വായിലേക്ക് കമിഴ്ത്തി. എന്നിട്ടും അയാളുടെ തൊണ്ട വരണ്ടുതന്നെ കിടന്നു.

പകർപ്പ് രണ്ട്.

കിഴക്ക് റെയിൽവേ ട്രാക്ക്, പടിഞ്ഞാറ് ലൂസിയ ബാർ... വടക്ക് അംബേദ്കർ സ്റ്റേഡിയം.

"എന്റെ പൊന്നിക്കാ...." വിനോദന്റെ ചുണ്ട് വിറച്ചു.

"ഇദ് നമ്മടെ കെ എസ് ആർ ടി സി സ്റ്റാൻഡാണ്."

പിന്നെയും ചുരുൾ നിവർന്നുകൊണ്ടിരുന്നു. കളക്ടറേറ്റ്.... ടൗൺ പോലീസ് സ്റ്റേഷൻ.... കൊച്ചിൻ കോർപറേഷൻ... നെഹ്രു അന്താരാഷ്ട്ര സ്റ്റേഡിയം....

സുലൈമാൻ ഹാജി ഒരു ഭ്രാന്തനെപ്പോലെ അരപ്പട്ട ഊരി ഭിത്തിയിലടിച്ചു. ഡേവിഡിന്റെ പകർപ്പുകൾ വലിച്ചുകീറി തീയിലിട്ടു. ഭൂമിക്ക് തീപിടിച്ചുകൊണ്ടിരിക്കെ ദൂരെ എവിടെയോ ദുർബലമായ മഴത്തുള്ളികൾക്ക് താഴെ ഡേവിഡിന്റെ കണ്ണുകൾ അടഞ്ഞു.

●

ഭർത്താവിനെ കാണ്മാനില്ലെന്ന ട്രീസയുടെ പരാതിയിന്മേൽ നടത്തിയ അന്വേഷണത്തിൽ രണ്ട് ദിവസം പഴക്കമുള്ള ഡേവിഡിന്റെ മൃത

ശരീരം ടൗൺ പോലീസ് കണ്ടെത്തുമ്പോൾ അതിനെ ഡേവിഡ്തന്നെ വിചിത്രമായ രീതിയിൽ അലങ്കരിച്ചുവെച്ചിരുന്നു.

കൈകാലുകൾ വിരിച്ച് മലർന്നുകിടന്നിരുന്ന ശരീരത്തിൽ അണ്ടർവെയർ മാത്രമേ ഉണ്ടായിരുന്നുള്ളൂ. മരിക്കും മുൻപ് ആർത്തിയോടെ വാരിയെടുത്ത ഒരുപിടി മണ്ണ് വലതുകൈപ്പടത്തിൽ അമർത്തിപ്പിടിച്ചിട്ടുണ്ടായിരുന്നു. ഒരു വിത്ത് തലേന്നത്തെ മഴയിൽ രണ്ടിലകളായി മുളപൊട്ടി ആ മണ്ണിൽനിന്നും പുറത്തേക്ക് തലനീട്ടുന്നു. ഇടതുകൈയിൽ കാർ ലോണിനുള്ള പൂരിപ്പിക്കാത്ത ഒരപേക്ഷാഫോറം. നഗ്നമായ വയറിൽ പൊക്കിൾ മറച്ച് കമിഴ്ത്തിവെച്ചിരിക്കുന്ന ഗൃഹനിർമാണത്തെപ്പറ്റിയുള്ള ഒരു മാസിക. വിഫലമായ ആഗ്രഹങ്ങളിലേക്ക് തുറന്നുവെച്ച വായും കണ്ണുകളും.

ട്രീസയുടെ അടഞ്ഞ നിലവിളിക്കുള്ളിൽ ഒരു ചിഹ്നമായി ഡേവിഡ് കിടക്കുമ്പോൾ സുഹൃത്തുക്കളേ ഇനി നിങ്ങളുടെ ഊഴമാണ്. സമയം കളയേണ്ട, വ്യാഖ്യാനങ്ങൾ തുടങ്ങിക്കോളൂ.

ഖജുരാ–ഹോ!

ബി മുരളി

Hysterical! No thanks. They can display it somewhere, but not in my home. - Britney Spears

(about a sculpture representing her)

കുണ്ടങ്കുഴിയിൽ നിന്ന് രാമകൃഷ്ണൻ എന്നെ വിളിച്ചത് അന്ന് രാവിലെ എട്ടുമണിക്കായിരുന്നു. ഞാൻ ജോലിക്കു പോണോ വേണ്ടയോ എന്നാലോചിച്ച് കട്ടിലിൽത്തന്നെ കിടക്കുകയായിരുന്നു. എന്നെ അലട്ടുന്ന ഒരുപാട് പ്രശ്നങ്ങൾ സജീവമായി രംഗത്തുണ്ടായിരുന്നു. ഒന്ന്, പലവിധ കാരണങ്ങളാൾ ഒരുപാട് ലീവെടുത്ത് ഞാൻ എന്റെ ആഫീസറുടെ അതൃപ്തിക്കു വിധേയനായിരുന്നു. ഇത്രയും ദൂരെ നിന്ന് ഇവിടെ തിരുവനന്തപുരത്തു വന്ന് കുടുംബമില്ലാതെ ഒറ്റയ്ക്ക് താമസിച്ച് ജോലിചെയ്യുന്ന എന്റെ കാര്യം ഒരു സർക്കാർ ഉദ്യോഗസ്ഥനാണെങ്കിൽപോലും വലിയ വിഷമത്തിലാണ്. യൂണിയനിലൊക്കെ ഉണ്ടെങ്കിലും ഒരു ക്ലാർക്കായ എനിക്ക് നമ്മുടെ മേലധികാരി എത്രയെന്നുംകണ്ട് അവധികൾ തരും? അങ്ങേരെ പറഞ്ഞിട്ട് കാര്യമുണ്ടോ? എനിക്കാണെങ്കിൽ കുണ്ടങ്കുഴിയിൽ തന്നെ ഇട്ടുപോരാനാകാത്ത പലവിധ വിഷയങ്ങളുമുണ്ട്. ഭാര്യ,

പിള്ളേർ, മറ്റു വീട്ടുകാർ, അവിടുത്തെ ഒരു വസ്തുതർക്കത്തിന്റെ ഒരിക്കലും തീരാത്ത മിനക്കേടുകൾ, വേറൊരു വീടുവയ്ക്കണം എന്ന ആലോചന പൊതുവേ സൃഷ്ടിക്കുന്ന ആധികൾ അങ്ങനെ പലതും. കുണ്ടങ്കുഴി വിട്ട് ഇങ്ങോട്ടെങ്ങാനും വന്നാലോ എന്ന് അറിയാതെ ആലോചിച്ചു പോയിട്ടുണ്ട്. എന്തുചെയ്യും? സ്ഥലത്തിന്റെയൊക്കെ വിലയോ? അവിടുത്തേതു വിറ്റൊഴിക്കാൻ നോക്കിയാൽ നക്കാപ്പിച്ച കിട്ടത്തില്ല. പിന്നെ, അവിടെത്തന്നയാ ഭേദം. വിശാലമായിട്ടു ജീവിക്കാം, അവിടെയുള്ളവർക്കെങ്കിലും. പക്ഷേ, ആദ്യം ആ വസ്തുത്തർക്കമൊന്നു തീരണം.

പ്രശ്നങ്ങൾ തീരുന്നില്ല. അതൊന്നും ഇപ്പോൾ പറഞ്ഞിട്ടും കാര്യമില്ല. അപ്പോഴാണ് നേരത്തെ പറഞ്ഞതുപോലെ കുണ്ടങ്കുഴിയിൽനിന്നു രാമകൃഷ്ണന്റെ വിളി.

രാമകൃഷ്ണന്റെ ശബ്ദം ഒരുപാടു നാൾകൂടി കേട്ടപ്പോഴാണ് കുണ്ടങ്കുഴിയിൽ എനിക്ക് ഇങ്ങനെയൊരു പരിചയക്കാരനുണ്ടെന്ന് ഓർമ്മ വന്നത്. എന്റെ പല കുണ്ടങ്കുഴി പ്രശ്നങ്ങളും തീർക്കാൻ രാമകൃഷ്ണനെ ഉപയോഗിക്കാമായിരുന്നല്ലോ എന്നും തോന്നി. അതേപ്പറ്റിയൊക്കെ പിന്നീടു പറയാവുന്നതാണ്. ഇപ്പോൾ രാമകൃഷ്ണന്റെ വിളിയുടെ പൊരുൾ എന്താവാം?

"എനിക്ക് തന്റെ സഹായം ഒന്നു വേണം" - രാമകൃഷ്ണൻ പറഞ്ഞു.

"സെക്രട്ടേറിയറ്റിൽ എന്തെങ്കിലും സാധിക്കാനാവും" - ഞാൻ ഓർത്തു.

"ഈ വൈലോപ്പിള്ളി സംസ്കൃതി ഭവൻ താൻ താമസിക്കുന്ന സ്ഥലത്തിനടുത്തു വല്ലതുമാണോ?"

"ഞാനിങ്ങു വഞ്ചിയൂരാണ്. അത് ഇവിടെയടുത്തൊക്കെത്തന്നെ."

"എനിക്ക് അവിടെ ഒരാഴ്ചത്തെ ഒരു കാര്യമുണ്ട്."

"എന്താടേ?"

"ഞാൻ ഒരു എക്സിബിഷൻ നടത്താൻ പോകുകയാണ്."

"എക്സിബിഷനോ അതെന്താണ്?"

"ശില്പങ്ങളുടെ. ഞാൻ കുറേ വർക്കു ചെയ്തിട്ടുണ്ട്."

ഇതെന്തു പാടായി? ഞാൻ ആലോചിച്ചു. ഞാൻ അറിയുമ്പോഴെല്ലാം രാമകൃഷ്ണൻ അവിടെ ട്യൂട്ടോറിയൽ കോളേജിൽ പഠിപ്പിക്കുകയാണ്. ടെസ്റ്റെഴുത്തും മറ്റു പരിപാടികളും ഒക്കെയുണ്ടായിരുന്നു. ഇതിപ്പോൾ ഇങ്ങനെയൊരു....

"എനിക്കവിടെ വലിയ പരിചയമില്ല. ഞാൻ കുറച്ചു വർക്കുകളുമായി വരുന്നുണ്ട്. ഒരാഴ്ചത്തെ പരിപാടിയാണ്."

ഇങ്ങനെയുള്ള കാര്യങ്ങളെപ്പറ്റി ഞാൻ പത്രത്തിൽ വായിച്ചിട്ടുള്ളതല്ലാതെ മറ്റ് അറിവൊന്നും എനിക്കില്ല. ഇതിന് ഞാൻ എന്തു മറുപടിയാണ് കൊടുക്കുക എന്ന് ഞാൻ ആലോചിച്ചു. എന്തു സഹായമാണ് എന്നെക്കൊണ്ടാവുക?

"ഹലോ...." രാമകൃഷ്ണൻ തുടർന്നു.

"അല്ല രാമകൃഷ്ണാ, താൻ ഇവിടെവന്നാൽ എന്റെ കൂടെ നിൽക്കാം. ഞാൻ ഇവിടെ ഒറ്റയ്ക്കാണല്ലോ താമസം. കിടക്കാനുള്ള സൗകര്യ മൊക്കെ ഇവിടെയുണ്ട്."

"അതല്ല. ഞാൻ അവിടെ വന്നാൽ ചിലപ്പോൾ തിരക്കിലായിരിക്കും. അവിടെ എത്തിയിട്ടുവേണം മറ്റുള്ളവരുമായി ബന്ധപ്പെടാൻ. എനിക്ക് ചില കോണ്ടാക്റ്റൊക്കെയുണ്ട്. തന്നോട് ഒന്നു പറഞ്ഞെന്നേയുള്ളൂ. നമ്മൾ നാട്ടുകാരെപ്പോലെയായിരിക്കത്തില്ലല്ലോ എല്ലാവരും."

"അതു കുഴപ്പമില്ല. ധൈര്യമായിട്ടു പോരേ. പിന്നെ, ഈ ശിൽപ്പങ്ങ ളുടെ കാര്യം."

"തനിക്കു സംശയമുണ്ടാകുമെന്നൊക്കെ എനിക്കറിയാം. എനിക്കു പണ്ടേ അവിടെ ഫൈനാട്സ് കോളേജിൽ പഠിക്കണമെന്നുണ്ടായിരുന്നു. ഞാനത് ആരോടും പറഞ്ഞിരുന്നില്ല. നമ്മുടെ കുണ്ടങ്കുഴിയിൽ അതൊക്കെ പറഞ്ഞാൽ അറിയാമല്ലോ, അന്നത്തെക്കാര്യമൊക്കെ. എനിക്ക് ഇങ്ങനെയൊരു ടാലന്റ് പണ്ടേ ഉണ്ടായിരുന്നു. (അന്നേരം, സ്കൂളിൽ ഞങ്ങൾ ഒന്നിച്ചു പഠിച്ചിരുന്ന കാലത്ത് ക്ലേ മോഡലിങ്ങിൽ രാമകൃഷ്ണന് സമ്മാനം കിട്ടിയ കാര്യം ഞാൻ ആലോചിച്ചു. അവൻ അക്കാര്യങ്ങളിലൊക്കെ മിടുക്കനായിരുന്നു). പിന്നെ, ഈയിടെ ഞാൻ മംഗലാപുരത്ത് പോയപ്പോൾ ചില ആളുകളുമായി കണ്ടുമുട്ടി. അങ്ങനെ പിന്നെയും ഞാൻ ഈ രംഗത്തേക്കു വന്നു. ആദ്യമൊക്കെ കഷ്ടപ്പാടായി രുന്നു. അവരുടെ കൈയിൽനിന്ന് എനിക്ക് ഒരുപാട് കാര്യങ്ങൾ വായി ക്കാൻ കിട്ടി. അങ്ങനെ എന്റെ ഔട്ട്ലുക്ക് മാറി. അതൊക്കെ ഞാൻ അവിടെ വന്നിട്ട് പറയാം. എന്റെ പത്തിരുപത്തഞ്ചു വർക്കുകളുണ്ട്. അത് ട്രെയിനിൽ കൊണ്ടുവരും. നമുക്കൊന്നാഘോഷിക്കണം കേട്ടോ" – രാമ കൃഷ്ണൻ വലിയ ആഹ്ലാദത്തിലായിരുന്നു.

"ആയിക്കോട്ടെ രാമകൃഷ്ണാ. പിന്നെന്താ."

"അല്ല, ഈ വൈലോപ്പിള്ളി സംസ്കൃതി എവിടെയാണ്? നല്ല സൗകര്യമൊക്കെയുള്ളതാണോ?"

"അതിപ്പോ. പി എം ജി വഴിയും പോകാം, നന്തൻകോടുവഴിയും പോകാം."

"അതെവിടെയാണ്?"

"അത്..."

"അതുപോട്ടെ വന്നിട്ടു കണ്ടുപിടിക്കാം അല്ലേ? ഞാൻ പണ്ടെങ്ങാണ്ട് ഒരുവട്ടം മാത്രമേ അങ്ങോട്ടു വന്നിട്ടുള്ളൂ."

"ശരി" – ഞാൻ പറഞ്ഞു. രാമകൃഷ്ണന്റെ വിളി തീർന്നു.

●

പിന്നെയെന്തു പറയാനാണ്. ഞാൻ രാമകൃഷ്ണന്റെ കാര്യം മറന്നേ പോയി. പലവിധ ബുദ്ധിമുട്ടുകളും ആലോചനകളുമായി ഞാൻ നടക്കു

കയായിരുന്നെങ്കിലും അതു വലിയ കഷ്ടമായിപ്പോയി. നമ്മുടെ നാട്ടിൽനിന്നു പഴയ ചങ്ങാതി വിളിച്ചിട്ടും ഒന്ന് ഓർത്തുവയ്ക്കാൻ കഴിയാതിരുന്നതിൽ എനിക്ക് വിഷമം തോന്നി. പെട്ടെന്ന് ഒരു വിളി വീണ്ടും വന്നപ്പോഴാണ് ഞാൻ ഇങ്ങനെ കുറ്റബോധത്തിൽ വീണത്.

"ഞാൻ തിരുവനന്തപുരത്തുനിന്നാ വിളിക്കുന്നത്. ഇന്നലെയായിരുന്നു ഉദ്ഘാടനം പത്രത്തിൽ പടമുണ്ട്. കണ്ടായിരുന്നോ?"

ഞാൻ രണ്ടു ദിവസമായിരുന്നു പത്രം കണ്ടിട്ട്. ആപ്പീസിൽ പോകുമ്പോൾ അവിടെവരുന്ന പാർട്ടിപത്രം മാത്രമേ കാണാറുള്ളു ഞാൻ. അതും പലപ്പോഴും ആരെങ്കിലും എടുത്തുകൊണ്ടുപോയിരിക്കും. പിന്നെ രാഷ്ട്രീയവും കാര്യങ്ങളുമൊക്കെ ആപ്പീസിലെ വർത്തമാനങ്ങളിൽ നിന്നറിയും. ഇതൊക്കെ ഇത്രയൊക്കെ പോരേ.

"കണ്ടായിരുന്നോ" – രാമകൃഷ്ണൻ ചോദിച്ചു.

ശുദ്ധഗതിക്ക് ഞാൻ കണ്ടില്ലെന്നു പറഞ്ഞു. രാമകൃഷ്ണന്റെ ശബ്ദത്തിൽ അൽപ്പം പരിഭവം വന്നു. "നല്ല ചടങ്ങായിരുന്നു. ഇവിടെ വന്നപ്പഴാ, ഞങ്ങൾ മൂന്നാലുപേരുടെ എക്സിബിഷൻ ഒന്നിച്ചാണ്. ഇവിടെ നല്ല സ്ഥലസൗകര്യമുള്ളതുകൊണ്ട് എല്ലാ വർക്കുകളും വയ്ക്കാം. മറ്റേ ആളുകൾ നേരത്തെ ഇവിടെത്തന്നെ എക്സിബിഷനു വച്ചിട്ടുള്ളവരാ. ഞാനാ ആദ്യം. എന്റെ രണ്ടുമൂന്നു ടെറാകോട്ടകളെപ്പറ്റി ഉദ്ഘാടനത്തിൽ പറഞ്ഞു."

"അതു നന്നായി" – എന്താണെന്നു മനസ്സിലാകാതെ ഞാൻ പറഞ്ഞു.

"താൻ ഇന്നലെ വരേണ്ടതായിരുന്നു. സാരമില്ല. ഇനി ഒരാഴ്ചയുണ്ടല്ലോ. വിശദമായിട്ടു കാണണം. ഞാൻ ഇവിടെത്തന്നെയുണ്ടാകും" – രാമകൃഷ്ണൻ.

"പിന്നെ, തീർച്ചയായും വരാം. എനിക്കും ഇതൊക്കെയൊന്നു കാണാമല്ലോ. അല്ല, താൻ അപ്പോൾ ഇങ്ങോട്ടു വരുന്നില്ലേ?"

"സമയം കിട്ടുമോന്നു നോക്കട്ടെ. ഇവിടെത്തന്നെ നമ്മൾ നിൽക്കണം. പിന്നെ ഇവിടെ താമസിക്കാൻ സൗകര്യമൊക്കെയുണ്ട്. വൈകുന്നേരം വലിയ ആർട്ടിസ്റ്റുകളുമായി കൂടാം. അതു വിട്ടുകളയാൻ പറ്റത്തുമില്ല" – രാമകൃഷ്ണൻ പറഞ്ഞു.

"കാശൊക്കെക്കിട്ടുന്ന ഏർപ്പാടാണോ രാമകൃഷ്ണാ" – ഞാൻ അൽപ്പം ശങ്കയോടെ ചോദിച്ചു.

"അതല്ലേ കാര്യം. ഇതൊക്കെ വിറ്റുപോയാൽ എത്രയാ പണം എന്നറിയാമോടേ? ഒരെണ്ണത്തിനുതന്നെ അമ്പതിനായിരമൊക്കെ വിലയിടാം. കാണാൻ വരുന്നവർക്ക് ഇഷ്ടപ്പെടണം. നന്നായി വിറ്റുപോകുമെന്നാ ഇവർ പറയുന്നത്. എന്റെ കുറച്ച് അബ്സ്ട്രാക്റ്റുകൾ വച്ചിട്ടുണ്ട്. അതിനെയൊക്കെ എന്റെ കൂടെയുള്ള ചിലർ നന്നായി അഭിനന്ദിച്ചിട്ടുണ്ട്. ഹിസ്റ്റെറിക്കായ കോൺസെപ്റ്റിൽ ഉള്ളതാണ് എന്റെ വർക്കിൽ പലതും. അതായത് കാഴ്ചക്കാരനിൽ വല്ലാത്ത ഹാലൂസിനേഷൻ സൃഷ്ടിക്കും. അതാണ് ഇപ്പോൾ ഏറ്റവും ചർച്ച ചെയ്യപ്പെടുന്നതെന്നാണ് അറിയാൻ

കഴിഞ്ഞത്. ഞാൻ ഇതൊന്നും അറിഞ്ഞുചെയ്തതല്ല കേട്ടോ. ഒരു ആർട്ടിസ്റ്റെന്ന നിലയിൽ..."

"അയ്യോ, ഇത്രയും വരുമാനമുണ്ടോ? കൊള്ളാം. എന്തായാലും ഞാൻ വരുന്നുണ്ട്. നമുക്കൊന്നു കൂടണം. സമയമുണ്ടെങ്കിൽ താൻ ഇങ്ങോട്ടും ഒന്നിറങ്ങ്" – ഞാൻ പറഞ്ഞു.

കഷ്ടമെന്നല്ലേ പറയാനാകൂ. ഈ നേരത്ത് കുണ്ടങ്കുഴിയിൽ എന്റെ വീട്ടിൽ ചിക്കൻഗുനിയയുടെ വൈറസ് വന്നു കയറി. പിള്ളേർക്കും ഭാര്യക്കും കടുത്ത പനിയെന്ന് അവിടെനിന്നു വിളി വന്നു. ഒരാൾ ആശുപത്രിയിലും രണ്ടുപേർ വീട്ടിലും. രാമകൃഷ്ണന്റെ വിളി വന്നതിന്റെ തൊട്ടുപിന്നാലെ, കിട്ടിയ വണ്ടിയും പിടിച്ച് ഞാനിങ്ങു പോന്നു. വരണ്ട, പകർച്ചപ്പനിയാണെന്ന് ഭാര്യ വിളിച്ചപ്പോൾ പറഞ്ഞിരുന്നു. എന്നാൽ ഞാനില്ലെങ്കിൽ ഈ സാഹചര്യത്തിൽ ഒന്നും നടക്കില്ല. ആപ്പീസിലെ വെൽഫെയർകമ്മിറ്റിയിലെ രാജശേഖരൻപിള്ള എല്ലാവർക്കും ഓരോ ബോട്ടിൽ ഹോമിയോയുടെ പനി പ്രതിരോധ ഗുളിക കൊണ്ടുവന്നുതന്നിരുന്നു. അതു കുറേനേരം തപ്പി മുറിയിൽ നിന്നു ഞാൻ കണ്ടെടുത്തു. അതിൽ രണ്ടെണ്ണം കഴിച്ച് ബാക്കി പോക്കറ്റിലുമിട്ടു ഞാൻ കുണ്ടങ്കുഴിക്കു പോന്നു.

ഒരാഴ്ചയും രണ്ടു ദിവസവും കഴിഞ്ഞാണ് ഞാൻ തിരിച്ചു തിരുവനന്തപുരത്തെത്തുന്നത്. സ്വതവേ ലോകകാര്യങ്ങളിൽ നിന്നു മാറിപ്പോകുന്ന എനിക്ക് വീട്ടിൽ മൂന്നുപേർ പനി പിടിച്ചു കിടന്നാലത്തെ അവസ്ഥ അറിയാമല്ലോ. എനിക്കു പനി പിടിച്ചില്ലെന്നതു മാത്രമായിരുന്നു ആശ്വാസം. തിരിച്ചു ട്രെയിനിലിരിക്കുമ്പോഴാണ് പെട്ടെന്നു ഞാൻ രാമകൃഷ്ണന്റെ കാര്യം ആലോചിച്ചത്. ഞാൻ പൊടുന്നനെ തലയ്ക്കടിച്ചു. അടുത്തിരുന്നവർ ശ്രദ്ധിച്ചു. ഞാൻ കുനിഞ്ഞിരുന്നു വിഷയംമാറ്റി. എന്തൊരേർപ്പാടായിപ്പോയി? അവൻ ഇനി എന്തോ വിചാരിക്കും? പറഞ്ഞു മനസിലാക്കാൻ പറ്റുമോ എന്തോ? ഇനി അവൻ തിരിച്ചു പോയിക്കാണുമോ എന്നും അറിയാൻവയ്യ. കുണ്ടങ്കുഴിയിൽ ചെന്നശേഷം ഞാൻ ആശുപത്രിയും വീടുമായി കഴിയുകയായിരുന്നു. വീട്ടിൽനിന്ന് വേറെ വെളിയിൽ ഇറങ്ങിയിരുന്നുമില്ല. എങ്കിലും തിരിച്ചെത്തിയിരുന്നെങ്കിൽ അവൻ ബന്ധപ്പെട്ടേനെ...

മുറിയിൽ ചെന്നു കേറുമ്പോൾ ഫോൺ അലച്ചുകൊണ്ടിരിക്കുകയായിരുന്നു. അടിച്ചു തീരുംമുമ്പ് എടുക്കാനൊത്തു. രാമകൃഷ്ണൻ. ദൈവമേ, ഞാൻ എന്തു പറയും? ആദ്യമൊക്കെ ഒന്നു വിക്കിയെങ്കിലും വികാരംനിറച്ച് ഞാൻ പനികൊണ്ടു കിടുങ്ങിപ്പോയ വീടിനെപ്പറ്റി പറഞ്ഞു. എക്സിബിഷനു വരാനാകാഞ്ഞതിനെപ്പറ്റി ഖേദിച്ചു. രാമകൃഷ്ണൻ പ്രത്യേകിച്ചൊന്നും പറഞ്ഞില്ല. ഒരു സഹായം ചെയ്യണം എന്നു മാത്രം സൂചിപ്പിച്ചു. ഈ സാഹചര്യത്തിൽ ഞാൻ എന്തു സഹായം ചെയ്യാനും ഒരുക്കമായിരുന്നു.

അങ്ങനെ ഞാൻ പറഞ്ഞു കൊടുത്ത വഴിപിടിച്ച് അവൻ ഒരു പെട്ടി ഓട്ടോയിൽ എന്റെ വീടിനു മുന്നിൽ വന്നിറങ്ങി. അതിൽനിന്ന് തുണി

യിൽ പൊതിഞ്ഞു വച്ച സാധനങ്ങൾ ഇറക്കാൻ ഞാൻ സഹായിച്ചു. രാമ കൃഷ്ണൻ ക്ഷീണിതനായിരുന്നു. ഓട്ടോയുടെ കാശ് ഞാൻ കൊടുത്തു. അവന്റെ കൈയിൽ ചില്ലറയില്ലായിരുന്നു.

വന്നപാടെ രാമകൃഷ്ണൻ ഷർട്ടൂരി കസേരയിലിട്ടു. "വല്ലാത്ത ചൂടു തന്നെ" – അവൻ പറഞ്ഞു. പ്രദർശനം എങ്ങനെയുണ്ടായിരുന്നുവെന്നു ഞാൻ ചോദിച്ചു.

"അവിടെങ്ങും ആരും വരത്തില്ല. അങ്ങു കുഴിയിലല്ല്യോ ആ സ്ഥലം." രാമകൃഷ്ണൻ വെള്ളം എടുത്തുകുടിച്ചു. "എന്നാലും കുറച്ചു പേരൊക്കെ വന്നു. നമ്മൾ വിചാരിച്ച പോലെയൊന്നും നടന്നില്ല. പോട്ടെ, ആദ്യത്തെ പ്രാവശ്യമല്ലേ. എങ്കിലും താൻ വരേണ്ടതായിരുന്നു."

"ശരിയാണ്. എന്തുചെയ്യാൻ പറ്റും?"

അപ്പോഴേക്കും രാമകൃഷ്ണൻ തുണിക്കെട്ടുകൾ അഴിച്ച് രൂപങ്ങൾ പുറത്തേക്കെടുത്തു തുടങ്ങിയിരുന്നു. കൂർത്തമൂക്കും തുളയ്ക്കുന്ന കണ്ണുകളുമുള്ള ഒരു നീണ്ടമുഖം ആദ്യം വെളിയിലേക്കു വന്നു. അതിനു പിന്നാലെ ഉരുണ്ട വയറുള്ള മുഖമില്ലാത്ത ഒരു കഷണം. "ഇതെന്താണ്?" –ഞാൻ അന്വേഷിച്ചു. രാമകൃഷ്ണൻ ഒന്നും മിണ്ടുന്നില്ലായിരുന്നു. ഹിസ്റ്റീരിയ സസ്പെൻഡഡ് എന്ന ഒരു കാർഡ് ബോർഡ് കഷണം എടുത്ത് അതിന്റെ ചുവട്ടിൽ വച്ചു. എന്നിട്ട് മാറിനിന്ന് അതിനെ നോക്കി. പിന്നീട് പല പല കഷണങ്ങളായി മറ്റൊരു കെട്ടിൽനിന്നു സാധനങ്ങൾ എടുത്തു. അവ ചെറിയ അകലമിട്ട് നിരത്തി വച്ചു. ഞാൻ അതിനു ചുറ്റും നടന്നു കണ്ടു. ആദ്യം ഒന്നും മനസിലായില്ലെങ്കിലും പിന്നെപ്പിന്നെ ഒരു സ്ത്രീരൂപം തെളിഞ്ഞു വന്നു. ഗർഭിണിയായ സ്ത്രീയെ പലതായി മുറിച്ചു വച്ചിരിക്കുകയാണ്. എനിക്ക് ആകപ്പാടെ ഒരു വല്ലായ്ക തോന്നി. അപ്പോഴേക്കും നീണ്ട ഒരു കമ്പിയിൽ കൊരുത്തിരിക്കുന്ന വിചിത്രമായ ഒരു തല വെളിയിൽ വന്നു. ശരീരം ശിൽപ്പത്തിനു വിധേയമാകുകയാണെന്ന് രാമകൃഷ്ണൻ പറഞ്ഞു. കൈകൾ ഇല്ലാതെ തുറിച്ചു നിൽക്കുന്ന ഒരു തല വേറൊരു ഭാഗത്തേക്ക് രാമകൃഷ്ണൻ എടുത്തുവച്ചു. മറ്റൊന്നിൽ ശിരസ്സിന്റെ ഭാഗങ്ങൾ ആകൃതി വിട്ട് മുഴച്ചു നിൽക്കുന്നുണ്ടായിരുന്നു.

ഞാൻ കട്ടിലിൽ വന്നിരുന്നു. രാമകൃഷ്ണൻ കസേരയിലും. മുറിയുടെ ഒരുഭാഗം മുഴുവൻ ഇപ്പോൾ രാമകൃഷ്ണന്റെ ശിൽപ്പങ്ങൾ നിരന്നുകഴിഞ്ഞു. അവൻ പറയാൻ ആരംഭിച്ചു. "ഇത് ശരീരത്തെ സംബന്ധിച്ച ക്ലാസിക് സങ്കൽപ്പങ്ങളെ മാറ്റിക്കളയുന്നവയാണ്. ഒരാൾ ഇതിൽ കണ്ടെത്തുക രൂപങ്ങളുടെ ഭൗതികസ്വഭാവം മാത്രമല്ല, മറിച്ച് അവയുടെ അനിശ്ചിതാവസ്ഥയും മറ്റുരൂപങ്ങളിലേക്ക് പ്രവേശിക്കാനുള്ള വ്യഗ്രതയുമായിരിക്കും. വിച്ഛിന്ന ഘടനകളായാണ് ഏതു ഫോമിനേയും കണക്കാക്കേണ്ടത്. ഹെഡ് ഓഫ് ദ മാഡ് എന്ന ഈ വർക്ക് ശ്രദ്ധിച്ചോ? ഇതിൽ ഞാൻ ശിരസ്സിന്റെ സാമ്പ്രദായിക ഘടനകളെ അവഗണിച്ച് ഭ്രമണം തെറ്റിക്കുന്ന വിചാരങ്ങൾക്ക് മൂർത്തമായ ഫോം കൊടുത്തിരിക്കുകയാണ്. മനസിലായോ? അതായത്, ശരീരം മറയുന്നു, കാഴ്ച മുന്നിലേക്ക് വന്ന്

കാണിയുടെ ആലോചനകളിലൂടെ പുതിയ ശരീരം രൂപപ്പെടുന്നു."

വൈകുന്നേരം രാമകൃഷ്ണൻ എന്റെ സഹായത്തോടെ ശിൽപ്പങ്ങൾ മൂലയ്ക്ക് വൃത്തിയായി അടുക്കിവച്ചു. ഞങ്ങൾ ഒരുമിച്ച് ചായകുടിച്ചു. രാമകൃഷ്ണന്റെ ആവശ്യം വളരെ ലഘുവായിരുന്നു. ഇവയിൽ ചിലത് വിറ്റുപോവാൻ സാധ്യതയുണ്ട്. അടുത്ത ആഴ്ച ആൾക്കാർ വരും. തനിക്ക് പക്ഷെ അത്രയും സമയം കുണ്ടങ്കുഴിയിൽനിന്നു മാറിനിൽക്കാനാവില്ല. അടുത്തയാഴ്ച താൻ വരും. അതുവരെ ഇവ എന്റെ മുറിയിൽ സൂക്ഷിക്കണം.

അതിനെന്താ – എനിക്കും രാമകൃഷ്ണനെപ്പറ്റി അഭിമാനം തോന്നിത്തുടങ്ങിയിരുന്നു. ഇത്രയും സഹായമെങ്കിലും ചെയ്തില്ലെങ്കിൽ പിന്നെ എന്താണു വേറെ കാര്യം?

രാമകൃഷ്ണൻ പോയി. പക്ഷെ അന്ന് രാത്രിയാണ് പ്രശ്നങ്ങൾ തുടങ്ങിയത്. യാത്രാക്ഷീണം കാരണം നേരത്തെ ഉറങ്ങിയ ഞാൻ രാത്രി ഒരു പതിനൊന്നുമണിയോടെ മൂത്രമൊഴിക്കാൻ എണീറ്റു. മുറിയിൽ ആരൊക്കെയോ നിന്നു വർത്തമാനം പറയുന്ന ഒരു പ്രതീതി. ഞാൻ നോക്കിയപ്പോൾ വിചിത്രമായ തല എന്നെ സൂക്ഷിച്ചുനോക്കുകയാണ്. ഗർഭിണിയായ സ്ത്രീയുടെ മുറിഞ്ഞ ശരീരം അപ്പുറത്ത് കിടക്കുന്നു. ആ മൂലയിൽ അൽപ്പം ചരിഞ്ഞിരിക്കുന്ന നീണ്ട മനുഷ്യന്റെ അസാധാരണമായ പല്ലുകൾ. എനിക്ക് പെട്ടെന്ന് പനി പിടിക്കുന്നതുപോലെ തോന്നി. വീണ്ടും വന്ന് കിടന്നു. തലവഴി പുതപ്പിട്ടു. ചൂടു കൂടുന്നു. വീണ്ടും തല ഉയർത്തി നോക്കിയപ്പോൾ കൈകളില്ലാത്ത മനുഷ്യന്റെ ചുമലിൽ നിന്ന് ഒരു എല്ല് തെറിച്ചുനിൽക്കുന്നതായി എനിക്കു കാണാൻ പറ്റി. അത് ഞാൻ നേരത്തെ കണ്ടിരുന്നില്ല. പുറത്ത് നല്ല നിലാവുള്ളതിനാൽ മുറിയിൽ നേരിയ വെട്ടം പരന്നിരുന്നു. രണ്ടുശരീരങ്ങൾ ഉടലുമാത്രമായി കെട്ടിപ്പിടിച്ചു കിടക്കുകയാണോ? കുഞ്ഞുകുഞ്ഞു രൂപങ്ങൾ ചേർന്നിരിക്കുന്ന ഭാഗത്ത് ചെറിയ അനക്കമുണ്ട്. നിലാവിൽ ഒരു ശിൽപ്പത്തിന്റെ പല്ലുകൾ വളർന്ന് താഴുന്നുണ്ട്. ഞാൻ വീണ്ടും പുതപ്പുമൂടി. പക്ഷെ സമാധാനം കിട്ടുന്നില്ല. വിയർപ്പ് കൂടിവരുന്നു. എഴുന്നേറ്റുപോയി ഞാൻ ജനൽ തുറന്നു. മുറി മുഴുവൻ നിലാവുവെട്ടമായി. തിരിഞ്ഞുനോക്കിയ ഞാൻ വിരണ്ടു. കഷണമായി കിടന്ന ഗർഭിണി ഇപ്പോൾ രൂപംകൂടിയിരിക്കുകയാണോ? കൂർപ്പിച്ച കണ്ണുള്ള മനുഷ്യന്റെ മുഖം ഇപ്പോൾ പല്ലിളിക്കുന്ന ഒരു നായയുടേതാണ്. ജനൽവലിച്ചടച്ച് ഞാൻ വാതിൽതുറന്ന് വെളിയിലേക്കു നോക്കി. നേരിയ കാറ്റ് അടിക്കുന്നു. എനിക്ക് ആശ്വാസംതോന്നി. കുറച്ച് ശ്വാസം എടുത്ത് ഞാൻ മുറിയിലേക്കു കയറി. അപ്പോൾ ശിൽപ്പങ്ങളെല്ലാം ഇഴഞ്ഞും നിരങ്ങിയും മുറിയുടെ മധ്യത്ത് എന്റെ കട്ടിലിനടുത്തോളം വന്നിരിക്കുന്നു. എടുത്തുചാടി വീണ്ടും വാതിൽ തുറന്ന് ഞാൻ വെളിയിലേക്കു പാഞ്ഞു. മുറ്റത്ത് ചാടിയപ്പോൾ കാൽതിരിഞ്ഞു.

"രാമകൃഷ്ണാ..." ഞാൻ തെക്കുവശത്ത് ബസ്റ്റാൻഡിന്റെ നേരെ നോക്കി നിലവിളിച്ചു.

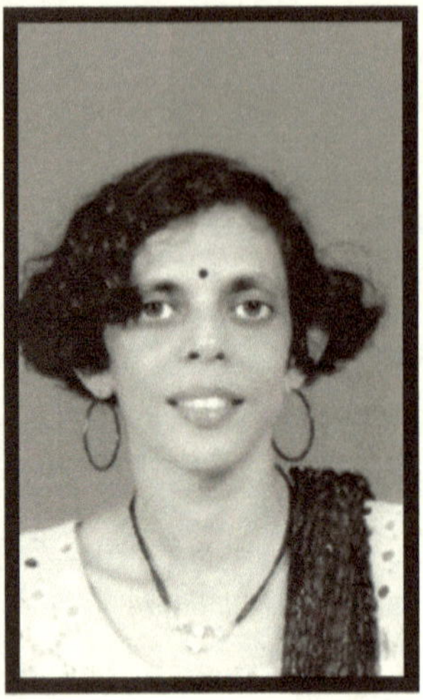

വയലറ്റ് പൂച്ചകൾക്ക് ശൂ വയ്ക്കാൻ തോന്നുമ്പോൾ

പ്രിയ എ എസ്

ഒരിടത്ത് ഒരു വയലറ്റ് പൂച്ചയുണ്ടായിരുന്നു. അത് ബ്ലാക് ഹാഫ് പാന്റ്സും ഒരു സ്ലീവ്‌ലെസ് പിങ്ക് റ്റോപ്പും മാച്ചിങ് കമ്മലും മാലയും ഒക്കെ ഇട്ട് കോയമ്പത്തൂരിന് അച്ഛനെ കാണാൻ പോവായിരുന്നു. ബസിൽ വച്ച് അതിന് വെശന്നു. വീട്ടീന്ന് ചുട്ടുകൊണ്ടുവന്ന ബ്ലൂ ദോശയെടുത്ത് അതിന്റെയമ്മ അതിന് കൊടുത്തു. വയറ് നെറഞ്ഞപ്പോ, ബാക്കി ദോശയെടുത്ത്, ബസിനൊപ്പം ഓടിവന്ന തെങ്ങുമ്മേലിരുന്ന കറുത്ത പച്ചക്കുതിരയ്ക്കിട്ടു കൊടുത്തു നമ്മടെ വയലറ്റ് പൂച്ച. പച്ചക്കുതിര വാലാട്ടിക്കൊണ്ട് തുമ്പിക്കൈയിൽ ബ്ലൂ ദോശയെടുത്ത് അംന്ന് തിന്നു.

മണിദീപ കഥ പറയുകയാണ്. മണിദീപ എന്റെ മകളാണ്. നാലുവയസാണ് അവൾക്ക്. ഞാൻ ശർമ്മിഷ്ഠ. ഒരു വിമൻസ് കോളേജിൽ മലയാളം ലക്ചററാണ്. മണിദീപയും ഞാനും ബസിലാണ്, കോയമ്പത്തൂർക്കുള്ള ബസിൽ.

കോയമ്പത്തൂര്, ഞങ്ങൾ സൂര്യന്റെ കൂടെ ഒരാഴ്ചക്കാലമുണ്ടാവും. സൂര്യൻ എന്റെ ഭർത്താവ്, മുഴുവൻ പേര് സൂര്യചന്ദ്രൻ. ജേർണലിസ്റ്റാണ്. ഇതുവരെ കേരളാ കറസ്പോണ്ടന്റായിരുന്നു. കഴിഞ്ഞ മാസം മുതൽ കോയമ്പത്തൂർ കറസ്പോണ്ടന്റ്. എനിക്കും മോൾക്കും ഓണ ഒഴിവ്. സൂര്യന് തിരക്കും. എന്നാ

പ്പിന്നെ സൂര്യന്റെകൂടെ ചെന്നുനിൽക്കാം എന്നു തീരുമാനിച്ചു.

തീവണ്ടിയായിരുന്നു സൗകര്യം. പക്ഷേ, ബസിൽ മതി യാത്ര എന്ന് ഇവൾ ഒരേ ശാഠ്യം. റോഡിനോട് തൊട്ടാണ് എറണാകുളത്തെ ഞങ്ങളുടെ വീട്. പോർട്ടിക്കോയിലെ ചാരുകസേരയിൽ കിടന്ന് വണ്ടിയോട്ടങ്ങൾ കണ്ടുരസിക്കൽ മണിദീപയുടെ പ്രിയവിനോദം. അതിനിടയിൽ മധുരമനോഹരനിറങ്ങളിലുള്ള ലക്ഷ്വറിബസ്സുകളുമായി അവൾ ഇഷ്ടത്തിലായി. സൂര്യൻ കോയമ്പത്തൂർക്ക് പോയത് ഇത്തരം ബസിലാണ് എന്നവൾക്കറിയാം. നമുക്കും ബസ്സ് മതി എന്ന അവളുടെ തീരുമാനം ഞാൻ അനിഷ്ടത്തോടെ അംഗീകരിക്കുകയായിരുന്നു. കുറെനേരം ഒരേ ഇരുപ്പിരുന്നാൽ എന്റെ നടുവ് കഴച്ചൊടിയും.

വൈകുന്നേരമാണ് ബസ്സ് പുറപ്പെട്ടത്. എറണാകുളം മുതൽ തൃശൂരുവരെ മണിദീപ ഉറങ്ങിത്തകർത്തു. പിന്നെ, എണീറ്റ്, ഞങ്ങൾ വീട്ടിൽ നിന്നേ കൊണ്ടുവന്ന ദോശ കഴിച്ചു. വയറ് നിറഞ്ഞപ്പോഴാണ് അവൾക്ക് കഥയിളകിയത്.

അവളുടെ കഥാപാത്രങ്ങളെല്ലാം കണ്ണഞ്ചിക്കുന്ന നിറങ്ങളിലുള്ളവരാണ്. അവൾക്ക് സംഭവിക്കുന്നതെല്ലാം കുറെയേറെ ജീവജാലങ്ങളുടെ തലയിൽ കെട്ടിവച്ച്, അതിനോരോന്നിനും ക്രയോൺ കൊണ്ടെന്നപോലെ കുറേ നിറവും കൊടുക്കുമ്പോൾ അവളുടെ സ്വന്തം കഥപറച്ചിലുകളാവുന്നു. നിറം കുടിച്ചാണ് അവൾ വളരുന്നതെന്ന് എനിക്ക് തോന്നാറുണ്ട്. ഇത്രയും നിറങ്ങളിൽ കൂപ്പുകുത്തി വളരുന്ന കുട്ടികൾക്ക്, വളർച്ചയുടെ ഏത് പടവിൽവച്ചാണ് ജീവിതത്തിന്റെ നിറങ്ങൾ നഷ്ടപ്പെടുന്നതെന്ന് ഞാനമ്പരക്കാറുണ്ട്. എന്റെയാ അമ്പരപ്പിനെ ഭ്രാന്തിന്റെ ഒരു കൈവഴി എന്നാണ് സൂര്യൻ പറയാറ്.

കഥ നിർത്തി, മുഖം ചുളിച്ചുള്ള ഒരു പന്തിയല്ലാ ഇരിപ്പിലാണ് ഇപ്പോൾ മണിദീപ. അവൾക്ക് മൂത്രമൊഴിക്കാറായതിന്റെ അടയാളമാണ് ഈ മുഖം ചുളിക്കലെന്ന് എനിക്കറിയാം. പക്ഷേ അവളെയങ്ങനെ കണ്ണുമടച്ച് വിശ്വസിച്ചുകൂട. ഞാൻ സ്വന്തം ലോകത്തിലേക്കിങ്ങനെ വീണുപോകുന്നത് അവൾക്ക് തീരെ ഇഷ്ടമല്ല. അവൾക്ക് എപ്പോഴും എന്റെ ഇടപെടലുകൾ വേണം. സ്പർശം കൊണ്ടോ വാക്കുകൊണ്ടോ നോട്ടം കൊണ്ടോ എങ്ങനെയായാലും മതി ആ ഇടപെടലുകൾ. എന്റെ ലോകത്തിൽ നിന്നെന്നെ പിടിച്ചെടുത്ത് അവളുടെ ലോകത്തിലേക്കെന്നെ ഇറക്കിക്കൊണ്ടുവരാനുള്ള ഒരു സൂത്രപ്പണിയായി അവൾ ചിലപ്പോഴൊക്കെ ഈ 'ഇപ്പോ-ശൂവയ്ക്കണം-അല്ലേൽ-ചത്തുപോകും' ഭാവം നടിച്ചുനോക്കാറുണ്ട്. ഇതും അതുപോലെയാവാൻ മതി.

മുഖം ചുളിക്കലിൽ ഞാൻ വീഴുന്നില്ല എന്നുകണ്ട് എന്നെ തോണ്ടിവിളിച്ച്, അടിവയറിൽ അമർത്തിപ്പിടിച്ച് ഞെളിപിരികൊണ്ട്, "എനിക്ക് ശൂ വയ്ക്കണം അമ്മേ" എന്ന് അവൾ ഒരു കരച്ചിലോളം. ഇത് ശരിയ്ക്കും ശൂ വയ്ക്കേണ്ടീട്ട് തന്നെയാവണം.

കുറച്ചുവെള്ളം കുടിച്ചാമതീന്ന് പറഞ്ഞിട്ട് നീ കേട്ടോ? മടുമടാന്ന്

വെള്ളം വലിച്ചുകയറ്റുമ്പോ ഓർക്കണമായിരുന്നു. അതങ്ങെനാ, പറഞ്ഞാ കേക്കണ സ്വഭാവം ഇല്ലല്ലോ നിനക്ക്. അവളെ ഞാനൊന്ന് വെരട്ടിനോക്കി.

അവൾ കണ്ണുതിരുമ്മിക്കരച്ചിലിലേക്ക്. അവൾക്ക് ശരിക്കും അത്യാവശ്യമുണ്ട് ശൂവച്ചിട്ട് എന്ന് ഉറപ്പായതിനാൽ ഞാനവളെയും കൂട്ടി ബസിന്റെ ഓട്ടത്തിനിടയിലൂടെ ഉലഞ്ഞാടി ഡ്രൈവറുടെ ക്യാബിനിലേക്ക്.

ആണുങ്ങളിൽ പലരും ബിസ്‌ലേരി-വെള്ളക്കുപ്പിയോടുള്ള ചങ്ങാത്തത്തിനിടെ ഇതിനകം പലതവണ ഡ്രൈവറുടെ ക്യാബിനിലേക്ക് പോവുകയും വണ്ടി നിർത്തിക്കുകയും പിന്നെ വഴിയോരത്ത് അതും ജനസഞ്ചാരത്തിനിടയ്ക്കുനിന്നുതന്നെ മൂത്രമൊഴിക്കുകയും ചെയ്തുകഴിഞ്ഞു. ബസിൽ മൂന്നാലു പെണ്ണുങ്ങളുണ്ട്, അവരുടെ കൺവെട്ടത്തുനിന്നിത്തിരി മാറിനിന്ന് മതി സിബ്ബൂരി അഭ്യാസം എന്ന് എന്തോ ഒരുത്തനും കരുതിക്കണ്ടില്ല ഇതുവരെ.

ഒന്നുരണ്ടു മരങ്ങളും ഇത്തിരി ഇരുട്ടും ഉള്ള എവിടെയെങ്കിലും വണ്ടി നിർത്തണം, മോളെ മൂത്രമൊഴിപ്പിക്കാനാ എന്നു പറഞ്ഞതും ഡ്രൈവർ വണ്ടി നിർത്തിയതും ഒപ്പം. കുഞ്ഞുങ്ങൾക്കും ആണുങ്ങൾക്കും മൂത്രമൊഴിക്കാനെന്തിനാ ഇരുട്ട് എന്നയാൾ.

ഒരു പൂക്കാരത്തെരുവിലാണ് വണ്ടി നിന്നത്. സ്വർണ്ണചെമ്പകപ്പൂക്കൾ വിൽക്കുന്ന സ്ത്രീക്ക്, അടിവയർ പൊത്തിപ്പിടിച്ചുള്ള മണിദീപയുടെ നടപ്പും എന്റെ പരുങ്ങലും കണ്ട് കാര്യം മനസിലായിക്കാണണം. അവർ പറഞ്ഞു. "ഇധർ ബൈഠ് കർസുസൂ കർനാ ബിടിയാ." മൂത്രം വീഴുന്നതിന്റെ ഒച്ചയുള്ള കുട്ടിപ്രയോഗം ഹിന്ദിയിലും എന്ന് ഞാനോർക്കുന്നതിനിടെ, അമ്പരപ്പ് കലർന്ന മണിദീപച്ചോദ്യം:- "ഇവിടെയിരുന്ന് ശൂ വയ്ക്കാനോ, നാണമാവില്ലേ?"

ഞാൻ തിടുക്കം കൂട്ടി, "വേഗം എന്റെ നാണീ, അല്ലെങ്കിൽ ബസുകാർ നമ്മളെ ഇവിടെയിട്ടിട്ട് പോകും."

അവൾ തികഞ്ഞ രസക്കേട് മുഖമാകെ വരുത്തി ശൂ വച്ചു.

തിരിച്ച് ബസിലെ സീറ്റിലേയ്ക്ക് വീണ്, ഒഴിഞ്ഞ അടിവയർ തഴുകി അവൾ ഹാവു എന്നു പറയുന്ന രംഗം കണ്ട് എനിക്ക് ചിരി വന്നു. എന്റെ ബാഗ് തപ്പി അവളുടെ കളിമൊബൈലെടുത്ത് സൂര്യനുമായി സാങ്കൽപികസംഭാഷണം നടത്തുന്ന മണിദീപയാണ് എന്റെയടുത്തിപ്പോൾ.

"ആ അച്ഛനാ, എന്തെടുക്കുവാ? ഒറങ്ങാൻ പോവുകാ? അതിനുമുൻപ് ശൂ വച്ചോ, ഇല്ലേ, അതിന്താ എന്നും പറയണോ? എന്നിട്ട് കെടക്കേല് ശൂ വയ്ക്കാനാ ഭാവം? ബാഡ് ബോയ്. പിന്നെയില്ലേ അച്ഛാ, ഒരു വയലറ്റ് പൂച്ചയുണ്ടായിരുന്നു ഒരിടത്ത്... അത് ബസിലങ്ങനെ അങ്ങെങ്ങാണ്ടൊരിടത്ത് പോവുകയായിരുന്നു. ശൂ വയ്ക്കണം എന്നത് പറഞ്ഞപ്പോ ബസുകാര് ബസ് നിർത്തി. അത് പോട്ടിലുമല്ല ബാത്ത്റൂമിലുമല്ല വഴീല് ഒരു പൂക്കാരീടടുത്ത് മണ്ണിലിരുന്നാ ശൂ വച്ചത്. അതാ പറഞ്ഞത് നമക്കിനി ഫ്ളവർവെയ്സിൽ വയ്ക്കാൻ പൂ വാങ്ങുകേ വേണ്ട..."

ഭക്ഷണപ്പൊതികൾ കൂടെ കൊണ്ടുവരാത്തവർക്ക് അതെല്ലാം

വാങ്ങാനും ബാത്ത്റൂമിൽപ്പോയി 'കൂലിയില്ലാ-ഭാരം' (അതെന്റെ അമ്മൂമ്മയുടെ പ്രയോഗമാണ്) കളഞ്ഞാശ്വാസം കൊള്ളാനുമായി ബസ്സ് ഏതോ സ്റ്റേഷനിൽ നിർത്തിയിട്ടിരിക്കുകയാണ് ഇപ്പോൾ.

ചൂടെടുത്തും ദാഹിച്ചും വയ്യാതായിട്ടും ഒരു തുള്ളിവെള്ളംപോലും കുടിക്കാതെയാണ് ഞാനിത്രനേരം കഴിച്ചുകൂട്ടിയതെങ്കിലും എന്റെ യൂറിനറി ബ്ലാഡറും നിറഞ്ഞ് എന്നെ ബുദ്ധിമുട്ടിക്കുന്ന അവസ്ഥയെത്തിക്കഴിഞ്ഞിട്ടുണ്ട്. മണിദീപയെയും കൂട്ടി ഞാൻ ബസിനു പുറത്തേക്ക്.

ഞങ്ങളുടെ ബസിലെ മറ്റു രണ്ടു സ്ത്രീകൾ ഞങ്ങൾക്കും മുന്നേ ബാത്റൂമിനു മുന്നിൽ എത്തിക്കഴിഞ്ഞിരിക്കുന്നു. നാലു ബാത്റൂമുള്ളത് നാലും പലപല കാരണങ്ങളാൽ ഉപയോഗിക്കാൻ പറ്റാത്ത അവസ്ഥയിലാണെന്നു കണ്ട് ഇനി എന്തു ചെയ്യേണ്ടൂ എന്ന നിരാശാനിൽപ്പിൽ ഞങ്ങൾ.

നല്ല തലയെടുപ്പുള്ള പച്ചസാരിക്കാരി പറഞ്ഞു. പെണ്ണുങ്ങളെ സ്ഥലകാലമെല്ലാം നോക്കി, പിടിച്ചിരുത്തി വസ്ത്രം ഊരിമാറ്റിച്ച്, മെനക്കെടുത്തിയും ഒരുപാട് സമയമെടുപ്പിച്ചും അതേസമയം ആണുങ്ങളെ നിന്ന നിൽപ്പിൽ നിർത്തി ശടേന്നും മൂത്രമൊഴിപ്പിക്കുന്ന രീതി സംവിധാനം ചെയ്ത ദൈവത്തിനോട് ഞാനെന്നും കലഹിക്കാറുണ്ട്.

ജീൻസിട്ട പെൺകുട്ടി പറഞ്ഞു. ശ്രമിച്ചാൽ വേറേതൊരു കാര്യത്തിലും പുരുഷനൊപ്പമെത്താം. വേറൊന്നിലും വേണ്ട മൂത്രമൊഴിക്കലിലെങ്കിലും ആണുങ്ങൾക്കൊപ്പമെത്തിയാൽ മതിയായിരുന്നുവെന്ന് ഞാൻ പലപ്പോഴും കൂട്ടുകാരോട് പറയാറുണ്ട്.

പച്ചസാരിക്കാരി വാചാലയായി. കൊട്ട്, കുഴൽവിളി, വാദ്യഘോഷങ്ങൾ, ആന, അമ്പാരി സഹിതം നടന്ന ഒരന്തർദ്ദേശീയ സാംസ്കാരിക സമ്മേളനം, മൂത്രമൊഴിക്കൽ-വികാരം കുരുകുരുത്താലോ എന്നു പേടിച്ച്, മുന്നിൽ കൊണ്ടുവച്ച മോഹിപ്പിക്കുന്ന മാമ്പഴജ്യൂസ് തൊടാതെ സമ്മേളനത്തിലെ പെൺഡെലിഗേറ്റ്സ് ഇരുന്നതിനെക്കുറിച്ച് മാധവിക്കുട്ടി പറഞ്ഞ് ഞാൻ കേട്ടിട്ടുണ്ട്. ഞാൻ ആയമ്മയുടെ അയൽക്കാരിയായിരുന്നു ഒരിക്കൽ.

അവിടെ ബാത്റൂം സൗകര്യം ഏർപ്പെടുത്താതിരുന്നത്, ഇത്ര വലിയ ആനയുടെ മറവ് ഉപയോഗിച്ച് മൂത്രമൊഴിക്കാമല്ലോ എന്നു കരുതിയാവും, ജീൻസുകാരി ഒരു കൺകോൺ ചിരിയോടെ പറഞ്ഞു.

ഞങ്ങൾ പരസ്പരം പരിചയപ്പെടലിൽ. പച്ചസാരിക്കാരി, അവർ ഒരു ബാങ്ക് ഓഫീസറാണ്. അസുഖമായിക്കിടക്കുന്ന ഒരു സുഹൃത്തിനെ കാണാൻ പോവുകയാണ്. ജീൻസുകാരി പോകുന്നത് ഒരിന്റർവ്യൂവിന്.

വാതിലില്ലാത്ത പത്ത് കള്ളികളും അതിലൊക്കെയും ഇരുന്ന് മൂത്രമൊഴിക്കാനുള്ള വിധത്തിലെ കമോഡും ചൂണ്ടിക്കാണിച്ചത് മണിദീപയാണ്. എന്താ അമ്മേ വാതിലില്ലാത്തത് എന്നവളുടെ ചോദ്യം.

ആണുങ്ങൾക്കുള്ളതാവും, അവർക്ക് ഒന്നിനും മറയും ലജ്ജയും വേണ്ടല്ലോ, ഇപ്പറഞ്ഞത് രണ്ടും ഏതുകാര്യത്തിലും പെണ്ണുങ്ങൾക്കായി ഡിസൈൻ ചെയ്തിട്ടുള്ളതാണല്ലോ എന്ന് ബാങ്കുകാരി.. മാധവിക്കുട്ടി-ബാധ നന്നായുണ്ടല്ലോ മാഡത്തിന് എന്ന് ജീൻസുകുട്ടി.

ഇതിനെല്ലാം മുകളിലും സ്ത്രീകൾ എന്നെഴുതിവച്ചിട്ടുണ്ടല്ലോ, അതെന്താ എന്നു ഞാൻ അത്ഭുതപ്പെടാൻ തുടങ്ങുമ്പോഴേക്ക് ഒരുകൂട്ടം തമിഴ്പെണ്ണുങ്ങൾ ഇരച്ചുകയറിവന്ന് ആ കള്ളികളിലോരോന്നിലേക്കും കയറി സാരി പൊക്കിയിരിപ്പായി.

മണിദീപ അയ്യേ എന്നു കണ്ണുപൊത്തി വാ, പോകാം എന്ന മട്ടിൽ എന്റെ കൈ പിടിച്ചുവലിച്ചു. ജീൻസു പെൺകുട്ടിക്ക് ഓക്കാനം വന്നു.

ഞങ്ങളെല്ലാം പാഞ്ഞ് പുറത്തേക്ക്.

ജീൻസുകുട്ടി പറഞ്ഞു. പെണ്ണുങ്ങൾക്ക് ജീൻസിടാം. സിരഗറ്റ് വലിക്കാം, കള്ളുകുടിക്കാം, സിനിമ പിടിക്കാം, സ്വവർഗസംഭോഗമാവാം- അതുവരെ ഒക്കെ എത്തിയിട്ടുണ്ട് കാര്യങ്ങൾ. അഥവാ അത്രയൊക്കെയേ എത്തിയിട്ടുള്ളു കാര്യങ്ങൾ. മൂത്രമൊഴിക്കൽ-വികാരത്തെ അടക്കിപ്പിടിച്ച് ഏതുപെണ്ണിന് സിനിമ എടുക്കാൻ പറ്റും, സ്വവർഗസംഭോഗം നടത്താൻ പറ്റും?

അപകടകരമാംവിധം നിറഞ്ഞുകൊണ്ടിരിക്കുന്ന യൂറിനറി ബ്ലാഡറുകളിലെ അസ്വസ്ഥതയുമായി നിരാശാഭരിതരും രോഷാകുലരുമായ ഞങ്ങൾ മൂന്നു സ്ത്രീകൾ ബസ്സിനകത്തേക്ക്.

ഇത്തരം വീർപ്പുമുട്ടലിനിടയിലൂടെ എനിക്ക് കഴിക്കാൻ വയ്യ ഇലപ്പൊതിയിലമ്മ തന്നയച്ച തൈർസാദം. തൈർസാദം-സെഷൻ കഴിഞ്ഞ് മണിദീപ വീണ്ടും കളിഫോൺ സംസാരത്തിൽ.

"അച്ഛാ, ഒരു വയലറ്റ് പൂച്ച, ഒരു യെല്ലോ ആന്റ് ഗ്രീൻ സ്പൈഡർ, ഒരു മഞ്ഞ തത്തമ്മ. ആ, പെണ്ണുങ്ങളാ എല്ലാരും. അവർക്ക് ശൂ വയ്ക്കാൻ പോട്ടീമില്ല, ബാത്റൂമുമില്ല. പൂക്കാരീടടുത്തെ മണ്ണിലിരുന്ന് ശൂ വയ്ക്കാനോ? അതെങ്ങനാ അവര് വല്യ പെണ്ണുങ്ങളല്ലേ, അവർക്ക് നാണമാവില്ലേ, അവർക്ക് എന്റെ പോലെ കുഞ്ഞു ചന്തിയില്ലല്ലോ. ശൂ വയ്ക്കാൻ പറ്റാണ്ട് അവരുടെ വയറിപ്പോ പൊട്ടും. പ്ലേസ്കൂളിലെ അബൂബക്കർ ശൂ വയ്ക്കുന്നത് നിക്കറൂരി ഒരു കൊഴലെടുത്ത് കൈയിൽ പിടിച്ചിട്ടാ. അതു ഭയങ്കര ഈസിയാ. അതൊരെണ്ണം വാങ്ങി അവർക്കൊക്കെ കൊടുത്താലോ? ആ, വെലയൊക്ക അന്വേഷിച്ചു വയ്ക്ക്. ശരി, അപ്പോ നാളെ കാണാം."

കോയമ്പത്തൂർസ്റ്റേഷനിൽ നിന്നുള്ള ടാക്സി സൂര്യന്റെ അപ്പാർട്ട്മെന്റിലെത്തിയതും, പൈസ കൊടുക്കലെല്ലാം താഴെ കാത്തുനിന്ന സൂര്യനെ ഏൽപ്പിച്ച് ഞാൻ ബാത്റൂമിലേക്കോടിച്ചെന്നു കയറിപ്പറ്റി.

രചന സിനിമയിൽ നെടുമുടി വേണു എടുത്തത്രയും സമയമെടുത്ത് അതേപോലെതന്നെയുള്ള 'ഭാരമൊഴിഞ്ഞു, എന്തൊരാശ്വാസം'. ഭാവവുമായി ഞാൻ തിരികെ ഇറങ്ങിയപ്പോൾ അച്ഛനും മകളും എത്തിക്കഴിഞ്ഞിരുന്നു. എന്റെ മുഖഭാവം കണ്ട് മണിദീപ ചോദിച്ചു. "ഹാവൂ, അല്ലേ അമ്മേ?"

അച്ഛനുമായി പുന്നാരം കഴിഞ്ഞ് മണിദീപ, സൂര്യൻ അവൾക്കു വേണ്ടി വാങ്ങിവച്ച അവളുടെയത്രയും തന്നെയുള്ള പാവക്കുട്ടിയുമായി കളിയിലായി.

സൂര്യൻ, തൽക്കാലം എക്സ്പ്രസ് ഹൈവേ കേരളത്തെ തുണ്ടു തുണ്ടാക്കി ചവിട്ടി മെതിച്ചു കടന്നുപോകുന്നതിലുള്ള ധാർമ്മികരോഷത്തിലാണ്.

ഒരുമാസം കൂടി ഭാര്യയെ കാണുമ്പോൾ പറയാൻ കണ്ട ഒരു വിഷയം എന്ന് ഞാനവനെ കളിയാക്കി.

"പി പി രാമചന്ദ്രന്റെ കാറ്റേ കടലേ എന്ന കവിത വയിച്ചില്ലേ നീയ്" സൂര്യന്റെ ചോദ്യം.

ആ ചോദ്യം തീരെ രസിക്കാതെ ഞാൻ... സൂര്യൻ എന്നെയാ കവിത ചൊല്ലിക്കേൾപ്പിക്കലിൽ.

"കാറ്റേ, കടലേ
തെങ്ങോലകളേ...
നമ്മൾ അപ്പുറത്തും
ഇപ്പുറത്തുമാകാൻ പോകുന്നു.
ഇനി കാണാൻ പറ്റിയെന്നുവരില്ല."

കവിതയെ അതിന്റെ പാട്ടിനു വിട്ട്, എന്റെ കത്തിക്കയറ്റം. "പോട്ടെ, മുപ്പത്തിമൂന്നു ശതമാനം സംവരണം, സ്വാശ്രയ കോളേജുകളും പിന്നോക്കവിഭാഗക്കാരും, എക്സ്പ്രസ് ഹൈവേ ഇതൊന്നും എന്നെ ബാധിക്കുന്ന കാര്യമല്ല. ഒരു സ്ത്രീക്ക് അടച്ചുറപ്പും വൃത്തിയുമുള്ള ഒരിടത്ത് മൂത്രമൊഴിക്കാനുള്ള അവകാശം, സംവിധാനം ഒന്നുമില്ലാത്ത ഈ നാട്ടിൽ എന്താണ് നടക്കരുതാത്തത്? ഈ വന്മതിൽ-എക്സ്പ്രസ്-ഹൈവേ വശങ്ങളിലും സ്ത്രീക്ക് മൂത്രമൊഴിക്കാനൊരിടം പണിയൽ ഉണ്ടാവില്ലെന്ന് എനിക്കറിയാം. അങ്ങനെയൊന്നുണ്ടാവുമെങ്കിൽ, എങ്കിൽ സൂര്യാ, ഞാനീ എക്സ്പ്രസ് ഹൈവേയെ അനുകൂലിക്കുകതന്നെ ചെയ്യും."

ഒരുമാസംകൂടി ഭർത്താവിനെ കാണുമ്പോൾ പറയാൻ കണ്ട ഒരു വിഷയം, സൂര്യന്റെ കളിയാക്കൽ.

അതും രസിക്കാതെ ഞാൻ. "അഞ്ചുകൊല്ലം തലകുത്തിനിന്ന് എന്റെ കൂട്ടുകാരി പത്മം ഗവേഷണം നടത്തി കണ്ടുപിടിച്ചത് സാഹിത്യത്തിന്റെ വളർച്ചയ്ക്ക് സ്ത്രീപുരുഷബന്ധങ്ങൾ അനിവാര്യമാണ് എന്ന മഹാകാര്യം. പെൺ-യൂറിനറി ബ്ലാഡറിന്റെ കപ്പാസിറ്റി എങ്ങനെ കൂട്ടാം, മൂത്രമൊഴിക്കാനായി ഒരു-ആൺസമാന-അവയവം പെണ്ണുങ്ങൾക്കായി ഡിസൈൻ ചെയ്യുന്നതെങ്ങനെ എന്നൊക്കെയാണ് പെണ്ണുങ്ങൾ ഗവേഷണം നടത്തേണ്ടത്."

ഈ വൃത്തികെട്ട സംസാരം ഒന്നു നിർത്തുന്നുണ്ടോ എന്ന് സൂര്യന്റെ ഭാവമാറ്റം.

എനിക്ക് മനസിലാകുന്നില്ല ഇതെങ്ങനെയാണ് ഒരു വൃത്തികെട്ട വിഷയമാകുന്നതെന്ന്.

മണിദീപ ഇതിനിടെ ഉറക്കമായിക്കഴിഞ്ഞിരിക്കുന്നു. വയലറ്റ് പൂച്ചേ, നീയിനി അബൂബക്കറിന്റെയാ കൊഴല് കിട്ടീട്ട് ശൂ വച്ചാമതി എന്ന് അവളുറക്കത്തിൽ. അതുകേട്ട് സൂര്യനെന്നെ ദഹിപ്പിക്കുന്നതുപോലൊരു നോട്ടം.

മീനുകൾ

ഇ സന്തോഷ് കുമാർ

ചെറുപ്പത്തിൽ നിങ്ങൾ ചൂണ്ടയിടാൻ പോയിട്ടുണ്ടോ? ഉണ്ടെങ്കിൽ ആദ്യമായി മീൻ കുടുങ്ങിയ ആ സന്ദർഭം ഒന്നോർത്തു നോക്കൂ. വെള്ളത്തിനു മുകളിൽ ശവംപോലെ അനക്കിമില്ലാതെ പൊങ്ങിക്കിടന്നിരുന്ന ആ ഉണങ്ങിയ കമ്പിൻെറ താഴോട്ടുള്ള കുതിപ്പും ആഞ്ഞുവലിക്കുമ്പോൾ കൊളുത്തിന്റെ അറ്റത്തെ കുതറുന്ന പിടച്ചിലുമെല്ലാം ഇപ്പോഴും അനുഭവപ്പെടുന്നില്ലേ?

അപ്പോഴെല്ലാം മീനുകൾ തങ്ങളുടെ ജീവൻെറ വടംവലിക്കുകയായിരുന്നു. മിക്കവാറും സമയങ്ങളിലും അവ ആ ചതിയൻ മത്സരങ്ങളിൽ തോറ്റുപോയിരുന്നു.

ചില ഓർമ്മകൾ അങ്ങനെയാണ്, ആയുസിൻെറ ഏതറ്റം വരേക്കും തെല്ലും മായാതെ കിടക്കും.

എൻെറ കാര്യത്തിലാണെങ്കിൽ, കുതിർന്ന ഭൂമിക്കടിയിൽ നിന്നും പിണഞ്ഞ നഗ്നശരീരങ്ങളെപ്പോലെ തോന്നിച്ച മണ്ണിരകളുടെ കുരുക്കഴിച്ചെടുക്കുന്നതും ഇലക്കുമ്പിളിൽ അവയെ കൂട്ടിവയ്ക്കുന്നതും ബലമുള്ള ഒരു കാഞ്ഞിരക്കൊമ്പിൽ കെട്ടിയ പ്ലാസ്റ്റിക് നൂലിന്മേൽ ഇരുമ്പുകൊളുത്തു

---

* മീൻ കൊത്തിയതു കാണിക്കുന്ന അടയാളക്കമ്പ്

പിടിപ്പിക്കുന്നതും ഉണങ്ങിയ കമ്പുകൊണ്ട് *പൊങ്ങൊരുക്കുന്നതുമെല്ലാം ഇന്നലെ നടന്നതു പോലെ മനസിൽ വരുന്നു.

അല്ലെങ്കിലും, എനിക്കെങ്ങനെ അതെല്ലാം മറക്കാൻ സാധിക്കും?

അന്നു ചൂണ്ടയിൽ കുരുങ്ങിയത് ഒരു ചെറിയ മീനായിരുന്നു. കൊളുത്ത് കൊണ്ടതു കാരണം അതിൻെറ കണ്ണ് തുറിച്ചു പുറത്തുവന്നിരുന്നു. വെളിച്ചത്തിനു നേർക്കെടുത്തപ്പോൾ ആ കണ്ണ് വല്ലാത്തൊരു പച്ച നിറത്തിൽ തിളങ്ങുന്നതുപോലെ തോന്നിച്ചു. കണ്ണുണ്ടായിരുന്നിടത്തെ മാംസം ചോരവാർന്നു വിളർത്തു കിടന്നു. കൊളുത്തിൽ നിന്നും വിടുവിച്ച് കരയിലേക്കിട്ടപ്പോൾ കുറച്ചുനേരത്തേക്ക് മീൻ പിടഞ്ഞ് ഉയർന്നു ചാടി. പ്രാണനുവേണ്ടിയുള്ള ഭയങ്കരമായ ഒരു നൃത്തം പോലെയുണ്ടായിരുന്നു അത്. ലൈൻ മുറികളിലെ എൻെറ അയൽക്കാരായ കുട്ടികൾ ചുററും കൂടിനിന്ന് തകരപ്പാട്ടകളിൽ കോലു കൊണ്ടടിച്ചു ശബ്ദമുണ്ടാക്കുകയും മീൻ പിടയുന്നതിനെ അനുകരിച്ചുകൊണ്ട് ചാടിക്കളിക്കുകയും ചെയ്തു. ഏതോ മത്സരത്തിൽ ജയിച്ചതിൻെറ വല്ലാത്തൊരു ഉത്സാഹവും തിമർപ്പും അവരിലെല്ലാം കാണാമായിരുന്നു. മീൻ പിടിച്ചതിൻെറ ആവേശം പക്ഷേ, അപ്പോഴേക്കും എന്നിൽ നിന്നും വാർന്നുപോയിരുന്നു. പുറത്തേക്കു തുറിച്ചുനിന്ന കണ്ണിൽ നിന്നും പുറപ്പെട്ട ചെറിയ ഞരമ്പ് കാഴ്ചയിൽ രക്തനിറത്തിലുള്ള ഒരു മെലിഞ്ഞ നദിപോലെ എന്നെ ദുഃഖിപ്പിച്ചു. ടെലഫോൺ കുഴി കുത്തുന്നവർ ചുരുളൻ കമ്പികളും പാഴ്‌വസ്തുക്കളും കൂട്ടിയിട്ടിരുന്ന ഒരൊഴിഞ്ഞ പറമ്പിൽ നിന്നും എനിക്കുകിട്ടിയ വക്കു പൊട്ടിയ ഒരു ചില്ലുഭരണിയിൽ വെള്ളംനിറച്ച് അതിലേക്ക് ഞാൻ ആ മീനിനെ നീന്താൻ വിട്ടു. ഭരണിയുടെ ആഴത്തിലേക്ക് ഒന്നൂളിയിട്ടു പോയതിനുശേഷം അതുയർന്നുവന്നു. പിന്നെ ചില്ലിൻെറ അതിരുകളിൽ. ചുണ്ടു മുട്ടിച്ച് അനക്കമില്ലാതെ അങ്ങനെ നിന്നു. അത് പുറത്തുനിന്നും ആരെയോ കേൾക്കാൻ ശ്രമിക്കുകയാണെന്ന് അപ്പോൾ എനിക്കുതോന്നി. ഉച്ചനേരത്തെ വെയിലേറ്റ ഭരണിക്കുള്ളിലെ വെള്ളത്തിന് ഇളംചൂടുണ്ടായിരുന്നു.

പുണ്യവാളൻെറ പെരുന്നാളിനു തലേന്നാളായിരുന്നു അത്. ഇപ്പോഴും എനിക്കോർമ്മയുണ്ട്. പിറ്റേന്നത്തെ ആഘോഷങ്ങൾക്കായി പള്ളിയിൽ കെട്ടിയുണ്ടാക്കിയിരുന്ന ഒരു പന്തലിൻെറ പണിക്കായി അമ്മച്ചി വെളുപ്പിനു തന്നെ പോയി. ലൈൻ മുറികളിലെ ഞങ്ങളുടെ അയൽപക്കത്തു നിന്നുള്ള എല്ലാ സ്ത്രീകളും പുരുഷന്മാരും പന്തൽ പണിക്കായി പോയിരുന്നു. ഏറ്റവും അറ്റത്തുള്ള മുറിയിൽ താമസിച്ചിരുന്ന അച്ചു എന്ന ഒറ്റക്കണ്ണൻ മാത്രം പതിവുപോലെ എങ്ങോട്ടും പോയില്ല. ഇടതുകണ്ണിനു പകരം ആഴംകുറഞ്ഞ ഒരു ദ്വാരം മാത്രമേ ആ മുഖത്തുണ്ടായിരുന്നുള്ളൂ. അയാൾ കത്തിച്ചു വച്ച ഒരു മണ്ണെണ്ണവിളക്കിലെ പുകപിടിച്ച നാളത്തിനു നേർക്കു കാണിച്ച് കഴിഞ്ഞ വിഷുവിനു ബാക്കിവന്ന പടക്കങ്ങൾ ഒറ്റയൊറ്റയായി പൊട്ടിച്ചു കൊണ്ടിരുന്നു. ഒരു തുണിസഞ്ചിയിൽ സൂക്ഷിച്ചു വച്ച പടക്കങ്ങൾ അയാൾ സാവധാനത്തിൽ പുറത്തെടുത്ത്

വലിയ ഇടവേളകൾ സൃഷ്ടിച്ചുകൊണ്ടാണ് തീ കൊടുത്തിരുന്നത്. അപ്പോഴെല്ലാം അയാൾ പേ പിടിച്ച നായ്ക്കളെപ്പോലെ കിതച്ചു. ഒരു പടക്കം പൊട്ടിയതിനുശേഷമുള്ള നീണ്ട മൗനം അസഹനീയമായിരുന്നു. വരാനിരിക്കുന്ന ഒച്ചയെക്കുറിച്ചുള്ള ഭയം ചുറ്റുപാടും തങ്ങിനിൽക്കുന്നതുപോലെ. അച്ചു അതൊന്നും ഗൗനിച്ചില്ല. ഒരു കണ്ണില്ലാത്തതുകൊണ്ട് അയാൾ നോക്കുമ്പോഴെല്ലാം ആരേയോ ഉന്നംവയ്ക്കുകയാണെന്ന് എനിക്കു തോന്നിയിരുന്നു. ചില്ലുഭരണിയുമായി അയാളുടെ മുറിയുടെ മുറ്റം കടന്നുപോകുമ്പോൾ ഞാൻ അയാളെ നോക്കാതിരിക്കാൻ ശ്രദ്ധിച്ചു. ഭരണിയിൽ സൂക്ഷിച്ച മീനിനെ നോക്കുമ്പോഴെല്ലാം എനിക്ക് അച്ചുവിൻെറ ഒറ്റക്കണ്ണാണ് ഓർമ്മ വന്നിരുന്നത്. മീനുകളെപ്പോലെത്തന്നെ അയാളും ഒരിക്കലും ചിരിച്ചുകണ്ടിട്ടില്ല.

ചാരിയിട്ടിരുന്ന ഇരട്ടപ്പാളികളുള്ള വാതിൽ തുറന്ന് ഞാൻ വീട്ടിനുള്ളിൽ ഒരു മൂലയിലായി ആ ഭരണി വച്ചു. മീൻ അപ്പോഴും ജലോപരിതലത്തിൽ നിശ്ചലമായി നിൽക്കുകയായിരുന്നു. അതിൻെറ ചെകിളകൾ ചെറുതായി ഇളകിക്കൊണ്ടിരുന്നു. ചൂണ്ട കൊരുത്തതിൻെറ അടയാളം ചെകിളകൾക്കു താഴെ ഒരു നേരിയ വടുപോലെ ചുവന്നുകിടന്നു. ഇലക്കുമ്പിളിൽ ഉണ്ടായിരുന്ന, ചൂണ്ടലിനായി നീക്കിവച്ചിരുന്ന മണ്ണിരകൾ നുറുക്കി ഞാൻ വെള്ളത്തിലേക്കിട്ടു കൊടുത്തു. എന്നിട്ടും മീൻ അനങ്ങിയതേയില്ല. പുറത്ത് അച്ചു പൊട്ടിച്ച ഒരു പടക്കത്തിൻെറ മുഴക്കം അപ്പോൾ എന്നെ ഞെട്ടിച്ചു.

അതുതന്നെ, ആ ദിവസം: അതെങ്ങനെ മറക്കും? എത്രയോ മാസങ്ങൾക്കു ശേഷം എൻെറ അപ്പൻ അന്നു രാത്രിയിലാണ് വീട്ടിൽ തിരിച്ചെത്തിയത്.

നേരം നന്നേ ഇരുട്ടിയിരുന്നു. പന്തൽപണിയുടെ ക്ഷീണം കാരണം അമ്മച്ചി മുറിയുടെ ഒരു മൂലയിൽ ചുരുണ്ടുകൂടി കിടന്നു. അത്താഴം കഴിക്കുന്നതിനു മുമ്പായിരുന്നു അത്. മുനിഞ്ഞു കത്തിയിരുന്ന ഒരു ബൾബിൽ നിന്നുമുള്ള പ്രകാശം ആ മുറിയിൽ തീരെ മതിയാവുന്നില്ലെന്നു തോന്നിച്ചു. ഇരുട്ടു വിട്ടുപോകാൻ മടിച്ചിരുന്നു. മുഷിഞ്ഞ ചുവരിൽ ചാരി ഒന്നും മിണ്ടാതെ, തോറ്റവൻെറ നിഴൽ പോലെ ഞാനിരുന്നു. ചില്ലുഭരണിയിലേക്കു നോക്കാൻ ഞാൻ മടിച്ചു.

അപ്പോൾ കതകിൽ മുട്ടുകേട്ടു. രണ്ടോ മൂന്നോ തവണ അത് ആവർത്തിച്ചപ്പോൾ ഞാൻ ചെന്ന് തിണ്ണയിൽ കയറി വാതിലിൻെറ കൊളുത്ത് വിടുവിച്ച് പാളികൾ തുറന്നു. അരണ്ട വെളിച്ചത്തിൽ കണ്ട നീണ്ടു നിവർന്ന മെലിഞ്ഞ ആ രൂപം അപ്പനാണെന്ന് എനിക്ക് പെട്ടെന്നു തന്നെ മനസിലായി. മീശ വച്ചിട്ടും നെറ്റിയിൽ ഇരട്ടമുറിവുകളുടെ കലയുണ്ടായിരുന്നിട്ടും അപ്പന് എൻെറ ഛായയുണ്ടായിരുന്നു. എന്നാലും ആ കണ്ണുകൾ കുഴിഞ്ഞ് ഉള്ളിലേക്കു പോയിരുന്നു. മുടി കോതിയൊതുക്കിയിരുന്നില്ല. പാതിവച്ചു പൊട്ടിപ്പോയ മുൻനിരയിലെ പല്ലുകൾ കാട്ടി ചിരിച്ചുകൊണ്ട് അപ്പൻ എന്നോടു പറഞ്ഞു. "നീയങ്ങു പൊങ്ങുന്നില്ലല്ലോടാ.

ഒരുമാതിരി കാര പിടിച്ചപോലെ.'' വരണ്ടതും ഈണം ഒട്ടുമില്ലാത്തതുമായ ഒരു ശബ്ദമായിരുന്നു അപ്പൻേറത്. അതു മറ്റേതോ ശരീരത്തിൽ നിന്നും പുറപ്പെടുന്നതായി എനിക്കു തോന്നി. ഞാൻ ഒന്നും പറഞ്ഞില്ല. അപ്പുറത്തെ മുറിയിൽ നിന്നും ആരോ ചുമച്ചു കാറിത്തുപ്പുന്നതിൻെറ ഒച്ച കേട്ടു. അപ്പൻ അകത്തുവന്നപ്പോൾമുതൽ മുറിയിൽ ചാരായം മണത്തു.

എൻെറ അപ്പൻ ഒരു കള്ളനായിരുന്നു. അക്കാര്യം തുറന്നുപറയുന്നതിൽ എനിക്കൊരു വിഷമവും തോന്നുന്നില്ല. ലൈൻ മുറിയിലെ ഞങ്ങളുടെ അയൽക്കാർക്കുപോലും അതറിയുന്ന കാര്യമായിരുന്നല്ലോ. ടെലഫോൺകാരുടെ സാധനങ്ങൾ സൂക്ഷിക്കുന്ന ഒഴിഞ്ഞ പറമ്പിൽ കളിക്കാൻ വരുമ്പോൾ തോട്ടിൻകരയിലെ കന്നുകാലികളെ മേയ്ക്കുന്ന പിള്ളേർ അതുപറഞ്ഞ് എന്നെ പരിഹസിക്കും. ഞാനതു കണക്കാക്കിയില്ല. അവർ മറ്റാരേയോ കുറിച്ചു സംസാരിക്കുകയാണെന്നു ഞാൻ വിചാരിച്ചു. അപ്പനെക്കുറിച്ചു പറയുമ്പോഴൊന്നും എനിക്കൊന്നും തോന്നാറില്ലായിരുന്നു. ഏതോ സമയത്തു വീട്ടിൽ നിന്നും പുറപ്പെട്ടുപോയ അപ്പൻ അതുവരേക്കും എൻെറ ജീവിതത്തിൻെറ ഭാഗമായിരുന്നില്ല.

അപ്പൻെറ ശബ്ദം കേട്ടപ്പോൾ അമ്മച്ചി പെട്ടെന്ന് എഴുന്നേറ്റ് അങ്ങോട്ടു വന്നു. അവരുടെ ക്ഷീണിച്ച മുഖത്തെ ഭാവങ്ങൾ മുറിയിലെ നിഴലുകൾ പുരണ്ട വെളിച്ചത്തിൽ എനിക്കു വ്യക്തമായില്ല. ഏതായാലും അവർ കരഞ്ഞിരുന്നില്ലെന്ന് എനിക്കുറപ്പുണ്ട്. ആ മുഖത്തിന് ഒരിക്കലും സങ്കടങ്ങൾ പാകമായിരുന്നില്ല.

"വിട്ടോ?" അമ്മച്ചി തിരക്കി. അപ്പൻ ഇല്ലെന്ന് കണ്ണു ചിമ്മിക്കാണിക്കുന്നത് ഞാൻ കണ്ടു.

"പിന്നെ?"

"നാലു ദിവസം ആശുപത്രിയിലാരുന്നു. അവിടെ നിന്നും അവന്മാരു കാണാതെ മുങ്ങി." അപ്പൻ പറഞ്ഞു.

"തീർത്തേച്ചു വന്നാ മത്യാരുന്നില്ലേ?" അമ്മച്ചി ശബ്ദമുയർത്തിക്കൊണ്ടു ചോദിച്ചു. "ഇനി അവരു കിട്ടിയാ വെറുതെ വിടുവോ?"

ഒച്ചയെടുത്തു സംസാരിക്കരുതെന്ന് അപ്പൻ അമ്മച്ചിയോടു പറഞ്ഞു.

"അല്ലേല് രണ്ടു കൊല്ലം ഇനീം കെടക്കണം." അപ്പൻ തുടർന്നു.

"അവര് തെരക്കി ഇവിടെ വരില്ലേ?"

"അദിന് നാളെ വെളുപ്പിനു ഞാൻ പോവും"

"തിരിച്ചു ജയിലിലോട്ടോ?"

"ഏയ്. കൂപ്പിലൊരു പണി ശരിയാക്കിയിട്ടൊണ്ട്." അപ്പൻ പറഞ്ഞു.

"നിങ്ങളു പണിയെടുത്തു ജീവിക്കില്ല. അതെനിക്കറിയാം." അമ്മ അപ്പനെ വിശ്വസിച്ചിരുന്നില്ല. "ഇടികൊണ്ട് എല്ലു വല്ലതും ബാക്കിയുണ്ടോ ഇനി ആ ദേഹത്ത്?"

"നീ കണ്ടോ. ഇനി ഞാനാ പരിപാടി വിട്ടു."

"എവിടെച്ചെന്നാലും പോലീസുകാരു വരില്ലേ?"

"അവരു കണ്ടെങ്കിലല്ലേ?" അപ്പൻ പറഞ്ഞു. "കഴിഞ്ഞ തവണ ചെലര് ഒറ്റിയിട്ടാ എന്നെ കിട്ടിയത്. ഞാനിവിടെ വന്നുവെന്ന് നീയാരോടും പറയാൻ പോണ്ട." പിന്നെ എന്തോ ഓർത്തിട്ടെന്നവണ്ണം അപ്പൻ തിരിഞ്ഞ് എന്നെ നോക്കി "നീ പറയുവോടാ?" എന്നു ചോദിച്ചു. ഞാൻ മറുപടി പറഞ്ഞില്ല.

"ഇവനൊന്നും മിണ്ടത്തില്ലേടീ?" എന്നെ ചുഴിഞ്ഞു നോക്കിക്കൊണ്ട് അപ്പൻ അമ്മച്ചിയോടു ചോദിച്ചു.എനിക്കുള്ള ചോറ് വിളമ്പുന്നതിനിടയിൽ അമ്മച്ചി അതുകേട്ടില്ല.

ഞാൻ തലകുനിച്ചിരുന്ന് നിശ്ശബ്ദനായി ഭക്ഷണം കഴിച്ചു. എന്നെ ശ്രദ്ധിക്കുന്നില്ലെന്നു തോന്നുമ്പോൾ മാത്രം ഞാൻ അപ്പനെ പാളിനോക്കി. നിലത്ത് ഒരുവശത്തേക്ക് ചെരിഞ്ഞിരുന്നുകൊണ്ട് അപ്പൻ എന്നെ നോക്കുകയായിരുന്നു. ഞാൻ വല്ലാതായി. ചോറു വാരിത്തിന്നുന്നതിൻെറ തിടുക്കം കൊണ്ട് പാത്രത്തിൻെറ ചുറ്റുപാടും എച്ചിൽ നിറഞ്ഞിരുന്നു.

"ആ പാത്രത്തിലെന്താ?" അപ്പൻ അപ്പോഴാണ് മുറിയുടെ മൂലയ്ക്കിരുന്നിരുന്ന ആ വക്കു പൊട്ടിയ ചില്ലുഭരണി കാണുന്നത്. അമ്മച്ചി അതിലേക്കു നോക്കിയതല്ലാതെ ഒന്നും മറുപടി പറഞ്ഞില്ല.

"അതിലെന്താടാ?" അപ്പൻ കുറച്ചു നേരത്തിനുശേഷം എന്നോടു ചോദിച്ചു. താഴ്ന്ന ഒച്ചയിൽത്തന്നെയാണ് അപ്പോഴും അപ്പൻ സംസാരിച്ചിരുന്നത്.

"മീൻ" മടിച്ചു മടിച്ചുകൊണ്ട് ഞാൻ പറഞ്ഞു.

"മീനോ? അപ്പൻ കൈനീട്ടി ആ ചില്ലുപാത്രം എടുത്തു. പെട്ടെന്ന് എടുത്തതുകൊണ്ട് അതിൻെറയുള്ളിൽ നിന്നും പുറത്തേക്ക് കുറച്ചു വെള്ളം തുളുമ്പിപ്പോയി.

"ഇതു ചത്തല്ലോടാ." അപ്പൻ കളിമട്ടിൽ പറഞ്ഞു.

ഞാൻ നോക്കുമ്പോൾ ആ മീൻ മലർന്നുകിടക്കുകയായിരുന്നു. അതു ചെറുതായി വീർത്തിട്ടുണ്ടെന്ന് എനിക്കു തോന്നി. അടർന്നു കിടന്ന കണ്ണിലെ വെളിച്ചം കെട്ടുപോയിരിക്കുന്നു.

"ഇതെവിടന്നു കിട്ടിയടാ ഈ ചിണുങ്ങുമീനിനെ?" അപ്പൻ ചിരിക്കുമ്പോൾ മുൻനിരയിലെ പൊട്ടിയ പല്ലുകൾ വീണ്ടും ഞാൻ കണ്ടു.

"തോട്ടില് ചൂണ്ടയിട്ടതാ." ഞാൻ പറഞ്ഞു.

കാലത്തുമുതൽ ആ മീൻ എന്നോടൊപ്പമുണ്ടായിരുന്നുവെന്ന് ഞാനോർത്തു. അതു ചത്തുപോയതിൽ എനിക്കു വല്ലാതെ വിഷമം തോന്നി.

"തോട്ടില് മീനുണ്ടോടീ?" അപ്പൻ അമ്മച്ചിയോടു ചോദിച്ചു.

"എനിക്കെങ്ങനെ അറിയും?" അമ്മച്ചി കയർത്തു. "അതൊക്കെ നോക്കാൻ നടന്നാൽ ഇവിടെ അടുപ്പു പൊകയുവോ?"

അപ്പൻ കുറച്ചു നേരത്തേക്ക് ഒന്നും പറഞ്ഞില്ല. പതുക്കെ നിലത്തു നിന്നും എഴുന്നേററു. അടുത്ത ഏതോ മുറിയിൽ നിന്നും ഉണക്കമീൻ

ചുടുന്നതിന്റെ രൂക്ഷഗന്ധം അനുഭവപ്പെട്ടു. അപ്പൻ ചുവരിനോടു ചേർന്നു നിന്ന് മൂക്കു വിടർത്തി മണം പിടിക്കുന്നതു കണ്ടു.

"ഒരു പണിയൊണ്ട്." അപ്പൻ എഴുന്നേററ് അമ്മച്ചിയോടു ചോദിച്ചു. "ഇവിടെ കൊറച്ച് കറൻറുവയറെടുക്കാനുണ്ടോടീ?"

അമ്മച്ചി ഒന്നും പറയാതെ ഞാൻ കഴിച്ച പാത്രവുമെടുത്തു പുറകിലോട്ടു പോയി.

അപ്പോൾ പുറത്തുനിന്നും പടക്കം പൊട്ടുന്ന ഒച്ചകേട്ടു.

"ഇതാരാടാ ഇപ്പോ പടക്കം കാച്ചുന്നത്?" അപ്പൻ ഒരു പുച്ഛഭാവത്തിൽ ചോദിച്ചു.

"അച്ചു" ഞാൻ പതുക്കെ പറഞ്ഞു.

"അച്ചുവോ? ഏതച്ചു? ഓ, ആ ഒറ്റക്കണ്ണൻ!" അപ്പൻ നിസ്സാര ഭാവത്തിൽ പറഞ്ഞു. "അവനൊന്നും ഇപ്പോഴും ചത്തിട്ടില്ലേ? പറഞ്ഞേക്ക്, ഇനിയൊരു പടക്കം പൊട്ടിച്ചാൽ അവന്റെ പീസു ഞാനൂരും."

അച്ചുവിനെ എനിക്കു പേടിയായിരുന്നു. അയാളെക്കുറിച്ച് അപ്പൻ ഒന്നുമില്ലെന്ന മട്ടിൽ പറയുന്നതു കേട്ടപ്പോൾ എനിക്കത്ഭുതം തോന്നി.

"ഓ, അച്ചു. അതുതന്നെ. അവൻറടുത്തു കാണും." അപ്പൻ ആലോചിച്ചു. "നീ ചെന്ന് അവനോടൊന്നു പറ, കുറച്ചു കറൻറു വയറു തരാൻ." പിന്നെ അതീവരഹസ്യമായി എന്റെ കാതിൽ പറഞ്ഞു. "എനിക്കു വേണ്ടിയിട്ടാണെന്നു പറഞ്ഞോ. പെഴയാണേലും അവൻ പാവമാ. ആരോടും പറയില്ല."

മടിച്ചു മടിച്ച്, ഒട്ടൊരു പേടിയോടെ ഞാൻ അച്ചുവിന്റെ മുറിയുടെ വാതിൽക്കൽ മുട്ടി.

അയാളുടെ മുറിയുടെ വാതിൽ തുറന്നപ്പോൾ മണ്ണെണ്ണവിളക്കിൽ നിന്നുള്ള കരിമ്പുകയുടേയും പടക്കത്തിന്റെ ഓലയുടേയും കരിമരുന്നിൻേറയും ഒരു മിശ്രഗന്ധം എനിക്കനുഭവപ്പെട്ടു. പടക്കങ്ങൾ മിക്കവാറും തീരാറായിരുന്നു. ഒഴിഞ്ഞ സഞ്ചി വെറുംനിലത്ത് മഴ നനഞ്ഞ മൃഗത്തെപ്പോലെ തളർന്നുകിടന്നു.

ഉന്നംവയ്ക്കുന്നതുപോലെ അച്ചു ഒറ്റക്കണ്ണുകൊണ്ട് എന്നെ നോക്കി. അയാൾ അപ്പോഴും കിതയ്ക്കുന്നുണ്ടായിരുന്നു. അപ്പൻ ആവശ്യപ്പെട്ടതുപോലെ കറന്റുവയർ വേണമെന്ന് ഞാൻ പറഞ്ഞു.

"ഓ, മാത്തുക്കുട്ടി വന്നിട്ടുണ്ടോ?" അതിശയമൊന്നുമില്ലാതെ അങ്ങനെ ചോദിച്ചുകൊണ്ട് അയാൾ ഉള്ളിലേക്കുപോയി അല്പസമയത്തിനുശേഷം ഇരട്ടച്ചുറ്റുള്ള ഒരു ചുരുൾ വയറുമായി തിരിച്ചുവന്ന് എന്നെ അതേൽപ്പിച്ചു.

അച്ചുവിന്റെ കയ്യിലില്ലാത്ത സാധനങ്ങളില്ല. അപ്പൻ ആഹ്ലാദത്തോടെ പറഞ്ഞു. "നേരു പറഞ്ഞാൽ അവന് രണ്ടു കണ്ണിന്റെ ആവശ്യമില്ല."

"ഈ രാത്രി ഇപ്പോ മീൻ പിടിക്കാൻ പോവ്യാണോ?" അമ്മച്ചി ദേഷ്യത്തോടെ ചോദിച്ചു.

"നീയ് വാതില് ചാരിക്കോ. ഞാനിപ്പോത്തന്നെ വരും." അപ്പൻ പിന്നെ എൻെറ നേർക്കു തിരിഞ്ഞു കൊണ്ടു ചോദിച്ചു. "മേലാമ്മുറിക്കാരുടെ മോട്ടോറുപുര ഇപ്പോഴും തോട്ടുവക്കത്തില്ലേടാ?"

ഉണ്ടെന്നു ഞാൻ തലയാട്ടി.

"മേലാമ്മുറി പാപ്പച്ചൻ എന്നും തെങ്ങു നനയ്ക്കുന്നില്ലേടാ?"

ഉണ്ടെന്നു വീണ്ടും ഞാൻ തലയാട്ടി.

മേലാമ്മുറി പാപ്പച്ചൻ കവുങ്ങും തെങ്ങും നനയ്ക്കാനായി കാലത്ത് മോട്ടോർ പ്രവർത്തിപ്പിക്കുന്നതിൻെറ ഒച്ച കേട്ടുകൊണ്ടാണ് ഞാൻ ഉറക്കമുണർന്നിരുന്നത്.

"നല്ല വെളവുള്ള തെങ്ങുകണ്ടാ എനിക്കങ്ങു കയ്യും കാലും തരിക്കും. അതാ എൻെറാരു കൊഴപ്പം." വാതിൽ ചാരി പുറത്തിറങ്ങുമ്പോൾ അപ്പൻ സ്വയം പറഞ്ഞു.

അപ്പൻ പോയി കുറച്ചുകഴിഞ്ഞപ്പോൾ എന്തോ പെട്ടെന്ന് ഓർമ്മ വന്നതുപോലെ ഒറ്റക്കണ്ണുള്ള അച്ചു രണ്ടു പടക്കങ്ങൾ തുടർച്ചയായി പൊട്ടിച്ചു. അതിൻെറ ഒച്ചയിൽ ലൈൻ മുറിയുടെ ചുവരുകൾ അപ്പാടെ വിറയ്ക്കുന്നതു പോലെയുണ്ടായിരുന്നു. ചില്ലുഭരണിയിൽ മലർന്നു കിടന്നിരുന്ന ചത്ത മീനിൻെറ ചെകിളകൾ പോലും ചലിക്കുന്നുണ്ടെന്ന് എനിക്കു സംശയം തോന്നി.

"ആ വഴിക്കു പോയി, കാലൻ. കാത്തിരുന്ന എന്നെ പറയണം. രാത്രികക്കാൻ പോയതാവും." പിറ്റേന്നു കാലത്ത് അമ്മച്ചി രോഷത്തോടെ പറഞ്ഞു. "കർത്താവേ, എനിക്കിതാ പിടികിട്ടാത്തത്, ഇയാളിപ്പോ ഇന്നലെ എന്നെ പട്ടിണിക്കിടാൻ വന്നതാരുന്നോ?"

ഭരണിയിലെ മീനിനെ അമ്മച്ചി ഒരു ചാലിലേക്ക് ഒഴുക്കിക്കളഞ്ഞു. ചൂണ്ടയും കമ്പും തലേന്നാൾ തോട്ടിൻകരയിൽ നിന്നും എടുക്കാൻ മറന്നത് എനിക്കിപ്പോൾ ഓർമ്മ വന്നു.

പുണ്യവാളൻെറ തിരുനാളിൻെറ വൈകുന്നേരം പള്ളിയിൽ നിന്നുള്ള അമ്പുകളിലൊന്ന് തോട്ടുവക്കത്തുകൂടെ കടന്നുപോയി. വെളുത്ത ഉടുപ്പുകളും ചുവന്ന ശീലകൊണ്ടുള്ള തൊപ്പികളും അണിഞ്ഞ കുറച്ചുപേർ ഉച്ചത്തിൽ ബാൻറു വായിക്കുന്നുണ്ടായിരുന്നു. സിനിമാക്കൊട്ടകകളിൽ നിന്നും കേൾക്കാറുള്ള പാട്ടുകളുടെ ഈണങ്ങൾ ഞങ്ങൾ ആ ബാൻറുകളിൽ നിന്നും കേട്ടു. ലൈൻ മുറികളിലെ പിള്ളേർ ആ പാട്ടുകൾക്കൊപ്പം തെറ്റിയ താളത്തിൽ ചാടിക്കളിച്ചു. ഏറ്റവും മുന്നിലായി പലനിറങ്ങളിലുമുള്ള വലിയ പട്ടുകുടകൾ പിടിച്ച് മുതിർന്ന കുട്ടികൾ നടന്നു. തൊട്ടുവക്കത്തുനിന്നും ഇറങ്ങി ലൈൻമുറികൾക്കു മുമ്പിലെത്തിയപ്പോൾ രണ്ടുപേർ കയ്യിൽപ്പിടിച്ച് ചുവന്ന നിറത്തിലുള്ള മാലപ്പടക്കങ്ങൾ പൊട്ടിച്ചു. ഒന്നുകഴിയുമ്പോൾ മറ്റൊന്ന്. പടക്കങ്ങളുടെ ഇണമുറിയാത്ത മിന്നലും ഒച്ചയും ഒരിക്കലും തീരുകയില്ലെന്നു തോന്നി. പടക്കം കത്തിക്കയറുമ്പോൾ ലൈൻ മുറികളുടെ അറ്റത്തുനിന്നും അച്ചു ഒറ്റക്കണ്ണുകൊണ്ടു പാളിനോക്കുന്നത് ഞാൻ അഴികളിലൂടെ കണ്ടു. എല്ലാം തീർന്നപ്പോൾ

വല്ലാത്തൊരു നിശ്ശബ്ദത അവിടെ വ്യാപിച്ചു. ചുറ്റുപാടും മറ്റൊന്നും കാണാനാകാത്തവിധം വെളുത്ത പുക നിറഞ്ഞിരുന്നു. തെല്ലു കഴിഞ്ഞപ്പോൾ മൗനത്തെ മുറിച്ചുകൊണ്ട് ഒരു ചെറിയ കുട്ടി ദുർബലമായ ശബ്ദത്തിൽ പീപ്പിവിളിച്ചു.

പള്ളിയിൽ ചെന്നാൽ ഇതുപോലെ പല ദേശങ്ങളിൽ നിന്നും വരുന്ന അമ്പുകളുണ്ടാവും. അമ്മച്ചി നിർബ്ബന്ധിച്ചിട്ടും ഞാൻ പോയില്ല.

പിറ്റേന്ന് പകൽ രണ്ടു പോലീസുകാർ എല്ലാ ലൈൻ മുറികളിലും കയറിയിറങ്ങി. രൂക്ഷമായി ഒന്നു നോക്കിയതല്ലാതെ എന്നോട് അവരൊന്നും ചോദിച്ചില്ല. ചുരുട്ടിവച്ച പായകളിൽ ഒരാൾ തന്റെ വടികൊണ്ട് കുത്തി പരിശോധിച്ചു. അവർ കാഴ്ചയിൽ നിന്നും നടന്നുമറയുന്നതുവരെ അച്ചു ഒളിച്ചു നോക്കുന്നതു കാണാമായിരുന്നു.

തിരുനാളിൻെറ മൂന്നാമത്തെ ദിവസം തോട്ടിലെ കൈതപ്പടർപ്പുകൾക്കുള്ളിൽ നിന്നും അപ്പൻെറ ശവം പൊന്തി. ആളുകൾ ചേർന്ന് അതു കരയ്ക്കു കയറ്റിയിട്ടു. കരയിലെ നനഞ്ഞ മണ്ണിൽ ഒരു വശം ചെരിഞ്ഞ് ചെളിപറ്റിയ ഒരു വമ്പൻ മീനിനെപ്പോലെ അതുകിടന്നു. വെള്ളം കുടിച്ചിട്ടാവണം ആ ശരീരം വല്ലാതെ വീർത്തിരുന്നു. കരിഞ്ഞ കറൻറുവയറുകൾ ആ കഴുത്തിൽ പാമ്പിനെപ്പോലെ പിണഞ്ഞു കിടപ്പുണ്ടായിരുന്നു. കൈതമുള്ളുകൾ കൊണ്ടു പറ്റിയ കാലിലെ മുറിവുകൾക്ക് അഴുകിയ മാംസത്തിൻെറ വിളർത്ത നിറമായിരുന്നു.

ഞാൻ അപ്പൻെറ അരികിലേക്കു പോയില്ല. അപ്പൻെറ കണ്ണുകൾ മീനുകൾ കൊത്തിമാറ്റിയിട്ടുണ്ടാവുമെന്ന് ഞാൻ ഭയന്നു.

ഇടത്താവളം

സിതാര എസ്

ഹന്ന ലെബനീസ് പെണ്ണ് എന്നോട് സംസാരിക്കുകയായിരുന്നു. ഈ ലോകത്ത് അവളുടെ ശബ്ദം മാത്രമേ ബാക്കിയുള്ളൂ എന്ന മട്ടിൽ ഞാൻ കേട്ടിരിക്കുകയും ചെയ്തു. ഞങ്ങൾക്കിടയിൽ എന്റെ ഭർത്താവ് ഗനിയും അവളുടെ കൂട്ടുകാരനായ മർവാനും അവരുടേതായ ഒരു ലോകത്തിലിരുന്ന് ഗാവക്കപ്പുകൾ മൊത്തി. വിശാലമായ വിരുന്നുമുറിയിലെ തൂക്കുവിളക്കിൽനിന്നും മയക്കമാർന്ന മഞ്ഞ ഞങ്ങൾക്കിടയിലേക്ക് പ്രസരിച്ചുകൊണ്ടിരുന്നു.

ഹന്ന മുമ്പ് ഒരു പോർണോ താരമായിരുന്നു എന്നറിഞ്ഞശേഷമാണ് എനിക്ക് അവളെ പരിചയപ്പെടാനുള്ള ആഗ്രഹം കലശലായത്. പ്രണയത്തിനുവേണ്ടി അവൾ ലൈംഗികചാനലുകളിലെ സ്വയം പ്രദർശനങ്ങളും അതുകൊണ്ടുള്ള പണവും പ്രശസ്തിയും ഉപേക്ഷിച്ചു എന്നതുകൊണ്ടോ, തന്റെ സുഹൃത്ത് മർവാനോടുള്ള അടുപ്പംകൊണ്ടോ, അവരെ ഒരു രാത്രി വിരുന്നിനുവിളിക്കാനുള്ള എന്റെ നിർദേശത്തെ ഗനി എതിർത്തില്ല.

ഞങ്ങളുടെ വേനൽക്കാല വസതിക്കരികെയുള്ള അനേകം സുഖവാസ കോട്ടേജുകളിലൊന്നിലായിരുന്നു അവരുടെ താമസം. അലസമായി വലിച്ചിട്ട മേൽക്കുപ്പായവും തുടുത്തുരുണ്ട മുഖവും തുറ

ന്നിട്ട ചെമ്പൻ മുടിച്ചുരുളുകളുമായി മർവാനോടൊപ്പം അവൾ വന്നുകയറിയപ്പോൾ ഞാൻ എന്റെ നാട്ടിലെ മലയോരസ്ത്രീകളെ ഓർത്തു. അവരെ സ്വാഗതം ചെയ്യവേ എന്റെ ഉള്ളിൽ ഒരു ചിരി ഇടറി. ഏതൊരു യാത്രക്കിടെയും ഞങ്ങൾ പഹാഡികൾ അവരുടെ ചോരയുടെ പാരമ്പര്യങ്ങളെ തേടിക്കൊണ്ടിരിക്കും.

കൊടുമുടികളിലെ മഴപോലെ ഹന്ന പെയ്തുകൊണ്ടിരുന്നു. അവൾ എന്തൊക്കെ പറഞ്ഞു എന്ന് ഞാനോർക്കുന്നില്ല. പക്ഷേ രൂപമില്ലാത്ത ഓരോ വാക്കുകളിലും എന്നെ പിടിച്ചുലച്ച എന്തോ ഉണ്ടായിരുന്നു. "ഇന്ത്യയിലെ നിങ്ങളുടെ വീടിനെ ഓർക്കുകയാണോ" എന്ന പൊടുന്നനെയുള്ള അവളുടെ ചോദ്യത്തിൽ ഞെട്ടിയുണരുംവരെ, ഇടിമിന്നലോടുകൂടിയുള്ള അതേ മഴ എന്നിൽ തിമിർത്തുകൊണ്ടിരുന്നു.

ഞാൻ തളർച്ചയോടെ പുഞ്ചിരിച്ചു. സിംലയിലെ എന്റെ വീടും അതിന്റെ മങ്ങിയ പുകക്കുഴലും ഇരുണ്ട കൽപ്പാളികൾ അടുക്കിവച്ച അതിരുകളും അഗ്രംകൂർത്ത ചെടികൾ കടുംപച്ചയിൽ നിറഞ്ഞ തോട്ടവും വിഭ്രമിപ്പിക്കുന്ന മുറിയൻ ദൃശ്യങ്ങളാണ് മനസിലിപ്പോൾ.

"വിവാഹം കഴിച്ചിവിടെ വന്നിട്ട് നിങ്ങൾക്ക് സന്തോഷം തന്നെയല്ലേ" എന്ന് അവൾ വീണ്ടും ചോദിച്ചു. ഞാൻ ഗനിയെ നോക്കി. സിംലയിലെ ഒരു മഞ്ഞുപാർട്ടിയിൽവെച്ച് എന്നിൽ പ്രണയം നിറച്ച അയാളുടെ ഇരുണ്ട കണ്ണുകൾ ഇപ്പോഴും അതേപോലെ തീക്ഷ്ണമാണ് എന്നു ഞാൻ കണ്ടു. ആ തീക്ഷ്ണത താങ്ങുവാനാകാതെ ഞാൻ ക്ഷീണിതയായി കണ്ണുകൾ പൂട്ടി.

മുംബൈയിൽ പഠനത്തിനായി വന്നതായിരുന്നു ഗനി. സിംലയിലേക്കുള്ള ഉല്ലാസയാത്രക്കിടയിലെ വെറുമൊരു ആകർഷണം എന്നു ഞാൻ ആദ്യം കരുതിയ അയാളുടെ സ്നേഹം എന്നെക്കൊണ്ട് എന്റെ മാതാപിതാക്കളെയും വീടിനെയും ഉപേക്ഷിപ്പിച്ചു. വിവാഹം രജിസ്റ്റർ ചെയ്ത് മതിയായ രേഖകൾ തയാറാക്കി അയാൾ എന്നെ അയാളുടെ രാജ്യത്തിലേക്ക് കൊണ്ടുവന്നു.

കറുത്ത മേൽവസ്ത്രവും മുഖപടവും അസ്വസ്ഥതയോടെ ധരിച്ച് ഞാൻ അയാളുടെ നഗരത്തിൽ വന്നിറങ്ങി. "ഞങ്ങളുടെ നാട്ടിൽ നവവധുവിന്റെ ഗൃഹപ്രവേശം ഇങ്ങനെയല്ല", എന്ന് ഞാൻ കളിയായി പറഞ്ഞപ്പോൾ മറുപടിയായി അയാൾ ചിരിച്ചില്ല. എന്റെ ഉള്ള് മങ്ങി. ആ ഒരു ചിരി എനിക്ക് വളരെ ആവശ്യമായിരുന്നു.

ഞങ്ങളാദ്യം ചെന്നത് നഗരമധ്യത്തിലെ അയാളുടെ അപ്പാർട്ടുമെന്റിലേക്കാണ്. അയാളുടെ അകന്ന ചില സഹോദരിമാർ ചോക്ലേറ്റ് ടിന്നുകളും മധുരപലഹാരങ്ങളുമായി എന്നെ കാണാനെത്തി. മുറിയിൽ എന്നോട് സംസാരിച്ചിരിക്കെ, ഇടനാഴിക്കപ്പുറം ഗനിയുടെ സ്വരം കേട്ട് അവർ ധിറുതിയിൽ മൂടുപടം താഴ്ത്തിയിടുന്നത് ഞാൻ അതിശയത്തോടെയും കൗതുകത്തോടെയും കണ്ടു.

പൊട്ടിച്ചിരികളും സൂര്യപ്രകാശവുമില്ലാത്ത പുതിയലോകത്തിൽ തനിച്ചിരുന്ന് ഞാൻ ഇരുണ്ട മണ്ണുപുതഞ്ഞ താഴ്വരകളേയും മഞ്ഞുക

ണങ്ങൾ തങ്ങിനിൽക്കുന്ന സെഡാർവൃക്ഷങ്ങളേയും മിനുത്ത കല്ലുകൾ അടുക്കിവെച്ചുയർത്തിയ തണുത്ത മതിൽവഴികളെയും ഓർക്കാൻ ശ്രമിച്ചു. ക്രമേണ ഓർമയിൽനിന്നും അവയും മാഞ്ഞുപോയി. പകച്ച മനസുമായി മുറിയിൽ വെറുതേയിരുന്ന ഒരു വൈകുന്നേരം ഗനി വന്നു പറഞ്ഞു: "ബാഗുകൾ പായ്ക്കുചെയ്തോളൂ, നമ്മൾ എന്റെ പഴയ കുടുംബവീട്ടിലേക്ക് പോകുന്നു."

ഇവിടത്തെയീ കൊച്ചുപട്ടണത്തിൽ വന്നിറങ്ങിയ അന്ന് മുന്നിലെങ്ങും ഇളവെയിലായിരുന്നു. എയർപോർട്ടിൽ ഞങ്ങളെ കാത്തുനിന്നിരുന്ന ചെറുപ്പക്കാരനായ ഡ്രൈവറുടെ കണ്ണുകളുമായി എന്റെ നോട്ടം ആദ്യം ഇടഞ്ഞു. ആദിൽ എന്നാണ് അയാളുടെ പേര് എന്ന് ഗനിയും അയാളും തമ്മിലുള്ള സംസാരത്തിൽനിന്ന് എനിക്ക് മനസിലായി. അയാളുടെ മുറിഞ്ഞ അറബി കേട്ടുകൊണ്ട് ഞാൻ കാറിൽ പുറത്തേക്കുനോക്കിയിരുന്നു. എനിക്ക് വിശ്വസിക്കാൻ കഴിഞ്ഞില്ല. വഴിക്കിരുവശവും കൊടുമുടികൾ ഉയർന്നു വരാൻ തുടങ്ങിയിരുന്നു. കാഴ്ചയെത്തുന്നിടത്തോളവും മലകൾ. ഓരോന്നിലും വീണുകിടക്കുന്ന അതിന്റെ തന്നെ നിഴൽ. ചിലതിന്റെ അഗ്രങ്ങളിൽ സൂര്യവെളിച്ചത്തിന്റെ തിളങ്ങുന്ന സ്വർണം. ചിലതിന് ഉണങ്ങിയ തവിട്ടുനിറം. മറ്റു ചിലതിൽ നനവോടെ തെളിയുന്ന മിനുത്ത പച്ച. ചിലവയിൽ പൗരാണികമായ ഓർമകളുണർത്തിക്കൊണ്ട് പരന്നുകിടക്കുന്ന കൽക്കൂമ്പാരങ്ങൾ. പൊടുന്നനെ, എല്ലാ കാഴ്ചകളേയും മറച്ചുകൊണ്ട് വെയിലിനിടയിലൂടെ മഞ്ഞുകട്ടകൾ ഒഴുകി വന്നു. ഞാൻ അതിശയത്തോടെ ഗനിയെ നോക്കി. ഇത്തരം മായക്കാഴ്ചകൾ ഇവിടെ സ്ഥിരമാണ്, ഗനി ചിരിച്ചു. മാസങ്ങൾക്കുശേഷം എന്റെ മനസ്സ് തുടിച്ചു പൊന്തി. എന്റെ എല്ലാ വിഭ്രമങ്ങളേയും അലിയിച്ചുകൊണ്ട് മഞ്ഞിന്റെ ഉരുണ്ട കുഞ്ഞുങ്ങൾ ഇരുണ്ട മണ്ണിലേക്ക് ജലമായി അമർന്നു.

വിജനമായ സ്ഥലങ്ങളിലൂടെ കിതച്ചുകിതച്ചു നീങ്ങിയ ഒറ്റവരിപ്പാത ചെറിയൊരു മരഗേറ്റിനരികെ അവസാനിച്ചിരുന്നു. കൽക്കഷണങ്ങൾ ചേർത്തുവെച്ചുണ്ടാക്കിയ മതിലിനുള്ളിൽ തലയെടുപ്പോടെ നിൽക്കുന്ന ഗനിയുടെ കുടുംബവീടിനെ ഞാൻ ഗൃഹാതുരതയോടെ നോക്കി. കല്ലുകൾ കൊണ്ടുതന്നെ പണിതുയർത്തിയ പുരാതനമായ ചുമരുകളിൽ അലിയാതെ ബാക്കിയായ മഞ്ഞുപൊടികളുടെ വെളുപ്പ് പറ്റിക്കിടന്നു. മങ്ങിയ പുകക്കുഴലിന്റെ അഗ്രങ്ങളിലൂടെ ചാരനിറത്തിലുള്ള ആവി നൃത്തം ചെയ്തുയർന്നു. മരുഭൂമികളുടെ നാട്ടിലാണ് എന്നു തോന്നിപ്പിക്കാതെ, മണലിന്റെയും പൊടിയുടെയും കിരുകിരുപ്പില്ലാത്ത കാറ്റ് ഉലയുന്ന ജാലകവിരികളിൽ സ്നേഹം നിറച്ചുകൊണ്ടിരുന്നു. ഞാൻ ഗനിയെ നന്ദിയോടെ നോക്കി.

കുറച്ചു ദിവസങ്ങൾക്കു മുമ്പാണ് ലെബനണിൽ വിദ്യാർഥിയായിരുന്ന തന്റെ സുഹൃത്ത് മർവാനെയും അയാളോടൊപ്പം ഓടിപ്പോന്ന അയാളുടെ പ്രണയിനിയെയും കുറിച്ച് ഗനി എന്നോട് പറഞ്ഞത്. ഹന്ന എന്ന പോർണോസ്റ്റാർ. എന്നെപ്പോലെ പ്രണയത്തിനുവേണ്ടി നാടുപേക്ഷിച്ചവൾ. എന്റെ മനസിൽ കൗതുകം നിറഞ്ഞു. എന്നെപ്പോലെ തന്നെ

യാണോ അവളും ചിന്തിക്കുന്നുണ്ടാവുക? എന്താണ് അവൾ സംസാരിക്കുക? എങ്ങനെയാണ് അവളുടെ മനസ്സ് അവൾ മറ്റുള്ളവരിലേക്ക് പകർത്തുക? "നിങ്ങളുടെ സുഹൃത്തിനെയും കൂട്ടുകാരിയെയും ഒരു രാത്രി വിരുന്നിന് ക്ഷണിക്കുക", ഞാൻ ഗനിയോടു പറഞ്ഞു. അങ്ങനെ അവൾ എന്റെ അരികിൽ വന്നെത്തി.

"നിങ്ങൾ ഒന്നും സംസാരിക്കുന്നതേയില്ല", ഹന്ന പറഞ്ഞു. ഞാൻ ചിരിച്ചു. "നിങ്ങൾക്ക് എന്റെ തൊഴിലെന്തായിരുന്നു എന്ന് അറിയാം അല്ലേ" – ഞാൻ പതർച്ചയോടെ അവളുടെ കൈയിൽ തൊട്ടു. അവൾ പൊട്ടിച്ചിരിച്ചു. രണ്ടു പുരുഷന്മാരും രാത്രിയുടെ തണുത്ത കാറ്റേൽക്കാനായി പുറത്തേക്കിറങ്ങിയിരുന്നു. "നിങ്ങൾക്കറിയുമോ", അവൾ തുടർന്നു, "ഞാൻ ഒരു ചാനലിൽ ലൈവ് ഫോൺ ഇൻ പരിപാടി ചെയ്തിരുന്നു. ഫോണിൽ വിളിച്ച് അശ്ലീലവർത്തമാനം പറയുന്ന പന്നിയുടെ മക്കൾക്കുവേണ്ടി ഞാൻ സീൽക്കാരശബ്ദങ്ങൾ പുറപ്പെടുവിക്കുകയും വികാരഭരിതയായഭിനയിച്ച് ഏതോ വലിയ കാര്യം ചെയ്യുംപോലെ തുണികൾ ഓരോന്നായി ഊരിയെറിയുകയും ചെയ്യും. മറ്റു ചിലപ്പോൾ കറുത്ത കാൽച്ചട്ടകൾ മാത്രം ദേഹത്തണിഞ്ഞ് കൂടെയുള്ളവരുടെ ഉണർച്ചക്കായി അവരെ ചാട്ടവാർ വീശിയടിക്കും; അടികൾ ഏറ്റുവാങ്ങും. ക്യാമറക്കുമുന്നിലുള്ള വേഴ്ചകളിൽ ജീവിതത്തിലിനിയൊരു സന്തോഷവും കിട്ടാനില്ലാത്തവളെപ്പോലെ ആർത്തലറും. എന്റെ ഓരോ അമർച്ചയിലും ഒളിഞ്ഞിരിക്കുന്നത് ഒരു നിലവിളിയോ അതോ പൊട്ടിച്ചിരിയോ എന്ന് എപ്പോഴും ഞാൻ സംശയിക്കും. ആ സമയത്താണ് ഞാൻ മർവാനെ കണ്ടുമുട്ടിയത്.

അവൾ അൽപ്പസമയം സംസാരം നിർത്തി. പിന്നെ കണ്ണുകളടച്ച് ചിരിച്ചു. ഇപ്പോൾ, അവന്റെ പ്രണയത്തിനിടെയും എനിക്ക് എന്റെ സീൽക്കാരങ്ങൾ ഓർമവരുന്നു. കിടപ്പറയിൽ എന്റെ ചലനങ്ങൾ അളന്നുമുറിച്ചവയാണ് എന്ന് അവൻ ഇന്നലെയും പറഞ്ഞു. ആലോചിച്ചുനോക്കൂ, നിങ്ങളെ പ്രണയിക്കുന്നവരും അല്ലാത്തവരും തമ്മിലുള്ള വേഴ്ചകളിൽ ഭയാനകമായ അന്തരമുണ്ട്. നിങ്ങളെ പ്രണയിക്കുന്നവർക്കൊപ്പം നിങ്ങൾ തികച്ചും അസ്വതന്ത്രയാണ്. അവരുടെ സന്തോഷത്തെക്കുറിച്ചുള്ള ആശങ്കകൾ നിങ്ങളുടെ കാലിടറിച്ചുകൊണ്ടിരിക്കും. തുടരൻ ടേക്കുകളും ഇടവേളകളും ഉത്തേജക ഔഷധങ്ങളുടെ ക്ഷീണവും അലോസരപ്പെടുത്തിയിരുന്നു എങ്കിലും മുഖങ്ങളില്ലാത്ത മുൻപങ്കാളികൾക്കൊപ്പം എനിക്ക് ഞാനാവാൻ പരിശ്രമിക്കേണ്ടിയിരുന്നില്ല. നിങ്ങൾക്ക് ഞാൻ പറയുന്നത് മനസിലാവുന്നുണ്ടോ? തിരിച്ചറിയലുകളുടെയും ആത്മനിന്ദയുടെയും ഭാരമമർന്നതായിരുന്നു എന്റെ കഴിഞ്ഞ കുറേ ദിവസങ്ങൾ. പക്ഷേ, ഇപ്പോൾ എനിക്ക് എല്ലാം വ്യക്തമാണ്. ഞാൻ മർവാനെ ഉപേക്ഷിച്ച് വീണ്ടും ലെബനോണിലേക്ക് പോകുന്നു. ഇന്നുരാത്രി അവനോട് ഞാൻ ഇക്കാര്യം പറയും.

ചെമ്പുനിറത്തിലുള്ള മുടിയിഴകളിൽ കൈവിരൽ ചുഴറ്റിക്കൊണ്ട് അവൾ നിലംപറ്റിയ സോഫയിലേക്ക് ചാരിക്കിടന്നു. പറഞ്ഞതൊക്കെ

ഞാൻ കേട്ടുവോ എന്നോ, അത് എന്നിൽ എന്തു പ്രതികരണമുണ്ടാക്കി എന്നോ അവൾ ശ്രദ്ധിച്ചുവെന്നു തോന്നിയില്ല. ഞാൻ അവളെ അടക്കി വയ്ക്കാനാഗ്രഹിക്കാത്ത അൽപ്പമൊരസൂയയോടെ നോക്കിക്കൊണ്ടിരുന്നു.

ഞങ്ങളുടെ നിശ്ശബ്ദതയിലേക്ക് തുറന്ന ചിരികളോടെ രണ്ടു പുരുഷന്മാരും കയറിവന്നു. ആതിഥ്യത്തിന് നന്ദിപറഞ്ഞ് മർവാൻ അവളെയുംകൂട്ടി പുറത്തിറങ്ങി. അവരെ യാത്രയാക്കുവാനായി ഗനിയും ഗേറ്റിനു വെളിയിലേക്കു നടന്നു.

പരിചാരികമാർ വിരുന്നുമുറി വൃത്തിയാക്കവെ, ഞാൻ മുകളിലെ ബാൽക്കണിയിലേക്കു പോയി. അന്തരീക്ഷത്തിൽ തണുപ്പായിരുന്നു. വീടിന്റെ ഒരുവശത്ത് പരന്നുകിടന്ന കൊടുമുടികളിൽ വിളറിയ ചാന്ദ്ര പ്രകാശം ചിതറിവീണുകൊണ്ടിരുന്നു. അതിനിടയിലൂടെ ക്ഷീണിച്ചുയർന്ന മൂടൽമഞ്ഞ് ഏകാന്തതയുടെ ആ ഒരൊറ്റക്കാഴ്ചയെ എന്റെ കണ്ണിൽനിന്നും മറച്ചുകൊണ്ടുമിരുന്നു. എന്റെ മനസിൽ വന്യമായ ചില ചിന്തകൾ നിറഞ്ഞു. ഗനിയെ ഉപേക്ഷിച്ച് ഹന്ന എന്ന പോർണോസ്റ്റാറിനൊപ്പം ലെബനോണിലേക്ക് ഞാനും പോവുകയാണെങ്കിലോ? ഞാൻ തലകുടഞ്ഞ് ചിരിച്ചു. എന്റെ കഥയ്ക്ക് അത്രയും നാടകീയമായ ഒരന്ത്യം ആവശ്യമില്ലായിരുന്നു.

താഴെനിന്നും ഒരു മൂളിപ്പാട്ടുകേട്ടു. ഞങ്ങളുടെ ഡ്രൈവർ ഗനിയുടെ വണ്ടി തുടച്ചു വൃത്തിയാക്കുകയായിരുന്നു. നേർത്ത വെളിച്ചത്തിലും അയാളുടെ കണ്ണുകൾ തിളങ്ങുന്നത് ഞാൻ കണ്ടു. അയാൾ മൂളിക്കൊണ്ടിരിക്കുന്നത് ഒരു ഉറുദു ഗസലാണ് എന്ന് ഒരു തിരിച്ചുകിട്ടലിന്റെ സന്തോഷത്തിൽ അറിയുകയും ചെയ്തു.

'ആദിൽ', ഞാൻ ഉറക്കെ വിളിച്ചു. 'പാട്ട് കൊള്ളാം'–അമ്പരപ്പോടെയും ലജ്ജയോടെയും അയാൾ തലയുയർത്തി. 'നന്ദി' അയാൾ ഉർദുവിൽത്തന്നെ പറഞ്ഞു. മൂടിയ തളികയിൽ അയാൾക്കുള്ള ഭക്ഷണവുമായി ഒരു പരിചാരിക പുറത്തെത്തി. അരിയും കോഴിയും ഒപ്പമിട്ട് പുഴുങ്ങിയ എരിവില്ലാത്ത അറബിച്ചോറ് തിണ്ണയിലെ സുപ്രയിലിരുന്ന് അയാൾ വാരിത്തിന്നുന്നത് ഞാൻ കണ്ടുനിന്നു. അയാൾക്ക് ഒരു ദിവസം മിർച്ചി ഗോഷ്ട് ഉണ്ടാക്കിക്കൊടുക്കണം, ഞാൻ വിചാരിച്ചു. കൊഴുത്ത ഇറച്ചിക്കറിയിൽനിന്നും എണ്ണ കിനിയുന്ന വലിയ മസാലമുളകുകൾ കണ്ണിൽ എരിവു നനച്ചുകൊണ്ട് അയാൾ രുചിയോടെ എടുത്തു കഴിക്കുന്നത് എനിക്ക് കാണുകയും വേണം. ഞാൻ ലാഘവത്തോടെ മുടിയിഴകൾ ഒതുക്കി. എന്റെ മനസിൽ കൊടുമുടികളിലെ മഴയോ ശാന്തരായ ഉരുണ്ട മഞ്ഞുകുഞ്ഞുങ്ങളോ ദൂരെയെവിടെയോ ഉണ്ട് എന്ന തോന്നൽമാത്രം ബാക്കിയാക്കിയ പഴയൊരു കല്ലുവീടോ അവശേഷിച്ചില്ല. എന്നെ രഹസ്യമായി ശ്രദ്ധിച്ചുകൊണ്ടിരുന്ന ആദിലിന്റെ ഇരുണ്ട കണ്ണുകളിലേക്ക് ഒരു തവണകൂടി നോക്കി ഒരു പുഞ്ചിരിയോടെ തിരിഞ്ഞുനടക്കുമ്പോൾ, ഏതൊരു പഹാഡിയേയും പോലെ എന്റെ ചോരയിലും അനേകായിരം മലകയറ്റങ്ങളുടെ നിഴൽ വീണുകിടപ്പുണ്ട് എന്ന് ഞാൻ അറിഞ്ഞു.

ആനന്ദമാർഗ്ഗം

ഉണ്ണി ആർ

"**നി**ങ്ങളെല്ലാം കൂടി ഇതെന്നാ ആലോചിക്കുന്നേ" – സ്റ്റാഫ് റൂമിലേക്ക് കയറിവന്ന പുരുഷോത്തമൻ ചോദിച്ചു.

"എന്റെ സാറേ, ഞങ്ങള് പെണ്ണുങ്ങൾക്കൊന്ന് ഒന്നിച്ചിരുന്ന് വർത്താനോം പറയാമ്മേലെന്നായോ?" കെമിസ്ട്രിയിലെ രാധാമണി തിരിച്ചു ചോദിച്ചു.

"പെണ്ണുങ്ങളോ! കെളവികളെന്നു പറ." വഷളൻചിരി ചിരിച്ചുകൊണ്ട് ഇംഗ്ലീഷ് ഡിപ്പാർട്ട്മെന്റിൽ പുതുതായി ചേർന്ന ആശാതോമസിനെ നോക്കിക്കൊണ്ട് പുരുഷോത്തമൻ പറഞ്ഞു. "ദേ, ഈ ടീച്ചറിനെ വേണമെങ്കിൽ പെണ്ണെന്നു വിളിച്ചോ."

ആശാതോമസ് എന്തുപറയണമെന്നറിയാതെ എല്ലാവരെയും നോക്കി. സ്റ്റാഫ് റൂമിന്റെ മൂലയിലുള്ള വാഷ്ബേസിനിൽ കാർക്കിച്ചു തുപ്പിയിട്ട് പുരുഷോത്തമൻ ഇറങ്ങിപ്പോയി. പോകുന്ന വഴിക്ക് കൈയിലിരുന്ന പുസ്തകം മേശയിലേക്ക് വലിച്ചെറിഞ്ഞു. ചോക്കിന്റെ പൊടി കുറച്ചു മുകളിലേക്ക് ഒന്നെത്തിനോക്കിയിട്ട് താഴേക്ക് പോന്നു.

"ഇയാളിപ്പോഴും ചെറുപ്പമാണെന്നാ വിചാരം. കഷണ്ടീം കേറി, കൊടവയറും ചാടി. ആനപ്പൂടപോലുള്ള നാലഞ്ചു മുടീല് ഡൈയും പൂശി എറങ്ങിയിരിക്കുവാ" – രാധാമണി പിറുപിറുത്തു.

"ഇന്നാളൊരു ദിവസം തൂപ്പുകാരി ശ്യാമളേടെടുത്തൂന്ന് നല്ല ചീത്ത കേട്ടു." ഫിസിക്സിലെ ആലീസുമ്മൻ പുരുഷോത്തമന്റെ പുസ്തകം ദൂരേക്ക് തട്ടിമാറ്റിയിട്ട് പറഞ്ഞു.

"അതെന്നാത്തിനാ?" മേശയിൽ ഒരു കൈകുത്തി ചാഞ്ഞുകിടന്നു കൊണ്ട് മലയാളത്തിലെ സുബൈദാ ബീഗം ചോദിച്ചു.

"അതെന്നതായാലും നമുക്കെന്നാ. അയാളോട് പോകാൻ പറ. നമുക്ക് നമ്മുടെ കാര്യം പറയാം" അത്രയും നേരം മിണ്ടാതിരുന്ന ദേവകി ടീച്ചറ് പറഞ്ഞു.

"നമ്മള് പെണ്ണുങ്ങള് മാത്രം പോവുന്നു. രാവിലെ പോയാല് വൈകീട്ടിങ്ങ് എത്താല്ലോ" രാധാമണി എല്ലാവരെയും നോക്കി. എല്ലാവരും സമ്മതമാണെന്ന് തലയാട്ടി.

"ഒരു ദിവസത്തേക്കാണെങ്കിൽ ഞാനില്ല. ദേവകിടീച്ചർ എടുത്തടിച്ച പോലെ പറഞ്ഞു.

"പിന്നെ?"

"ഒരു രാത്രി എവിടെയെങ്കിലുമൊക്കെ ഒന്നു തങ്ങി, ഉഷാറായിട്ട് വന്നില്ലെങ്കിൽപ്പിന്നെ എന്നാ ഒരു രസമുള്ളത്? ശനിയാഴ്ച രാവിലെ പോയിട്ട് ഞായറാഴ്ച വൈകീട്ടിങ്ങ് എത്തിയാൽപ്പോരേ?"

എല്ലാവരും മുഖത്തോടുമുഖം നോക്കി.

"അല്ല.... അപ്പം വീട്ടിലെക്കാര്യം.......?" ഫിസിക്സിലെ എലിസബത്ത് കോശി മടിച്ചുമടിച്ച് ചോദിച്ചു.

"എന്റെ ടീച്ചറേ, ഒരു ദിവസംകൊണ്ട് വീടിനെന്നാ പറ്റാനാ? അഥവാ പറ്റിയാലങ്ങോട്ട് പറ്റട്ടെ." ദേവകിടീച്ചറിന് ദേഷ്യംവന്നു.

"എന്റെ ദേവകീ ഞാനതല്ല പറഞ്ഞത്...." എലിസബത്ത് കോശി എന്തോ പറയാൻ തുടങ്ങിയപ്പോൾ ദേവകിടീച്ചർ പറഞ്ഞു:"ഞാൻ കോശി സാറിനെ വിളിച്ച് പറയണോ?"

വേണ്ട, വേണ്ട എന്നുംപറഞ്ഞ് എലിസബത്ത് കോശി താടിക്ക് കൈയും കൊടുത്തിരുന്നു.

"ദേ, ബെല്ലടിച്ചു. നാളെ ഉച്ചയ്ക്ക് ഒരു തീരുമാനം പറയണം. ഒരു ദിവസമാണെങ്കിൽ ഞാനില്ല." ദേവകിടീച്ചർ ക്ലാസിലേക്ക് പോകുംമുമ്പ് തീർത്തുപറഞ്ഞു.

പിറ്റേന്ന് ഉച്ചയ്ക്ക് ഊണുകഴിച്ചുകൊണ്ടിരിക്കുന്നതിനിടയിൽ പുരുഷോത്തമൻ ദേവകിടീച്ചറിനോട് ചോദിച്ചു: "മധ്യവയസ്കകളുടെ വിനോദയാത്രാ പരിപാടി എന്തായി?"

ദേവകിടീച്ചർ ചിരിച്ചുകൊണ്ട് പുരുഷോത്തമനെ അടുത്തേക്ക് വിളിച്ച് ചെവിയിൽ എന്തോ പറഞ്ഞു. പുരുഷോത്തമൻ അപ്പോൾത്തന്നെ പുറത്തേക്ക് പോവുകയും ചെയ്തു.

"ടീച്ചറ് പുരുഷോത്തമന്റെ തന്തയ്ക്കാണോ വിളിച്ചത്, അതോ തള്ളയ്ക്കോ?" ഡിപ്പാർട്ട്മെന്റ്ഹെഡ് മുറി പകുതിവെച്ച് മറച്ചിരുന്ന സ്ക്രീനിനപ്പുറത്തിരുന്ന് ചോദിച്ചു.

"ഏയ്, ഞാനൊരു ശ്ലോകം ചൊല്ലിക്കൊടുത്തതാ സാറേ." ദേവകി ടീച്ചർ ചിരിച്ചുകൊണ്ട് ഉറക്കെപ്പറഞ്ഞു.

മറ്റു ഡിപ്പാർട്ട്മെന്റുകളിൽ നിന്നുള്ള ടീച്ചർമാർ എത്തിയപ്പോൾ ഡിപ്പാർട്ട്മെന്റ് ഹെഡ് ഞാനിവിടെ ഇരിക്കുന്നില്ല എന്നുപറഞ്ഞ് ഇറങ്ങിപ്പോയി.

"എന്തു തീരുമാനിച്ചു?" കൈ കഴുകി വന്നിട്ട് ദേവകി ടീച്ചർ ചോദിച്ചു.

"ഇരുപത് പേരിൽ അഞ്ചുപേര് കാലുമാറി." എലിസബത്ത് കോശി നിരാശയോടെ പറഞ്ഞു. "അതിനെന്താ." ദേവകിടീച്ചറ് പറഞ്ഞു: "പതിനഞ്ച് പേരില്ലേ, അതുമതി. ലിസ്റ്റങ്ങ് എഴുത്."

പതിനഞ്ചുപേരുടെയും പേരെഴുതിക്കഴിഞ്ഞപ്പോൾ രാധാമണി പറഞ്ഞു: "ഏതായാലും നാൽപ്പത്തിയഞ്ചിനു മുകളിലുള്ളവരാ എല്ലാം. എന്തുപറ്റി, ചെറുപ്പക്കാരികളെ വിടാൻ ഭർത്താക്കന്മാർക്ക് പേടിയാണോ?"

"ആയിരിക്കും. നമ്മളെയാണെങ്കിൽ പിന്നെ ആർക്കും വേണ്ടല്ലോ." എലിസബത്ത് കോശി ചിരിച്ചുകൊണ്ട് പറഞ്ഞു.

"നമ്മളപ്പോൾ തേക്കടിക്ക് തന്നെയാണോ പോകുന്നത്?" ഉഷാദേവി ചോദിച്ചു.

"പിന്നല്ലാതെ... ആദ്യം ഒരു പരീക്ഷണം പോലെ തേക്കടി നോക്കാം." ദേവകി ടീച്ചർ പറഞ്ഞു: "ഇത് കുഴപ്പമില്ലെങ്കിൽ അടുത്ത വർഷം ഊട്ടി നീക്കിപ്പോകാം."

"ഊട്ടി നീക്കിപ്പോകാമെന്നോ?" ഉഷാദേവി മനസിലാകാതെ ചോദിച്ചു.

"എന്റെ ഉഷേ, അതുവിട്" ആലീസുമ്മൻ പതുക്കെ പറഞ്ഞു: "അത് ചൊറിച്ചുമല്ലാ, ചൊറിച്ചുമല്ല്."

ഉഷാദേവിക്ക് ഒന്നും മനസിലായില്ല.

"അടുത്തവർഷത്തെ കാര്യമൊന്നും പറയല്ലേ, ഞാനീ വർഷമങ്ങ് പിരിയും. പിന്നെ എനിക്കെവിടെയാ ഊട്ടീം കൊടൈക്കനാലുമൊക്കെ." എലിസബത്ത് കോശി സങ്കടപ്പെട്ടു.

"അടുത്തവർഷം നമ്മള് പോകുന്നുണ്ടെങ്കിൽ ടീച്ചറിനെയും കൊണ്ടുപോയിരിക്കും."–സുബൈദാ ബീഗം പതിവുപോലുള്ള ചെരിഞ്ഞ കിടപ്പോടെ പറഞ്ഞു.

"നമ്മുടെ വണ്ടീടെ മുമ്പില് കോളേജിന്റെ പേര് തുണീലെഴുതി വലിച്ചുകെട്ടണ്ടേ?" – ഉഷാദേവി സംശയം ചോദിച്ചു.

"എന്റെ ഉഷേ, അതൊന്നും വേണ്ട. നമ്മള് ടീച്ചറുമാരാണെന്നറിഞ്ഞാൽ ആൾക്കാർക്കൊക്കെ ചുമ്മാ ബഹുമാനിക്കണമെന്നു തോന്നും." ദേവകിടീച്ചറ് പറഞ്ഞു. "ഒന്നു കൂവണമെന്നു തോന്നിയാൽ അതുപറ്റുമോ?"

"അതെന്തിനാ കൂവുന്നേ?" ഉഷാദേവിക്ക് സംശയം തോന്നി.

"ചുമ്മാ പറഞ്ഞതാ എന്റെ ഉഷേ" എന്നു പറഞ്ഞ് ദേവകി ടീച്ചർ ഉഷാദേവിയുടെ ചുമലിൽ കളിയായിട്ട് രണ്ട് ഇടി കൊടുത്തു.

"ഞാൻ മോനിച്ചനോട് അവന്റെ കുട്ടിക്കാനത്തെ ബംഗ്ലാവ് തൂത്ത് വൃത്തിയാക്കിയിടാൻ പറയാം." എലിസബത്ത് കോശി പറഞ്ഞു.

"കൊറേ ചന്തപ്പിള്ളേര് വരുന്നുണ്ടെന്ന് മോനിച്ചനോട് പറ, നല്ല വെടിയിറച്ചീം വാറ്റുംകൂടി സംഘടിപ്പിച്ച് വെച്ചോളാൻ പറയണം." ദേവകിടീച്ചർ എലിസബത്ത് കോശിയോട് പറഞ്ഞു.

പറഞ്ഞതാരെങ്കിലും കേട്ടോ എന്നറിയാൻവേണ്ടി എലിസബത്ത് കോശി ചുറ്റിലും നോക്കിയിട്ട് ശബ്ദം താഴ്ത്തിപ്പറഞ്ഞു.

"ഈ ദേവകീടെ ഒരുകാര്യം."

"പിന്നേ, കാനായ കത്തോലിക്കർക്കാ വാറ്റിന്റെ കാര്യം പറഞ്ഞപ്പോൾ ചമ്മല്." ദേവകിടീച്ചർ പറഞ്ഞു. "സമുദായത്തിന് വെറുതെ നാണക്കേടുണ്ടാക്കല്ലേ."

ശനിയാഴ്ച രാവിലെ കോളേജിൽനിന്ന് ബസ് പുറപ്പെട്ടപ്പോൾത്തന്നെ ആലീസുമ്മൻ പ്രാർത്ഥന ചൊല്ലി. ഉഷാദേവിയുടെ ചുരിദാർ കൊള്ളാമെന്ന് രാധാമണി പറയുന്നത് പ്രാർത്ഥിച്ചുകൊണ്ടിരുന്ന എല്ലാവരും കേട്ടു. എല്ലാവരും പ്രാർത്ഥന നിർത്തി ഉഷാദേവിയെ നോക്കി. രസമുണ്ട്. ചുരിദാർ മാത്രമല്ല, ഉഷാദേവിയും.

കുരിശുവരച്ച ശേഷം ആലീസുമ്മൻ പറഞ്ഞു: "എന്റെ ഉഷേ, ഈ വേഷമിട്ടുകണ്ടാൽ ഇപ്പോൾ പത്തുവയസു കുറഞ്ഞതുപോലെ തോന്നും."

ആലീസുമ്മൻ ഇതുപറഞ്ഞു തീർന്നതും ബസിനുപിന്നിൽ നിന്നൊരു കൂവൽ.

ഡ്രൈവർ ഞെട്ടിത്തിരിഞ്ഞു. ശരീരമൽപ്പം വളച്ച്, തലവെട്ടിച്ച്, രജനീകാന്തിനെപ്പോലെ ജീൻസും ഷർട്ടുമിട്ട് ദേവകിടീച്ചർ.

"ദൈവമേ, ഇതെപ്പോൾ സംഭവിച്ചു?" രാധാമണി അത്ഭുതപ്പെട്ടു: "സാരിയുടുത്ത് കേറുന്നത് കണ്ടതാണല്ലോ!"

ദേവകിടീച്ചർ നിന്നേടത്തുനിന്ന് ഒന്ന് വട്ടം കറങ്ങി.

"ഹോ, കൊച്ചുപെണ്ണായി, ആരെങ്കിലും കണ്ടാൽ കേറി പ്രേമിക്കും." ഇംഗ്ലീഷിലെ ശ്രീദേവി പറഞ്ഞു. ഡ്രൈവർ ഇതു കേട്ട് ചെറുതായി തല തിരിച്ചു.

"ഡ്രൈവർ സാറേ, മുന്നില് വണ്ടികളും കുഴികളുമുണ്ട്. സൂക്ഷിക്കണേ"–ദേവകി ടീച്ചർ പ്രത്യേക ഈണത്തിൽ പറഞ്ഞു. ഇതുകേട്ട് വണ്ടിയിലെ കിളി പിന്നിലേക്ക് നോക്കാനുള്ള ആഗ്രഹത്തെ അപ്പോൾത്തന്നെ അവിടെ ഉപേക്ഷിച്ചു.

"ദേവകിടീച്ചറ് ഇപ്പോൾ പറഞ്ഞതിലും അൽപ്പം ചൊറിച്ചുമല്ലുണ്ടല്ലേ?" ഉഷാദേവി ആലീസുമ്മന്റെ ചെവിയിൽ ചോദിച്ചു. ആലീസുമ്മൻ തലയാട്ടി.

പൊൻകുന്നം ദൈവസഹായം ഹോട്ടലിൽനിന്ന് ഭക്ഷണം കഴിച്ചിറങ്ങുമ്പോൾ ദേവകിടീച്ചർ കൂടെയുള്ള എലിസബത്ത് കോശിയോട് ചോദിച്ചു. "ഇത് കെ എൻ രാമചന്ദ്രന്റെ ബന്ധുക്കളുടെ വല്ല ഹോട്ടലുമാണോ?"

"ഏത് കെ എൻ രാമചന്ദ്രൻ?" എലിസബത്ത് കോശിക്ക് മനസിലായില്ല.

"നക്സലൈറ്റ്..."

"എന്റെ ദൈവമേ, നക്സലൈറ്റ്ന്ന് പറഞ്ഞപ്പോഴാ ഞാൻ കട്‌ലറ്റിന്റെ കാര്യം ഓർത്തത്. ഞാൻ കൊറേ കട്‌ലറ്റ് ഒണ്ടാക്കിക്കൊണ്ട് വന്നിട്ടൊള്ളത് ബായ്ഗിലൊണ്ട്." ആലീസുമ്മൻ പറഞ്ഞു.

"ചുവപ്പുകാരെക്കുറിച്ച് കേൾക്കുമ്പോൾ നിങ്ങൾക്ക് പുച്ഛം കാണും. നിങ്ങള് വിമോചനസമരക്കാരല്ലേ!" ശ്രീദേവി ഏമ്പക്കം വിട്ടുകൊണ്ട് പറഞ്ഞു.

"വിമോചന സമരമില്ലായിരുന്നേ കാണാരുന്നു. കേരളമെല്ലാംകൂടി നിങ്ങടെ പാർട്ടി ബംഗാളാക്കിയേനേ." ആലീസുമ്മൻ പല്ലിടകുത്തിക്കൊണ്ട് പറഞ്ഞു. ബംഗാൾ എന്നത് ഒരു അശ്ലീലം പറയുന്നതു പോലെയാണോ ആലീസ് പറഞ്ഞതെന്ന് ഉഷാദേവി രഹസ്യമായി സുബൈദയോട് ചോദിച്ചു. സുബൈദ തലയാട്ടി.

വണ്ടി പുറപ്പെട്ടുകഴിഞ്ഞപ്പോൾ ഉഷാദേവി കൈയിലിരുന്ന പാട്ടുപുസ്തകമെടുത്ത് കാണിച്ചിട്ട് പറഞ്ഞു. "പാടാൻ താൽപ്പര്യമുള്ളവർക്ക് പാടാം."

സംസാരമേ ഇല്ലാത്ത, ക്ലാസിൽത്തന്നെ ശബ്ദംകുറച്ച് പഠിപ്പിക്കുന്ന മാലതിടീച്ചറുടെ കൈ പുസ്തകത്തിന് നേർക്ക് നീണ്ടുവന്നപ്പോൾ എല്ലാവരും അത്ഭുതപ്പെട്ടു. കുട്ടികളുടെ ശബ്ദത്തിനിടയിലൂടെ ഫോസിലുകളെയും വഹിച്ചുകൊണ്ടുള്ള മാലതിടീച്ചറിന്റെ വാക്കുകൾ ഒച്ചിനെപ്പോലെ ഇഴയുകയാണ് പതിവ്. ആ സാധുവാണ് പാട്ടുപുസ്തകം പിന്നിൽനിന്ന് എത്തിപ്പിടിച്ച് വാങ്ങിയത്. വാങ്ങി നോക്കിയിട്ട് ഉടൻതന്നെ അത് തിരിച്ചു കൊടുക്കുകയും ചെയ്തു. ആ നിമിഷത്തിലേക്ക് മാത്രം ശ്രദ്ധ കൂർപ്പിച്ചുവെച്ചവരെയെല്ലാം അത് നിരാശപ്പെടുത്തി.

"എന്റെ ടീച്ചറേ, ഞങ്ങള് വിചാരിച്ചു അതുമേടിച്ചിപ്പംതന്നെ ഒരുപാട്ടു പാടുമെന്നല്ലേ, ഹോ, എല്ലാം നശിപ്പിച്ചു. ദേവകിടീച്ചർ പിന്നിൽ നിന്ന് നടന്നുവന്ന് പറഞ്ഞു. ദേവകിടീച്ചറിന്റെ പിറകിൽ മേലോട്ട് ഉയർന്നിരുന്ന ഷർട്ട് ഉഷാദേവി താഴ്ത്തിയിട്ടു.

"ഉഷേ, അതിപ്പം താഴ്ത്തിയൊന്നും ഇടണ്ട. ആരെങ്കിലും കാണുന്നെങ്കിൽ കണ്ടോട്ടെ." ദേവകിടീച്ചർ തിരിഞ്ഞ് കണ്ണടച്ചുകാണിച്ചിട്ട് പറഞ്ഞു.

"അതേ, ആ പുസ്തകത്തിൽ മുഴുവൻ പുതിയ പാട്ടുകളാ, എനിക്ക് പഴയ പാട്ടുകളാ ഇഷ്ടം." മാലതിടീച്ചർ പതുക്കെപ്പറഞ്ഞു.

"എങ്കിലിഷ്ടമുള്ളത് പാട്" എലിസബത്ത് കോശി പറഞ്ഞു.

വണ്ടി വലിയൊരു കുഴിയിൽ ചാടിയപ്പോൾ പിന്നിൽനിന്ന് അയ്യോ എന്നൊരു ശബ്ദംകേട്ടു. സുബൈദയാണ് അലറിയത്.

"എന്തു പറ്റി?"

"ഓ, അഞ്ചു പ്രസവിച്ചിട്ട് ഒന്നും പറ്റിയില്ല. പിന്നെയാ ഈ കുഴി!" നടുവു തിരുമ്മിക്കൊണ്ട് സുബൈദ പറഞ്ഞു. "അതിനോട് ഒരു പാട്ടുപാടാൻ പറ."

മാലതിടീച്ചർ 'ഇന്നെനിക്ക് പൊട്ടുകുത്താൻ....' എന്ന പാട്ടുപാടി. ഡ്രൈവർക്കും കിളിക്കും ഇടയ്ക്ക് തിരിഞ്ഞു നോക്കണമെന്നു തോന്നി

യെങ്കിലും അവരത് അടക്കിപ്പിടിച്ചു. വണ്ടി കിഴക്കൻ കുന്നിലേക്ക് കയറാൻ തുടങ്ങിയപ്പോൾ കാറ്റുവന്ന് നോക്കി.

റബ്ബറിന്റെ മണം വന്നുനോക്കി. പാട്ടുകഴിഞ്ഞപ്പോൾ മാലതിടീച്ചറിനെ ചിലർ കെട്ടിപ്പിടിച്ച് ഉമ്മവെച്ചു.

"*ഗുരുവായൂർ കേശവൻ* കുടയംപടി മേനകയിലിരുന്നാ ഞാൻ കണ്ടത്"– സുബൈദ ഉറക്കെ വിളിച്ചു പറഞ്ഞു.

"സോമനെ ഞാൻ തിരുവല്ലയിലെ അങ്ങേരുടെ വീടിന്റെ അരപ്രേസില് കൈലീം മടക്കിക്കുത്തി ഇരിക്കുന്നത് കണ്ടിട്ടുണ്ട്." ഉഷാദേവി പറഞ്ഞു. "കണ്ണൊക്കെ ഉപ്പന്റെ പോലയാ ചൊമന്ന്."

"ഹോ! ജയഭാരതീടെ പൊക്കിള് കണ്ടിട്ടില്ലേ, അതിലിട്ട് വേണമെങ്കിൽ ഒരുകിലോ അരി അരയ്ക്കാം." ദേവകി ടീച്ചർ ഷർട്ടിന്റെ മുകളിലെ ബട്ടൺ അഴിച്ചിട്ടുകൊണ്ട് പറഞ്ഞു. "പിന്നെ ഒരു വെല്യവട്ടത്തിൽ കൈയിലെ അച്ചുകുത്തിയ പാടും കാണാം."

ദേവകിടീച്ചറുടെ കൈയിലമർത്തിപ്പിടിച്ച് എലിസബത്ത് കോശി പറഞ്ഞു. "പതുക്കെ... ഡ്രൈവറും കിളിയും കേൾക്കും."

"കേട്ടാലങ്ങട്ട് കേൾക്കട്ടെ... ശ്ശെടാ... ആർക്കും ഇല്ലാത്തതൊന്നുമല്ലല്ലോ... എന്നാൽ ഇനി മുതൽ ജഘനം, മാറിടം എന്നൊക്കെ പറഞ്ഞാൽ മതിയോ?" ദേവകിടീച്ചർ ചോദിച്ചു.

"കുണ്ടീന്നും മുലേന്നുമൊക്കെ പറയുന്ന ഒരു സുഖമതിനില്ല ടീച്ചറേ." ഉഷാദേവി ദേവകിടീച്ചറുടെ ചെവിയിൽ പറഞ്ഞു.

"ദേ, ഈ ഉഷയെന്നെ വഴിതെറ്റിക്കാൻ നോക്കുന്നു." ദേവകിടീച്ചർ ഉറക്കെച്ചിരിച്ചുകൊണ്ട് പറഞ്ഞു.

ഉഷാദേവി എന്താണ് പറഞ്ഞതെന്ന് അറിയാൻ ഓരോരുത്തരായി അവരവരുടെ സീറ്റുകളിൽ നിന്ന് രഹസ്യം ശ്വസിക്കാനുള്ള ആകാംക്ഷയോടെ ഉയർന്നുവന്നു. ഓരോ ചെവികളിലേക്കുമത് പകർന്നു പോയി.

ഒടുവിൽ പിന്നിലെ സീറ്റിലെത്തിയപ്പോൾ സുബൈദ തീർപ്പുകൽപ്പിച്ചു. "ഉഷ പറഞ്ഞതാണ് ശരി 'കു'വും 'മു'വും മതി."

സന്ധ്യയായപ്പോൾ കുട്ടിക്കാനത്തുള്ള എലിസബത്ത് കോശിയുടെ അനിയന്റെ ബംഗ്ലാവിൽ എത്തി. ഡ്രൈവറേയും കിളിയെയും അടുത്തുള്ള ഹോട്ടലിൽ താമസിക്കാൻ പറഞ്ഞുവിട്ടു. ഡിസംബർ ആയിരുന്നതുകൊണ്ട് കോടയിറങ്ങിയിരുന്നു. ബംഗ്ലാവ് സൂക്ഷിക്കുന്ന തമിഴൻ രാത്രിയിലേക്കുള്ള ഭക്ഷണമുണ്ടാക്കിവെച്ചിട്ട് അയാളും പോയി. മഞ്ഞിന്റെ ഉള്ളിലൂടെ ഓരോരുത്തരും അന്യോന്യം നോക്കി. എപ്പോഴൊക്കെയോ കാണാൻ മറന്നുപോയവരെപ്പോലെ.

"എല്ലാവർക്കും താമസിക്കാൻ ഇഷ്ടംപോലെ മുറിയുണ്ട്. ഇല്ലെങ്കിൽ മുകളിലത്തെ ഹാളിൽ എല്ലാവർക്കുംകൂടി കിടക്കാം." എലിസബത്ത് കോശി പറഞ്ഞു.

"എന്റെ ടീച്ചറേ, അതിനാരാ ഇന്ന് കിടക്കുന്നേ. നമ്മള് ഉണർന്നിരിക്കാൻ പോകുവല്ലേ." സുബൈദ നൈറ്റിയുമിട്ട് മുറ്റത്തേക്ക് നടക്കുന്നതിനിടയിൽ പറഞ്ഞു.

"അതിന് ഉണർന്നിരിക്കാൻ വല്ലതും വേണ്ടേ?" ദേവകി ടീച്ചർ ചോദിച്ചു.

"അതിനുള്ളതൊക്കെ ഞാൻ കൊണ്ടുവന്നിട്ടുണ്ട്." എലിസബത്ത് കോശി ബാഗിൽനിന്ന് ഒരു കുപ്പിയെടുത്തു.

"ദൈവമേ." ഉഷാദേവി ചെറുതായി ഒന്നു ഞെട്ടി.

"പേടിക്കേണ്ട. നെല്ലിട്ട് വാറ്റിയതാ, മോനിച്ചൻ ഇന്നാള് വന്നപ്പം കൊണ്ടുത്തന്നതാ, ഇന്നു രാത്രി ഇവന്റെ ചാരിത്ര്യം നമുക്കങ്ങ് തീർത്തേക്കാം." എലിസബത്ത് കോശി പറഞ്ഞു.

ബംഗ്ലാവിന്റെ ചരലുവിരിച്ച മുറ്റത്ത് എല്ലാവരും വട്ടംകൂടി ഇരുന്നു. ഗ്ലാസും ഇറച്ചിയും അപ്പവുമെല്ലാം നിരത്തിവെച്ചു.

എന്നാലിനി ചുറ്റുമുള്ള വെട്ടമൊക്കെ അങ്ങ് കെടുത്തിയേക്കാം അല്ലേ? എലിസബത്ത് കോശി ചോദിച്ചു.

"അതെന്നാത്തിന്നാ?" ശ്രീദേവിക്ക് സംശയം തോന്നി.

"ഇവനങ്ങ് അകത്ത് ചെന്നാപ്പിന്നെ വേറെ വെളിച്ചമൊന്നും വേണ്ട ശ്രീദേവീ." ദേവകിടീച്ചർ ഓരോ ഗ്ലാസും നിറച്ചുകൊണ്ട് പറഞ്ഞു.

"എനിക്ക് വേണ്ട." മാത്സിലെ ലക്ഷ്മീദേവി പറഞ്ഞു.

"ദേ, ഒരുതരം മൂരാച്ചിത്തരം കാണിക്കരുത്." സുബൈദയ്ക്ക് ദേഷ്യം വന്നു. "ഒരു പെഗ്ഗെങ്കിലും കഴിക്കണം."

ലക്ഷ്മീദേവി തലയാട്ടി.

ഓരോ ഗ്ലാസിലെയും അളവു ശരിയല്ലേയെന്ന് നോക്കിയിട്ട് എലിസബത്ത്കോശി പറഞ്ഞു. "ഇതിൽ ആദ്യമായി മദ്യപിക്കുന്നവർ കൈ പൊക്കിക്കേ."

ദേവകിടീച്ചർ ഒഴികെ ബാക്കിയെല്ലാവരും കൈ പൊക്കി.

"ആദ്യമായിട്ടല്ലേ, അതുകൊണ്ട് ഈശ്വരനെ മനസിൽ ധ്യാനിച്ചുകൊണ്ട് ഒറ്റപ്പിടിത്തമങ്ങ് പിടിച്ചോ." ദേവകിടീച്ചർ എല്ലാവരോടുമായി പറഞ്ഞു.

എല്ലാവരും ഗ്ലാസെടുത്തു. എല്ലാവരും ചിയേഴ്സ് പറഞ്ഞു. ആ ശബ്ദം കുറച്ചുനേരമവിടെ നിന്നശേഷം കുന്നിറങ്ങിപ്പോയി.

എലിസബത്ത് കോശിയും ദേവകിടീച്ചറും ഒറ്റവലിക്ക് കുടിച്ചു. ചിലർ മുഖംചുളിച്ചു. ചിലർ നാക്കിൽ തൊട്ടു രുചിച്ചു. ചിലർ വിഷമിച്ച് ഇറക്കി.

"എങ്ങനെയുണ്ട്?" എലിസബത്ത് കോശി ചോദിച്ചു.

"അല്ലം രുചിച്ചപോലുണ്ട്." ലക്ഷ്മീദേവി പറഞ്ഞു.

മെല്ലെ ഓരോ ഗ്ലാസുകളും കാലിയായി. മാലതിടീച്ചർ പൗർണമിചന്ദ്രൻ എന്ന പാട്ടുപാടി. ദേവകിടീച്ചറും ശ്രീദേവിയും നസീറും ഷീലയുമായി. ഇടയ്ക്ക് നസീർ ഷീലയെ കെട്ടിപ്പിടിച്ചു. ഷീല തന്റെ നെഞ്ച് ഉയർത്തിയും താഴ്ത്തിയും കാണിച്ചു. എല്ലാവരും ചിരിച്ചു.

"എന്നാലും ഷീലേടെ ആ ബോഡിഷെയ്പ്പൊന്നും ഇപ്പോഴത്തെ പിള്ളേർക്കില്ല." സുബൈദ പറഞ്ഞു.

"ശരിയാ *കള്ളിച്ചെല്ലമ്മേ*ലെ ആ വരവ് കണ്ടാൽമതി, കൊതിച്ചുപോകും." ആൻസി ഉമ്മൻ പറഞ്ഞു.

"ദേ, ആരാ അതു പറഞ്ഞതെന്ന് നോക്കിക്കേ. നമ്മുടെ ആൻസി ടീച്ചറ്."

"അതെന്നാ, എനിക്ക് പറയാൻമേലേ, ഞാൻ മസ്കിയാമ്മയാണെന്നുവെച്ച് എന്റെ കൊച്ചേ, എന്റെയുള്ളിലും ഇതൊക്കെയുണ്ട്."

"ഓ, ഇതൊക്കെ ഒന്നിറങ്ങിവരാൻ ഈ വാറ്റ് വേണ്ടിവന്നില്ലേ?" എലിസബത്ത് കോശി ചോദിച്ചു.

"പിന്നല്ലാതെ.... കുറച്ചുകൂടി ഒഴിക്കെന്റെ എലിസബത്തേ..." ആൻസി ഉമ്മൻ പറഞ്ഞു.

"ഞാനൊഴിക്കാം... നാളെച്ചെല്ലുമ്പോൾ അച്ചൻ മണം പിടിക്കുവേ..."

എലിസബത്ത് കോശിയുടെ നേർക്ക് ഗ്ലാസ് നീട്ടിക്കൊണ്ട് ആൻസി ഉമ്മൻ പറഞ്ഞു. "അതിന് അങ്ങേരെന്റെ മണം അറിഞ്ഞിട്ട് വർഷം കൊറേ ആയി ടീച്ചറേ."

ഒരുനിമിഷം വല്ലാത്തൊരു നിശ്ശബ്ദത എല്ലാവരെയും മൂടിനിന്നു.

"നിങ്ങള് തമ്മിൽത്തമ്മിലൊന്നും നോക്കണ്ട" ഗ്ലാസു കാലിയാക്കിയിട്ട് ആൻസി ഉമ്മൻ പറഞ്ഞു. "ഞാൻ മച്ചിയായിപ്പോയില്ലേ, പിന്നെ അങ്ങേർക്കെന്തിനാ എന്നെ?"

ആൻസി ഉമ്മൻ സങ്കടംനിറഞ്ഞ ചിരിയോടെ എല്ലാവരെയും നോക്കി.

"ടീച്ചറേ, അതിന് പിള്ളാരൊന്നും ഉണ്ടാകണമെന്നില്ല. നാൽപ്പത്തിയഞ്ചാം വയസിൽ എന്റെ ആർത്തവം നിന്നപ്പോൾ എന്റെ ഭർത്താവ് പറഞ്ഞതെന്താണെന്നറിയാമോ? നീ ഇനി വെറും ചണ്ടിയാണെന്ന്." സുബൈദ തന്റെ വാക്കുകൾ ഇടറിപ്പോകാതിരിക്കാൻ ശ്രമിച്ചുകൊണ്ട് പറഞ്ഞു. പക്ഷേ, സുബൈദയുടെ കുസൃതിയുള്ള കണ്ണുകൾ നിറഞ്ഞിരിക്കുന്നത് എല്ലാവരും കണ്ടു.

"സുബൈദേ, അവരത് പറഞ്ഞില്ലെങ്കിലേ അത്ഭുതമുള്ളൂ." ഉഷാദേവി പറഞ്ഞു. "നാപ്കിന്റെ കാശ് ലാഭിക്കാമല്ലോ എന്നാണ് എന്റെ ഭർത്താവ് പറഞ്ഞത്."

"എന്റെ ഉഷേ, അങ്ങേരുടെ ഈ കാശിനോടുള്ള ആർത്തി എന്നു തീരും?" മുറ്റത്തൂടെ നടന്നുകൊണ്ടിരുന്ന ദേവകിടീച്ചർ ചോദിച്ചു.

"ഓ, അത് ചത്താലും തീരില്ല. എന്റെ എല്ലാ സ്വത്തുവിവരങ്ങളും അങ്ങേർക്കറിയാമെന്നാ അങ്ങേരുടെ വിചാരം. ശരിയാ, അങ്ങേർക്കറിയാം. പക്ഷേ, ഇതുമാത്രമറിയില്ല." ഉഷാദേവി ചുരിദാറിന്റെ പാന്റ്സ് താഴ്ത്തിക്കാണിച്ചിട്ട് പറഞ്ഞു. "പത്തുപവന്റെ അരഞ്ഞാണമാണിത്."

"എന്റെ ഉഷേ, അങ്ങേർക്കിത് അറിയാമ്മേലേ?" എലിസബത്ത് കോശി അത്ഭുതപ്പെട്ടു.

"ടീച്ചറേ, രണ്ടു പിള്ളേർക്കുവേണ്ടി മാത്രമാണ് പണ്ട് അങ്ങേരെന്നെ തൊട്ടത്."

ഉഷാദേവി മുഖംപൊത്തിയിരുന്നു.

"ഉഷേ, ഈ ചുരിദാർ എവിടുന്നു മേടിച്ചതാ?" ദേവകി ടീച്ചർ വിഷയം മാറ്റാനായി ചോദിച്ചു.

"ടീച്ചറേ, എനിക്കതിൽ സങ്കടമൊന്നുമില്ല." പഴുതാരകൾ കൂടുവെക്കുംപോലെ കാലിന്റെ ഉപ്പൂറ്റിയിലെ വെടിച്ചുകീറിയ പാടുകൾ കാണിച്ച് ഉഷാദേവി പറഞ്ഞു. "എന്റെ സങ്കടങ്ങളാണിത്. എന്റെ കഷ്ടപ്പാടുകളും."

ഒരുനിമിഷം എല്ലാവരും അവരവരുടെ ഉപ്പൂറ്റികളിലെ വെടിച്ചുകീറിയ പാടുകളിലേക്ക് അറിയാതെ നോക്കി.

"മതി, മതി, സങ്കടങ്ങൾ മതി" സുബൈദ ഉറക്കെപ്പറഞ്ഞുകൊണ്ട് ചാടിയെഴുന്നേറ്റു. ഒരു നർത്തകിയെപ്പോലെ കൈകൾ വിടർത്തി സുബൈദ പറഞ്ഞു. "എന്റെ വെല്ല്യുമ്മയ്ക്ക് എഴുപതാംവയസിലും ഒരു രഹസ്യക്കാരനുണ്ടായിരുന്നു."

"സത്യത്തിൽ അതിനും ഒരു യോഗം വേണം." അത്രയുംനേരം ഒന്നും മിണ്ടാതിരുന്ന ലളിതടീച്ചർ പറഞ്ഞു. "ആദ്യത്തെ പ്രസവം കഴിഞ്ഞപ്പോൾ എന്റെ ഗർഭപാത്രം നീക്കി. പിന്നെ ഇത്ര വർഷായി..."

"എന്റെ ടീച്ചറേ, അതിന് ഗർഭപാത്രോം ഇതും തമ്മില് വല്ല ബന്ധവുമുണ്ടോ?" സുബൈദ ചോദിച്ചു.

"എന്തോ.... പുള്ളിക്കാരന് എന്നെ തൊടുന്നതുതന്നെ ഇഷ്ടമല്ല... എന്തോ ഒരു കുറവുള്ള സ്ത്രീയെപ്പോലെയാ എന്നെ നോക്കുന്നത്. ഞാനൊരിക്കൽ..." ലളിതടീച്ചറിന് ആ വാചകം പൂർത്തിയാക്കാൻ കഴിഞ്ഞില്ല. കരച്ചിലിന്റെ ഒരിഴ ആ വാചകത്തെ പകുതിയിൽ കുരുക്കിക്കളഞ്ഞു.

ലളിതടീച്ചറിനെ തന്നോടു ചേർത്തുപിടിച്ചിട്ട് ലക്ഷ്മീദേവി പറഞ്ഞു. "എനിക്ക് ആദ്യത്തെ മോളുണ്ടായശേഷം ഒരു കുഞ്ഞുകൂടി വേണമെന്ന് എന്താഗ്രഹമായിരുന്നെന്നോ. ഞാനത് എന്റെ ഭർത്താവിനോടു പറഞ്ഞപ്പോൾ അങ്ങേര് പറഞ്ഞതെന്താണെന്നോ, എനിക്ക് കഴപ്പിന്റെ അസുഖമാണെന്ന്. എനിക്കന്ന് ആ വാക്കിന്റെ അർത്ഥംകൂടി അറിയില്ലായിരുന്നു. പിന്നെ മെനോപ്പോസ് ആയെന്നറിഞ്ഞപ്പോൾ എനിക്ക് വായിക്കാൻ *ഗീത*യും *രാമായണ*വും മേടിച്ചുതന്നിട്ട് അങ്ങേരൊന്ന് ഉറക്കെച്ചിരിച്ചു."

ഗ്ലാസുകൾ ചിലത് ഒഴിയാതെതന്നെ ഇരുന്നു. എല്ലാവരും അവരവരുടെ ഉള്ളിലേക്ക് മടങ്ങിപ്പോയിരുന്നു.

"മധ്യവയസിൽവെച്ച് ആത്മഹത്യചെയ്യുന്നവരാണോ ടീച്ചറേ നമ്മൾ?" രാധാമണി ദേവകിടീച്ചറിനോട് ചോദിച്ചു.

"അതങ്ങനാ രാധാമണീ, ഒരു നദി ഒഴുക്കു നിലയ്ക്കുംപോലെ അതങ്ങ് നിന്നുകഴിഞ്ഞാൽ പിന്നെ നമ്മുടെ ശരീരം ആർക്കും വേണ്ട."

മഞ്ഞ് ഓരോ മുഖത്തെയും മറച്ചു.

"ഇനി മുതൽ നമുക്ക് ചിലതൊക്കെ വേണമെങ്കിലോ?" ഇരുട്ടിനോട് ചാരി ഒരു മൂലക്കിരുന്ന മാലതിടീച്ചറിന്റെ ശബ്ദത്തിന്റെ കനം അവിടിരുന്നവരെയൊന്നാകെ അമ്പരപ്പിച്ചുകളഞ്ഞു. ഓരോ മുഖത്തയും മറഞ്ഞുനിന്ന മഞ്ഞ് മെല്ലെ നീങ്ങി. ആദ്യമായി കാണുന്നവരെപ്പോലെ അത്രയേറെ ആഴത്തിൽ അവർ അന്യോന്യം നോക്കി. സുബൈദ ഉറക്കെ കൂവി. പിന്നെ, കൂവലുകളുടെ സ്തൂപിതാഗ്രത്തിൽ, തിടുക്കത്തിൽ നടത്തത്തിനിറങ്ങിയ ഒരു നക്ഷത്രം തടഞ്ഞു. അത് മുകളിൽനിന്ന് താഴേക്കു നോക്കി. മാലതിടീച്ചർ പാട്ടുപാടാൻ തുടങ്ങി.

മധ്യവേനൽ

എസ് ഹരീഷ്

"What a strange machine man is! You fill him with bread, wine, fish, radishes and out of him come sighs, laughter and dreams. I am sure there's a sort of talking film cinema in our heads".

Zorba the Greek

വേനലവധിയുടെ ആദ്യദിവസം തന്നെ മഞ്ജുഷ എനിക്കുവേണ്ടി ചിക്കൻ-65 എന്ന വിശിഷ്ടവിഭവം ഉണ്ടാക്കി. മാത്രമല്ല, അതൊരു വലിയ വിട്ടുവീഴ്ചയായി കരുതി അന്നുമുഴുവൻ സ്നേഹത്തോടെ കൂടുതൽ അധികാരം പ്രയോഗിക്കുകയും ഒരു പാക്കറ്റ് സിഗരറ്റ് എന്റെ കൈയിൽനിന്ന് പിടിച്ചുവാങ്ങി അടുപ്പിലിടുകയും ചെയ്തു. കാരണം അവൾ ശുദ്ധസസ്യാഹാരിയാണ്.

"നിങ്ങളുടെ കൂട്ടുകാരൻ ആ വിനയനെയും ഇതുപോലെ കത്തിക്കണമെന്നാണ് എന്റെ ആശ." വിൽസ് കൂട് വിഷപ്പുകയോടെ ആളുന്നത് കണ്ട് അവൾ പറഞ്ഞു. "ഒരു സിഗരറ്റ് ആറു മിനിറ്റാണ് നഷ്ടപ്പെടുത്തുന്നത്. നിങ്ങളുടെ മരണം ഞാൻ ഒരു മണിക്കൂർകൂടി നീട്ടിവെച്ചിരിക്കുന്നു."

പത്തു മിനിറ്റ് കഴിഞ്ഞ് അതോർത്ത് ഞാൻ വീണ്ടും അത്ഭുതപ്പെട്ടു. അവളങ്ങനെ പറയുന്ന സമയം ഏതാനും മീറ്റർ മാത്രമകലെ വിനയൻ ഞങ്ങളുടെ വീട്ടിലേക്കുള്ള വഴി പലരോടും അന്വേഷിക്കുകയായിരുന്നു. ഏഴുവർഷം മുൻപ്, വിവാഹം കഴിഞ്ഞ അന്നുമാത്രമാണ് ഞങ്ങൾ വിനയനെക്കുറിച്ച് സംസാരിച്ചത്. ഇപ്പോൾ അവനെ വീണ്ടും ഓർമ്മിക്കുമ്പോൾ അവനിതാ ഇത്രയും അടുത്ത്. സ്ത്രീകൾക്ക് എപ്പോഴും ശരിയായി വരുന്ന ചില ഉൾവിളികളുണ്ട്.

"ആരും നോർമലല്ലെന്നാണ് പ്രമാണം."

അവളെ പ്രകോപിതയാക്കാൻവേണ്ടി ഞാൻ പറഞ്ഞു.

"അതല്ല. അവന്റെ ഭ്രാന്ത് നിങ്ങൾക്ക് നോർമലായി തോന്നുന്നതാണ് പ്രശ്നം."

പറഞ്ഞുതീർന്നതും വിനയൻ ആധികാരികതയോടെ വാതിൽ തള്ളിത്തുറന്ന് അകത്തുവന്നതും ഒരുമിച്ച് കഴിഞ്ഞു. അക്രമാസക്തമായി എന്നെ കെട്ടിപ്പിടിച്ചു. "ഹലോ മഞ്ജുഷാ" എന്നു പറഞ്ഞ് അവൾക്കു നേരെ വലതുകരം നീട്ടി. ആദ്യമേ ഒന്നു പകച്ചെങ്കിലും ചമ്മലില്ലാതെ ഹസ്തദാനം ചെയ്തശേഷം അവൾ കോപിച്ച് അടുക്കളയിലേക്ക് കയറിപ്പോയി.

വളരെക്കുറച്ച് പേർ മാത്രം പങ്കെടുത്ത സ്പെഷൽ മാര്യേജ് ആക്ട് പ്രകാരം നടന്ന ഞങ്ങളുടെ വിവാഹത്തിൽ എന്റെ ഭാഗത്തുനിന്നുള്ള സാക്ഷിയായി വിനയൻ വന്നത് മഞ്ജുഷയ്ക്കും വലിയ ഞെട്ടലായിരുന്നു. ഞങ്ങളുടെ ഗൗരവമുള്ള ആദ്യത്തെ കലഹവും അതാണ്. രണ്ടുവർഷം നീണ്ട പ്രണയത്തിനിടെ എപ്പോഴെങ്കിലും എന്റെ അടുത്ത സുഹൃത്താണ് വിനയനെന്നറിഞ്ഞിരുന്നെങ്കിൽ താൻ വേറെ വഴി നോക്കുമായിരുന്നെന്ന് അവൾ പറഞ്ഞു.

"അവൻ പരസ്യമായി പെണ്ണുങ്ങളെ കയറിപ്പിടിക്കാൻ ശ്രമിക്കുന്നു. എന്നെ രാവും പകലും ഫോണിൽ വിളിച്ച് അശ്ലീലം പറയാൻ നോക്കുന്നു."

"മുഴു ഭ്രാന്തായാലും എന്റെ ഭാര്യയെ അവൻ ആക്രമിക്കില്ല." ഞാൻ പറഞ്ഞു.

"ഭ്രാന്തുള്ളവനെ ചങ്ങലയ്ക്കിടുകയോ ഷോക്കടിപ്പിക്കുകയോ വേണം. ഇങ്ങനെ കൂടെ കൊണ്ടുനടക്കുകയല്ല വേണ്ടത്." അവളാദ്യമായി എന്റെ നേരെ കോപിച്ചു.

"സത്യത്തിൽ കുറച്ചെങ്കിലും ഭ്രാന്തില്ലാത്തവരെ എനിക്ക് പേടിയാണ്. അവർ കൊലനടത്താനും മടിക്കില്ല." അവളുടെ കുഞ്ഞുമൂക്കിൽ പിടിച്ച് കറക്കിക്കൊണ്ട് ഞാൻ പറഞ്ഞു. പ്രണയം തുടങ്ങിയപ്പോൾ മുതലുള്ള എന്റെ സുകുമാരകലയാണത്.

ആത്മവിശ്വാസവും പുരുഷത്വമൂറുന്ന അനായാസതയും കാരണം ധാരാളം പെൺകുട്ടികൾ വിനയന്റെ പ്രണയവലയിലായിട്ടുണ്ട്. കുറച്ചുകാലം അവന്റെ ഭ്രാന്ത് ആസ്വദിച്ചശേഷം ആ കുരുക്ക് പൊട്ടിക്കാൻ അവർ

പാടുപെടുന്നു.

മഞ്ജുഷയുടെ ആഗ്രഹംപോലെ തന്നെ, വിവാഹശേഷം ഇതുവരെ അവൻ ഞങ്ങളെ ശല്യപ്പെടുത്താൻ വന്നിട്ടില്ല. രണ്ടു വർഷം മുൻപ് ഒരു ദിവസം 'പ്രസ്സ്' എന്ന് ഇംഗ്ലീഷിൽ വലിപ്പത്തിലെഴുതിയ ഒരു എൻ ഫീൽഡ് ബുള്ളറ്റിൽ വിനയൻ ഹൈവേയിൽക്കൂടി പാഞ്ഞുവരുന്നു. പഴക്കംചെന്ന ഒരു സർക്കസുകാരനെപ്പോലെ അവൻ ഇടയ്ക്കിടെ ബുള്ളറ്റ് എതിർവരുന്ന ബസുകൾക്കും ലോറികൾക്കും നേരെ ഭയപ്പെടുത്തുന്നവിധം പായിക്കുകയും തൊട്ടടുത്തെത്തുമ്പോൾ ഒരു നൂലിഴ വ്യത്യാസത്തിൽ വെട്ടിച്ച് മാറ്റുകയും ചെയ്യുന്നു. അതേ തരത്തിൽതന്നെ റോഡരികിൽനിന്ന എനിക്കു നേരെയും ബുള്ളറ്റ് പാഞ്ഞുവന്നു. ഞാൻ ചാടിമാറി.

"ഭീരുവായ ശമ്പളക്കാരാ" അവൻ കോളറിനു പിന്നിൽ പിടിച്ച് എന്നെ അടുപ്പിച്ച് നിർത്തി. ഹാൻഡിലിനു മുകളിൽ ഒരു അർധവൃത്തം ചമച്ച്, സാഹസികതയോടെ വലതുകാൽ പൊക്കി അതേ നീക്കത്തിൽ തന്നെ ബുള്ളറ്റ് ചരിച്ചുനിർത്തി. എന്നത്തേയുംപോലെ, അവന്റെ ഭംഗിയുള്ള ടീഷർട്ടും ചെറുചിരിയുള്ള മുഖവും കണ്ടാൽത്തന്നെ നമുക്ക് ആത്മവിശ്വാസമേറും.

"*ഡെക്കാൻ ഹെറാൾഡ്, ടൈംസ് ഓഫ് ഇന്ത്യ* ഒക്കെ വിരണ്ടു കഴിഞ്ഞു. മാത്തുക്കുട്ടിച്ചായനും വീരേന്ദ്രകുമാറും എങ്ങനെയും പിടിച്ചു നിൽക്കാനുള്ള പെടാപ്പാടിലാണ്."

എന്റെ കൈപ്പടം അമർത്തി ഞെരിച്ചുകൊണ്ട് വിനയൻ പറഞ്ഞു. പോക്കറ്റിൽനിന്ന് ടാബ്ലോയിഡ് വലിപ്പത്തിൽ ഒരു പത്രം എടുത്തുനീട്ടി. ഏതോ ലെറ്റർ പ്രസ്സിൽ വികലമായി അച്ചടിച്ച അതിന്റെ ഒന്നാം പേജിൽ തന്നെ പത്രാധിപർ വിനയന്റെ കൈകൂപ്പി നിൽക്കുന്ന ചിത്രമുണ്ടായിരുന്നു. പത്രത്തിന്റെ പേര് അരൂക്കുറ്റി മെയിൽ. മുഖ്യവാർത്ത – കുട്ടനാടൻ പാടശേഖങ്ങളിൽ മുഞ്ഞ. എഡിറ്റഡ് പബ്ലിഷ്ഡ് ആൻഡ് ഓൺഡ് ബൈ – എൻ ജി വിനയചന്ദ്രൻ, നികർത്തിൽ പുത്തൻവീട്, അരൂക്കുറ്റി.

"പക്ഷേ, എൻ റാം സുർജിത്തുമായി ചേർന്ന് കളിക്കാൻ സാധ്യതയുണ്ട്. അരൂക്കുറ്റി മെയിൽ വായിക്കരുതെന്ന് സർക്കുലർ വന്നുകഴിഞ്ഞു." വിനയൻ വീണ്ടും വണ്ടി സ്റ്റാർട്ടാക്കി. മുന്നോട്ടെടുത്തശേഷം ഒരു വീണ്ടു വിചാരത്തിൽ റോഡിനു നടുക്ക് വലംവെച്ച് തിരികെവന്നു.

"നീ കൂടുന്നോ? റസിഡന്റ് എഡിറ്റർ പദവി ഒഴിച്ചിട്ടിരിക്കുകയാണ്."

ഏഴുവർഷമായി തുടരുന്ന പത്തുമണിക്കുറങ്ങുക, നാലുമണിക്കെഴുന്നേൽക്കുക, ദിവസം യോഗയിൽ തുടങ്ങുക എന്നീ കാര്യങ്ങളുപേക്ഷിച്ച് ഞാൻ രാത്രി മുഴുവൻ വിനയനോടൊത്ത് മുകൾവരാന്തയിൽ സംസാരിച്ചിരുന്നു. മഞ്ജുഷയും കുട്ടിയും ഉറങ്ങിയിരുന്നു.

"രാവിലെ തന്നെ അവനെ പായ്ക്ക് ചെയ്യണം." ഉറങ്ങാൻ പോകുന്നതിനു മുൻപ് എന്റെ കഴുത്തിന് പിടിക്കുന്നതായി ആംഗ്യം കാട്ടിക്കൊണ്ട് അവൾ പറഞ്ഞു. "ഇല്ലെങ്കിൽ ഞാനായിരിക്കും ഇറങ്ങിപ്പോവുക."

"രണ്ടുവർഷമാണ് അവന്റെ ചെലവിൽ ഞാൻ കഴിഞ്ഞത്. നന്ദികേട് കാട്ടി അവനെ ഇറക്കിവിടാൻ പറ്റില്ല." ഞാൻ പറഞ്ഞു.

വലിയ മുറ്റവും നീളൻ വരാന്തയും പിന്നിലേക്ക് കായൽക്കരവരെ നീണ്ടുകിടക്കുന്ന തൊടിയുമുള്ള വിനയന്റെ വീട് ഞാനോർമ്മിച്ചു. ഇടക്കാലത്ത് താൻ സുന്ദർലാൽ ബഹുഗുണയാണെന്ന് സങ്കൽപ്പിച്ച് അവൻ പറമ്പിൽ വനം വളർത്താൻ ശ്രമിച്ചിരുന്നു. അച്ഛൻ നട്ട നൂറ്റൻപത് മൂട് ഒട്ടുജാതി തൈകൾ അതിനായി മുറിച്ചുമാറ്റി. മഞ്ചാടിയും വട്ടയും ആവണക്കും കാട്ടുപേരയും കരിന്തകരയും നട്ടു. കമ്യൂണിസ്റ്റ് പച്ചയും കാട്ടുചേമ്പും പോലുംപറിച്ച് കളഞ്ഞില്ല. വിവിധ വനവൃക്ഷങ്ങളുടെ തൈകൾക്കായി ഒരു ഫോറസ്റ്റ് ഗാർഡിന് ധാരാളം പണവും ചാരായവും നൽകി. താൻ ഷേർഖാൻ എന്നു പേരുള്ള കടുവയാണെന്നു പറഞ്ഞ്, ഒരു പെൺകുട്ടിയുടെ പുറത്ത് ചാടിവീണതോടുകൂടി നാട്ടുകാർ കാട് വെട്ടിവെളുപ്പിച്ചു.

ഒരിക്കൽ അത്ഭുതം കാട്ടാമെന്നു പറഞ്ഞ് എന്നെ ഗേറ്റിനു മുഖം ചേർത്തുനിർത്തിയശേഷം അതിനു മുകളിലുണ്ടായിരുന്ന ഭംഗിയുള്ള ആനമുട്ടപോലുള്ള ബൾബുകൾ തലയ്ക്കുമുകളിൽ കൂടി അവൻ വെടിവെച്ച് തകർത്തു. അന്നുതന്നെ അവന്റെ അച്ഛനും നാല് തുണിക്കടകളുടെ ഉടമയുമായ ഗോവിന്ദക്കുറുപ്പ് തന്റെ തോക്ക് ലൈസൻസ് റദ്ദ് ചെയ്യണമെന്ന് കളക്ടർക്ക് എഴുതിക്കൊടുത്തു.

"എന്റെ അച്ഛൻ പറയുന്നു നീയാണ് എന്നെയിത് പഠിപ്പിച്ചതെന്ന്." സ്റ്റോക്കുണ്ടായിരുന്ന അവസാനത്തെ സിഗററ്റും തീർത്തുകൊണ്ട് വിനയൻ പറഞ്ഞു. "നിന്റെ വീട്ടുകാർ മറിച്ചും." അവൻ കൊണ്ടുവന്ന അര ലിറ്റർ റം കുപ്പിയിൽ ഒരു ലാർജ് മാത്രമേ അവശേഷിക്കുന്നുള്ളൂ. ദൂരെ സർക്കാർ വക സ്പിന്നിങ് മില്ലിൽ രാത്രി ഒരു മണിയുടെ ഷിഫ്റ്റ് അവസാനിച്ചെന്നറിയിച്ചുകൊണ്ടുള്ള സൈറൺ മുഴങ്ങി.

"നിന്റെ അരൂക്കുറ്റി മെയിൽ എവിടെ?" ഞാൻ ചോദിച്ചു.

"അത് നിർത്തി. കാരണം പ്രണയ്റോയ് എന്നെ വിലയ്ക്കെടുത്തു. മാസം മുപ്പതിനായിരം രൂപ ശമ്പളത്തിന്. മനസിലായില്ലേ. എൻഡി ടിവിയിലേക്ക്. പക്ഷേ, ആ തന്തയ്ക്ക് പിറക്കാത്തവൻ പറ്റിക്കുകയായിരുന്നു. എനിക്ക് ഭ്രാന്താണെന്ന് അവന് മനസിലായിരുന്നില്ലത്രെ. ഞാനവന്റെ കരണത്തടിച്ചു. ഏക് ജംഗിൾ മേം ഏക് സേർ. ദൂസരാ നഹീം.

നിന്നെ അറിയിക്കാൻ കഴിഞ്ഞില്ല. ഞാൻ വിവാഹം കഴിച്ചു. ബഡാ പാർട്ടിയാണ്. എന്റെ അച്ഛന്റെ കാശിൽ വീണു. ഫസ്റ്റ് നൈറ്റ് അവരുടെ വീട്ടിലായിരുന്നു. അവിടത്തെ ടി വി ഞാൻ എറിഞ്ഞുപൊട്ടിച്ചു. മരുന്നു കഴിക്കുന്നതുകൊണ്ട് ഞാനവിടെ സംസാരിക്കുന്നതിനിടെ ഉറങ്ങിപ്പോയി. ഉണർന്നപ്പോൾ ചുറ്റും ഒരു പരിചയവുമില്ലാത്ത ആൾക്കാർ. ഞാനലറിയെന്നത് ശരിയാണ്. അവരിപ്പോൾ ഡൈവോഴ്സ് നോട്ടീസ് അയച്ചിരിക്കുകയാണ്. പക്ഷേ, നീചമായ ആരോപണങ്ങളാണവരുടേത്. ആദ്യരാത്രിയിൽ ഞാൻ ഭാര്യയെ ബലാത്സംഗം ചെയ്യാൻ ശ്രമിച്ചെന്ന്.

സ്റ്റിൽ ഐ ലവ് ഹെർ."

വിനയൻ പോക്കറ്റിൽനിന്ന് ഏഴുമാസം പഴക്കമുള്ള അരൂക്കുറ്റി മെയിലിന്റെ അവസാനലക്കം പ്രത്യേക പതിപ്പ് എടുത്തു കാട്ടി. പ്രധാന വാർത്ത- വിനയചന്ദ്രൻ വിവാഹിതനാകുന്നു. മുഖപ്രസംഗം - വിനയചന്ദ്രൻ വിവാഹിതനാകേണ്ടതിന്റെ ആവശ്യകത. നായർ വിവാഹങ്ങളെക്കുറിച്ച് പ്രത്യേക ഫീച്ചർ, പ്രണയവിവാഹങ്ങൾക്കെതിരെ ഒരു കാർട്ടൂൺ.

"നിന്റെയൊക്കെ സഹവാസം കൊണ്ടായിരിക്കണം ഞാൻ കവിതകളെഴുതാൻ തുടങ്ങി." വിനയൻ പറഞ്ഞു. "ഡി വിനയചന്ദ്രൻ എന്ന പേരിൽ ഈയിടെ എന്റെ ചില പ്രണയകവിതകൾ ആനുകാലികങ്ങളിൽ വരുന്നുണ്ട്. പണ്ട് ഞാൻ എ അയ്യപ്പൻ എന്ന പേരിലാണെഴുതിയിരുന്നത്. *പച്ചത്തത്തയുടെ ജഡം* നീയോർക്കുന്നില്ലേ."

എനിക്കത്ഭുതം തോന്നിയില്ല. പണ്ടവൻ കുറേക്കാലം മെഡിക്കൽ കോളേജ് ഉപേക്ഷിച്ച മൂന്നാംവർഷ എം ബി ബി എസ് വിദ്യാർഥിയായിരുന്നു.

"വേറൊരു കാര്യമുണ്ട്" വിനയൻ ശബ്ദംതാഴ്ത്തി പറഞ്ഞു. "മഞ്ജുഷ അറിയേണ്ട. നീയൊരു വലിയ അപകടത്തിലാണ്. അതാണ് ഞാനിവിടെ പറന്നെത്തിയത്."

വിനയനോടൊപ്പം വെറും നിലത്ത് വീണുറങ്ങിപ്പോയ എന്നെ മഞ്ജുഷ അതിരാവിലെ കുലുക്കിയുണർത്തി. അവൾ കോപംകൊണ്ട് വിറച്ചിരുന്നു.

"നിങ്ങൾക്ക് സന്തോഷമുണ്ടാകുന്ന ഒരു കാഴ്ചയുണ്ട്." അവളെന്റെ കൈയിൽ പിടിച്ച് താഴെ പ്രധാന വാതിൽക്കലേക്ക് നയിച്ചു. പുറത്തെ വരാന്തയിൽ ആജാനുബാഹുവായ ഒരുത്തൻ തൂണും ചാരിയിരുന്ന് ഉറങ്ങുന്നു. മദ്യത്തിന്റെ കനമുള്ള തിരശ്ശീലയിൽക്കൂടി ഞാൻ സൂക്ഷിച്ചു നോക്കി. ഗണേഷ് ബാലസുബ്രഹ്മണ്യം!

"രാത്രിയിൽ നിങ്ങളെ വിളിക്കേണ്ടെന്നു കരുതി." അവൻ ഉറക്കച്ചടവോടെ പറഞ്ഞു.

ഇതിനുമുൻപ് കണ്ടിട്ടില്ലെങ്കിലും മഞ്ജുഷ ഒറ്റനോട്ടത്തിൽത്തന്നെ ഗണേഷിനെ മനസിലാക്കിയിരുന്നു. കാരണം ഞാൻ പറഞ്ഞുപറഞ്ഞ് അവന്റെ മാംസളരൂപം സ്ഥിരമായ ഒരു പേടിസ്വപ്നമായി അവളുടെയുള്ളിൽ പതിഞ്ഞിരുന്നു.

"ഇന്നുതന്നെ ഞാൻ വീട്ടിൽ പോകുകയാണ്" അവൾ പറഞ്ഞു. വേനലവധിക്കാലത്ത് സാധാരണ അവൾ മോനോടൊത്ത് സ്വന്തം വീട്ടിൽ പോയി നിൽക്കാറുള്ളതാണ്. ഇത്തവണ ഒരാഴ്ചകൂടി കഴിഞ്ഞ് പോകാനായിരുന്നു നേരത്തെ തീരുമാനം.

"വളരെക്കാലംകൂടി നിന്നെ ഇന്നലെ സ്വപ്നം കണ്ടു. നീയൊരു അപകടത്തിൽപെടുന്നതായോ മറ്റോ. ഉടൻതന്നെ ഇങ്ങോട്ട് തിരിച്ചു." ചായ മൊത്തിക്കൊണ്ട് ഗണേഷ് പറഞ്ഞു.

"വിനയൻ അകത്തുണ്ട്."

"അതായിരിക്കാം അപകടം."

പരിചയത്തിലുള്ള വിചിത്ര സ്വഭാവക്കാരെല്ലാം ഒരുമിച്ചൊരു വീട്ടിൽ താമസിച്ചാലുണ്ടാകുന്ന രസകരമായ രംഗങ്ങൾ ഞാനിടയ്ക്കിടെ ഭാവനയിൽ കണ്ടിരുന്നു. അതിവിടെ യാഥാർഥ്യമാകണമെങ്കിൽ ഒരാൾകൂടിയെത്തണം. സ്റ്റീഫൻ.

"ഞാൻ തിരികെയെത്തുമ്പോഴേക്ക് ഇതൊരു ആനിമൽ ഫാം ആക്കരുത്." മഞ്ജുഷ പോകാൻനേരം പറഞ്ഞു. അതൊരു മുനയാണ്. പുതിയ വീടിന് പേരന്വേഷിച്ചപ്പോൾ ഞാൻ നിർദ്ദേശിച്ചത് 'ഫാം ഹൗസ്' എന്നാണ്. അവൾ പൗർണമി, കൃഷ്ണകൃപ, ഇന്ദീവരം ഇത്യാദി അമ്പലവാസി നാമങ്ങളും. അഞ്ചുസെന്റ് സ്ഥലത്ത് എന്ത് ഫാം ഹൗസ്? പ്രണയകാലത്ത് ഒരിക്കൽ ഇബ്രാഹിം ലോഡ്ജിൽ പാത്തുവന്ന അവൾ എന്റെ മുറി കണ്ട് ഭയന്നുപോയി. തറ കാണാൻ വയ്യാതെ കടലാസും ചവറുകളും ഭിത്തി കാണാൻ വയ്യാതെ മാറാലകളും നിറഞ്ഞ അവിടെ കട്ടിലിൽ കുന്നുകൂടിയ പഴന്തുണിക്കൂമ്പാരത്തിലേക്ക് അവളെ ഞാൻ മറിച്ചു.

പ്രശസ്തയായ ഒരു സിനിമാ നടിയുടെ അതിസുന്ദരിയായ ഇളയ സഹോദരിയെ ഗണേഷ് പ്രേമിച്ചത് അതേ കാലത്തുതന്നെയാണ്. അവന്റെ ഭ്രാന്ത് ഒരു പ്രേമലക്ഷണമായാണ് അവൾക്കു തോന്നിയത്. രാത്രിയിൽ ഞങ്ങൾ ഹോസ്റ്റൽവിട്ടിറങ്ങി എറണാകുളം മുഴുവൻ അലഞ്ഞു. കുറേനാളായി എനിക്കും ഉറങ്ങാൻ കഴിഞ്ഞിരുന്നില്ല. എന്നും രാത്രി വളരെ വൈകി പോലീസ് ഞങ്ങളെ മറൈൻ ഡ്രൈവിൽനിന്ന് പുറത്താക്കി. അർധരാത്രി ഞങ്ങൾ മഹാരാജാസിന്റെ മതിൽ ചാടിക്കടന്ന് അവന്റെ പ്രണയസ്ഥലത്ത് പോയിരുന്നു. പിറ്റേന്ന് കാമുകിമാരോട് പറയാനുള്ളത് മുഴുവൻ ഞങ്ങൾ പരസ്പരം റിഹേഴ്സൽ ചെയ്തു. ഗണേഷിന്റെ സംസാരം മുഴുവൻ ബ്രിട്ടീഷ് ചുവയുള്ള ഇംഗ്ലീഷിലായിരുന്നു. അതിലാണ് സുന്ദരി വീണുപോയത്.

സംസാരിക്കുന്നതിനിടെ അവന് വീണ്ടും വികൽപ്പമുണ്ടായി.

"നമുക്ക് തിരുവനന്തപുരംവരെ പോയി ഒരു ചായകുടിച്ചാലോ?" അവൻ ചോദിച്ചു. സമയം തെറ്റിവന്ന ഒരു സ്പെഷ്യൽ ട്രെയിനിൽ ടിക്കറ്റെടുക്കാതെ ഞങ്ങൾ തിരുവനന്തപുരത്തിനു പോയി. അതിരാവിലെ അവിടെനിന്ന് ചായ കുടിച്ചശേഷം അടുത്ത വണ്ടിക്ക് തിരിച്ചുവന്നു. ട്രെയിനിലിരുന്ന് അവൻ 'കണ്ണേ കലൈമാനേ' ഉച്ചത്തിൽ പാടി. അതിർത്തിയിലേക്ക് തിരിച്ചുപോകുന്ന ഒരു പട്ടാളക്കാരനോട് ലഡാക്കിനെക്കുറിച്ച് തർക്കിച്ചു.

"ഞാനൊരു ബ്രാഹ്മണനായ കമ്യൂണിസ്റ്റാണ്." പൂണൂൽ ഉയർത്തിക്കാട്ടിക്കൊണ്ട് ഗണേഷ് പറഞ്ഞു. "ഒരുനാൾ ചെങ്കോട്ടയിൽ ചെങ്കൊടിക്കു താഴെ നിങ്ങളെനിക്ക് സല്യൂട്ട് തരും."

താനിപ്പോൾ അണ്ടർഗ്രൗണ്ടിലാണെന്നും വിനയനിവിടെയുള്ളത് സംശയത്തോടെ കാണണമെന്നും ഗണേഷ് പറഞ്ഞു.

"പാർലമെന്റാക്രമണക്കേസിൽ ഞാൻ സത്യം പുറത്തുകൊണ്ടുവരുമെന്നാണവരുടെ പേടി. ഐ ബി യും റോയും പിറകെയുണ്ട്. നിനക്കറിയില്ല ഇപ്പോഴത്തെ ഡൽഹി. ഫാസിസ്റ്റുകൾ തിമിർത്താടുകയാണ്."

കോളേജിൽവെച്ച് ഒരിക്കൽ ഗണേഷ് വിജയനഗരസാമ്രാജ്യത്തെക്കുറിച്ച് ഗവേഷണം നടത്താൻ ആന്ധ്രയ്ക്ക് പോയിരുന്നു. കുറേനാൾ കഴിഞ്ഞ് എല്ലാ കുട്ടികളെയും അഭിസംബോധന ചെയ്യുന്ന ഒരു കത്ത് ഹോസ്റ്റലിലെത്തി.

സഖാക്കളേ, ഇതെന്റെ അന്ത്യസന്ദേശമായിരിക്കാനാണിട. കഴിഞ്ഞ 20ന് കൃഷ്ണദേവരായരുടെ കൊട്ടാരത്തിനടുത്തുവെച്ച് എന്നെ പീപ്പിൾസ് വാർ ഗ്രൂപ്പുകാർ തട്ടിക്കൊണ്ടുപോയി. അവരുടെ തടങ്കലിൽനിന്ന് രഹസ്യമായി പുറത്തേക്കയച്ചതാണീ കത്ത്. ചെളിയും മലവും മൂത്രവും കുഴഞ്ഞ പരിസരമാണിവിടെ. എന്നെ തട്ടിയെടുത്ത സംഘം ഇന്നലെ രാത്രി പോലീസുമായി നേർക്കുനേർ പോരാടി. എന്റെ തോളിനു മുകളിൽക്കൂടിയാണ് വെടിയുണ്ടകൾ പോയത്.

ഒരു മാർക്സിസ്റ്റ് ബുദ്ധിജീവിയെ അത്യാവശ്യമാണെന്നാണവർ പറയുന്നത്. അവരുടെ മാവോയിസ്റ്റ് ലൈനിന് താത്വിക വ്യാഖ്യാനം നൽകാൻ എനിക്കു കഴിയുമത്രെ. ഞാനവരെ സി പി എം ലൈൻ പറഞ്ഞ് ബോധ്യപ്പെടുത്താൻ ശ്രമിക്കുകയാണ്. അഭിവാദ്യങ്ങളോടെ ഗണേഷ് ബാലസുബ്രഹ്മണ്യം.

എൻബി: അവരിൽപ്പെട്ട ഒരു പെൺകുട്ടിക്ക് എന്നോട് താൽപ്പര്യമുണ്ട്. തോക്ക് കൈകാര്യം ചെയ്യാൻ പഠിപ്പിക്കാമെന്ന് അവളേറ്റിട്ടുണ്ട്. അവളുടെ സഹായത്തോടെയാണ് കത്ത് പുറത്തേക്കയയ്ക്കുന്നത്.

ഇതുകണ്ട് ഭയന്ന് കുറേപ്പേർ പത്രങ്ങളിൽ വാർത്ത കൊടുത്തു. ഗണേഷിനെ രക്ഷിക്കാൻ നടപടിയെടുക്കണമെന്നാവശ്യപ്പെട്ട് കുറേ എഴുത്തുകാരൊപ്പിട്ട പ്രസ്താവന ഒരു പ്രമുഖ മാസിക പ്രസിദ്ധീകരിച്ചു. പക്ഷേ, ആന്ധ്രയിൽനിന്നു വന്ന കത്തിലെ തപാൽമുദ്ര ഇടപ്പള്ളി എന്നാണെന്ന് പിന്നീട് ചിലർ കണ്ടെത്തി.

കോളേജിൽ എസ് എഫ് ഐ ക്കാർക്ക് ഒഴിയാബാധയായിരുന്നു ഗണേഷ്. ഇലക്ഷൻ സമയത്ത് ക്ലാസുകളിൽ കയറിയിറങ്ങി ഏകാംഗ കാമ്പയിൻ നടത്തി തന്റെ ഇഷ്ടവിഷയങ്ങളായ ആഗോളീകരണത്തെക്കുറിച്ചും സാമ്രാജ്യത്വത്തെക്കുറിച്ചും വിദ്യാർഥികളോട് സംസാരിച്ചു. ഇടയ്ക്കിടെ ചികിത്സ വേണ്ടിവരുന്നതുകൊണ്ട് മുപ്പതു കഴിഞ്ഞിട്ടും പഠനം തുടരുന്ന ഗണേഷിനെ കൂവലോടെയും വിസിലടിയോടെയും കുട്ടികൾ സ്വീകരിച്ചു.

"സഖാക്കളേ, മൻമോഹനോമിക്സ് കമ്യൂണിസത്തിന്റെ ഈ കോട്ടയിലും പ്രശ്നങ്ങളുണ്ടാക്കുന്നതിന്റെ ലക്ഷണമാണീ കൂവൽ. എന്നെയാണെങ്കിൽ മൾട്ടി നാഷണൽ കമ്പനികൾ പറയുന്ന ശമ്പളം തന്ന് റാഞ്ചാൻ നടക്കുകയാണ്. തങ്ങളെ ഏറ്റവും കൃത്യമായി എതിർക്കുന്ന ഒരാളെ സ്വപക്ഷത്ത് ചേർക്കാൻ അവരെത്ര തുക വേണമെങ്കിലും മുടക്കും." ഗണേഷ്

പ്രസംഗിച്ചു.

ഒരാഴ്ച പകൽ മുഴുവൻ വിനയൻ എന്റെ കിടപ്പുമുറിയിൽ കയറി അടച്ചിരുന്നു. ചിലപ്പോഴൊക്കെ തനിയെയുള്ള സംഭാഷണങ്ങളും എന്താണെന്ന് തിരിച്ചറിയാൻ കഴിയാത്ത വലിയ ശബ്ദങ്ങളും അവിടെനിന്ന് കേൾക്കാം. ഒൻപതാംദിവസം ഒരു കഷണം കടലാസുമായി യുവ പത്ര പ്രവർത്തകൻ പുറത്തുചാടി.

"ഞാനൊരു ക്ലാസിക് നോവൽ എഴുതുകയായിരുന്നു. അരൂക്കുറ്റി എന്ന പുരാതന ജനാധിവാസ കേന്ദ്രത്തെക്കുറിച്ച്. ഇപ്പോഴൊരു മികച്ച തുടക്കം കിട്ടിയിട്ടുണ്ട്."

കടലാസിൽ ഇങ്ങനെ എഴുതിയിരുന്നു. "വർഷങ്ങൾക്കു ശേഷം ഫയറിംങ് സ്ക്വാഡിനെ അഭിമുഖീകരിച്ചപ്പോൾ കേണൽ വിനയചന്ദ്രൻ, അച്ഛൻ തന്റെ വിരൽ പിടിച്ച് വേമ്പനാട്ട് കായൽ കാണിക്കാൻ കൊണ്ടുപോയത് ഓർത്തു."

"ഇത് *ഏകാന്തതയുടെ നൂറുവർഷങ്ങൾ* പോലിരിക്കുന്നല്ലോ." ഞാനന്വേഷിച്ചു.

"ഒരു മികച്ച നോവൽ ഇങ്ങനെയല്ലാതെ തുടങ്ങാൻ പറ്റില്ല. എന്നത്തെയും മികച്ച ഈ മാതൃകയെ ചിലരൊക്കെ നേരത്തെ അനുകരിച്ചിട്ടുണ്ട്."

ഞങ്ങളുടെ അയൽപക്കത്ത് ഗണേഷ് അക്രമം കാട്ടിയത് കുറേ പ്രശ്നങ്ങളുണ്ടാക്കി. മുറ്റത്തു നിന്നാൽ അവിടെ ഒരു കമ്പ്യൂട്ടർ പ്രവർത്തിക്കുന്നതിന്റെ നീലവെളിച്ചം കാണാം.

"നോക്ക്. രാവിലെതന്നെ അവരെന്റെ ബുദ്ധി വലിച്ചെടുക്കാൻ ശ്രമിക്കുകയാണ്." അങ്ങോട്ടേക്ക് നോക്കി ഒരു മുളവടി ചുഴറ്റിക്കൊണ്ട് അവൻ പറഞ്ഞു. "ഈ വീട്ടിൽ അസാമാന്യബുദ്ധിയുള്ള ഒരാൾ താമസിക്കുന്നുണ്ടെന്ന് അവർക്ക് മനസിലായി."

"നിന്റെ വീട്ടിലും കമ്പ്യൂട്ടറുണ്ടല്ലോ." ഞാൻ ചോദിച്ചു. "ഇത് അത്തരമല്ല. ഗ്രഹങ്ങളുമായി ബന്ധിപ്പിച്ച് പ്രോഗ്രാം ചെയ്യപ്പെട്ടതാണ്. പുട്ടപർത്തിയിൽവെച്ച് ഞാനിതുപോലൊന്നിന്റെ മുന്നിൽപ്പെട്ടു. അതിന്റെ ആഘാതത്തിൽ എന്റെ കഴുത്തിനു മുന്നിൽനിന്ന് തലയുടെ പിറകുവശംവരെ ഒരു സൈബർ ദ്വാരമുണ്ടായി. മസൂറിയിലും ഈ കമ്പ്യൂട്ടറുണ്ട്. അതാണ് ഞാൻ സിവിൽ സർവീസ് എഴുതാതിരുന്നത്. ഹ! ഹ! അൽപ്പം കോമൺ സെൻസ് മതി കമ്പ്യൂട്ടറുകളെ പറ്റിക്കാൻ."

ഒരു വയലിൻ തന്റെ ഇടതു കാൽമുട്ടിനുള്ളിൽ നഷ്ടപ്പെട്ടതായും നടക്കുമ്പോൾ അത് പ്രശ്നമുണ്ടാക്കുന്നതായും ഒരുപാട് നാൾ ഗണേഷ് കരുതിയിരുന്നു. അവൻ തല്ലിത്തകർത്ത കമ്പ്യൂട്ടറിന്റെ വില കൊടുക്കേണ്ടിവന്നതോടെ എന്റെ എ ടി എം കാർഡ് ഏകദേശം കാലിയായി.

സ്റ്റീഫൻകൂടി എത്തിയതിനുശേഷമാണ് ഞങ്ങളുടെ വീടിനെപ്പറ്റി അയൽവാസികൾ മുഴുവൻ ഒപ്പിട്ട പരാതി എസ് ഐക്ക് കിട്ടിയത്. അവിവാഹിതർ താമസിക്കുന്ന വാർഡനില്ലാത്ത ഹോസ്റ്റൽപോലെ ഈ വീട്

സദാ പ്രശ്നമുണ്ടാക്കുന്നു. രാത്രിമുഴുവൻ മദ്യപാനാഘോഷവും പാട്ടുകളും. പകൽ ബാത്ത്റൂമിൽ കയറാതെ കിണറ്റുവക്കത്തുനിന്ന് നാണമില്ലാത്ത കുളി. കൂട്ടത്തിൽചിലർക്ക് ഏതുനിമിഷവും പെൺകുട്ടികളുടെ മേലാണ് കണ്ണ്. പലരും മനോനില തെറ്റി അക്രമമുണ്ടാക്കുന്നവരാണ്.

എന്നാൽ സ്റ്റീഫൻ ഇത്തരക്കാരനൊന്നുമല്ല. മാർക്കറ്റിൽവെച്ചാണ് അവനെ കണ്ടത്. വിനയന്റെയും ഗണേഷിന്റെയും ബുദ്ധിയിൽ തോന്നിയ ചില വിചിത്ര കറികളുണ്ടാക്കാൻ വേണ്ട പച്ചക്കറികൾ തിരഞ്ഞെടുക്കുകയായിരുന്നു ഞാൻ. അപ്പോഴതാ തെളിഞ്ഞ ചിരിയുമായി സ്റ്റീഫൻ മുന്നിൽ. മുടിയും താടിയും വെട്ടിയൊതുക്കിയിട്ടുണ്ട്.

“നീ ഇവിടെയാണോ താമസം. കണ്ടുമുട്ടിയത് അത്ഭുതമായി. നിന്നെ കണ്ടിട്ട് വലിയ കുഴപ്പത്തിൽപെട്ടപോലുണ്ട്.” അവൻ പറഞ്ഞു. പ്രകൃതിജീവനക്കാരനായ സ്റ്റീഫൻ അന്നുരാത്രി കാരറ്റും പച്ചവെള്ളവും കുടിച്ച് തണുത്ത നിലത്ത് കിടന്ന് ദീർഘമായി ഉറങ്ങി. മൂന്നുദിവസമായി അവൻ വീട്ടിൽനിന്ന് നടപ്പ് തുടങ്ങിയിട്ട്.

വിനയൻ അലയാൻപോയി ഇനിയും തിരികെയെത്തിയിട്ടില്ല. അവനെ ഒരുദിവസം രഹസ്യമായി പിന്തുടരണമെന്ന് ഞാനും ഗണേഷും തീരുമാനിച്ചിരുന്നു.

“സ്ത്രീകളെക്കുറിച്ച് ചിന്തിച്ച് അവന്റെ ജീവിതം തീരും.” മഞ്ജുഷ ഭിത്തിയുടെ നിറത്തിന് ചേരുംപടി സെലക്ട് ചെയ്ത മനോഹരമായ ജനൽകർട്ടനിൽ, കൈ തുടയ്ക്കുകയും മൂക്ക് ചീറ്റി ഒഴിക്കുകയും ചെയ്തുകൊണ്ട് ഗണേഷ് പറഞ്ഞു. രാത്രി അവൻ ജനലിൽക്കൂടിത്തന്നെ പുറത്തേക്ക് നീട്ടി മൂത്രം ഒഴിക്കും.

“നിലത്ത് കിടക്കുന്ന ഈ മനുഷ്യനെക്കുറിച്ചാണ് ഞാനാലോചിക്കുന്നത്” സ്റ്റീഫനെ ചൂണ്ടി ഞാൻ പറഞ്ഞു. “കാരണം എന്റെ കൺമുന്നിൽക്കൂടിയാണ് അവനിങ്ങനെയായത്.”

നാട്ടിൽ വിളിപ്പാടകലം മാത്രമേ ഞങ്ങളുടെ വീടുകൾക്ക് തമ്മിലുള്ളൂ. ഞങ്ങൾ ഒന്നിച്ച് തവളപിടിക്കുകയും കരോൾസംഘത്തിൽ കൂടുകയും ബ്ലൂഫിലിം കാണുകയും ഒളിഞ്ഞുനോക്കുകയും ചെയ്തിട്ടുണ്ട്. എന്നാൽ ഒരുദിവസം അവന്റെ കത്ത് എനിക്കു കിട്ടി. തൊട്ടടുത്തുള്ള വീട്ടിലേക്ക് രണ്ടു കിലോമീറ്റർ അകലെയുള്ള പോസ്റ്റോഫീസിൽനിന്നാണത് അയച്ചത്. ‘അവനിൽ വിശ്വസിക്കുക. നിന്റെ തെറ്റുകൾ ഏറ്റുപറയുക’ മുകളിൽ കുരിശ് അടയാളപ്പെടുത്തിയ കത്തിലെഴുതിയിരുന്നു. രണ്ടുദിവസം മുൻപാണ് സ്റ്റീഫൻ പത്തുദിവസത്തെ കരിസ്മാറ്റിക് ധ്യാനത്തിനുശേഷം തിരിച്ചെത്തിയത്. പരിചയമുള്ള വിലാസങ്ങളിലെല്ലാം ഇത്തരം കത്തുകളയച്ചിരുന്നു. ഈ കത്തിന്റെ ഏഴു പകർപ്പെടുത്ത് വിതരണം ചെയ്ത ഒരു തിരുവല്ലക്കാരന് ലോട്ടറിയടിച്ചു. ഇത് കീറിക്കളഞ്ഞ ആലപ്പുഴക്കാരൻ കൊങ്ങിണി ബ്രാഹ്മണനെ മൂർഖൻ കടിച്ചു.

തൊട്ടടുത്ത ഞായറാഴ്ച കുർബാന കഴിഞ്ഞ് ആൾക്കാർ പിരിയു

ന്നനേരം ഇടവകപ്പള്ളിമുറ്റത്ത് സ്റ്റീഫൻ വസ്ത്രങ്ങൾ മുഴുവനുമുരിഞ്ഞ് നഗ്നനായി മെഴുകുതിരി കത്തിക്കുന്ന കല്ലിനുമേൽ കയറിനിന്നു. നാണം കെട്ട് അപ്പനും തടിമാടന്മാരായ നാലു സഹോദരന്മാരുംകൂടി അവനെ വലിച്ച് താഴെയിറക്കി. തുണിയുടുപ്പിക്കാൻ ശ്രമിച്ചു. മൂത്തസഹോദരന്റെ ചെവി കടിച്ചുതുപ്പി അവൻ വീണ്ടും അവിടെക്കയറിനിന്നു. അടുത്തുവരുന്നവരുടെ നേർക്ക് ഒരു വടി ചുഴറ്റി.

"എനിക്ക് ആകാശനീലവസ്ത്രം തരൂ. ഞാനുടുക്കാം" ഇളയസഹോദരൻ പള്ളിയിരിക്കുന്ന കുന്നിന്മേൽനിന്ന് അഞ്ഞൂറുപടികൾ ഓടിയിറങ്ങി, ജവുളിക്കട തുറപ്പിച്ച് ഒരു നീല മുണ്ടുമായി അണച്ചെത്തി.

"ഇത് ആകാശനീലയല്ല" സ്റ്റീഫൻ ക്രുദ്ധനായി വടി സഹോദരനു നേരെ വീശി. കുറേ മുണ്ടുകളെത്തിച്ചെങ്കിലും അവസാനം പള്ളിമേടയുടെ ആകാശനീല ജനൽകർട്ടൻ ഉടുത്തുകൊണ്ടാണ് അവൻ തിരിച്ചുപോയത്.

"ഇവന് സ്കിസോഫ്രേനിയയായിരുന്നു. എന്റെ കൈയിൽ ചികിത്സയുണ്ട്. പ്രാണിക് ഹീലിങ്ങും ഹിപ്നോട്ടിസവും" വിനയൻ പറഞ്ഞു. "പക്ഷേ, ഹിപ്നോടൈസ് ചെയ്താൽ ഇവൻ പിന്നെ ഉണരില്ല. അനന്തമായി ഉറങ്ങും" വിനയൻ കുറേനേരം മുറിയിലിരുന്ന് ധ്യാനിച്ച് സ്റ്റീഫന്റെ മനസ്സിനെ നേരെയാക്കാൻ ശ്രമിച്ചു.

ക്രിസ്മസ് തലേന്ന് നീലവസ്ത്രവും ധരിച്ച് സ്റ്റീഫൻ മുൻനിരയിൽ നിന്ന് പാതിരാകുർബ്ബാനയിൽ പങ്കെടുത്തു. എല്ലാവരും പാട്ടിൽ ലയിച്ചു നിൽക്കെ, അൾത്താരയ്ക്കടുത്തേക്ക് ഓടിച്ചെന്ന് വികാരിയച്ചന്റെ മുഖത്ത് തുപ്പി. കന്യാസ്ത്രീകൾ നടത്തുന്ന മാനസികാരോഗ്യകേന്ദ്രത്തിൽ പിറ്റേന്ന് അവൻ ക്രിസ്മസ് ആഘോഷിച്ചു.

"നീയൊന്നും വിചാരിക്കാത്ത ദൂരത്തേക്കായിരുന്നു എന്റെ പോക്ക്" നാലുമാസത്തെ ചികിത്സയ്ക്കുശേഷം തിരിച്ചുവന്ന്, എന്നെ കാണാനെത്തി. ശബ്ദതാരാവലി മറിച്ചുനോക്കിക്കൊണ്ട് സ്റ്റീഫൻ പറഞ്ഞു. "ഈ പേജ് മറിയുന്ന ശബ്ദം; ആ മിക്സി പ്രവർത്തിക്കുന്ന ശബ്ദം; അതിന്റെയൊക്കെയുള്ളിലുള്ള വേറൊരു ശബ്ദം ഇപ്പോഴും കേൾക്കുന്നുണ്ട്. വിലക്കപ്പെട്ട വാക്കിന്റെ അർഥം മനസ്സിലാക്കിയതുപോലാണത്. അത് ഉപയോഗിച്ചില്ലെങ്കിലും മറന്നുകളയാൻ പറ്റില്ല."

അവരുടെ മരുന്നുപയോഗിക്കുമ്പോൾ ഞാൻ അറുപതുകിലോ ഭാരമുള്ള ഒരു റബ്ബർബോൾ ആണെന്ന് തോന്നും. രണ്ട് ഇരുമ്പ് യന്ത്രങ്ങൾക്കിടയിൽവെച്ച് അവരെന്നെ ഞെരിച്ചുപരത്തി."

കുറേക്കാലത്തേക്ക് സ്റ്റീഫൻ ശബ്ദതാരാവലി മാത്രമാണ് വായിച്ചത്. മുൻപ് സിനിമാ നോട്ടീസല്ലാതെ ഒന്നും വായിച്ചിട്ടില്ലെങ്കിലും ഏതാനും നാൾകൊണ്ട് ഒരു വലിയ ബുക്ക് നിറയെ അവൻ കവിതകളെഴുതിക്കൂട്ടി.

ഗണേഷും വിനയനും ഡൈനിങ് ടേബിളിൽത്തന്നെ കിടന്നുറങ്ങി. വാതിലടച്ച് നിരത്തിലേക്കിറങ്ങി ഞാൻ രണ്ടുചാൽ നടന്നു. നാലുദിവസമായി ഉറക്കം തോന്നാതെയായിട്ട്. രക്തത്തിന് വേഗംകൂടിയിരിക്കുന്നു.

ഏതോ വലിയ ജയം ഉണ്ടായതുപോലെ.

"നീയോർക്കുന്നുണ്ടോ നമ്മുടെ സൈമൺ സാറിനെ" അതിരാവിലെ സ്റ്റീഫനെ വിളിച്ചുണർത്തി ഞാൻ ചോദിച്ചു.

"സ്കൂളിൽ നമ്മളെ ഹിന്ദി പഠിപ്പിച്ചയാൾ. അയാൾക്ക് പതിനഞ്ച് ഹിന്ദിവാക്കിൽ കൂടുതൽ അറിയില്ല."

"അങ്ങേരെ ഒന്നു കാണണം. ഒരുപക്ഷേ, മരിക്കാൻ കിടക്കുകയാണെങ്കിലോ? ഇനി കാണാൻ സാധിച്ചില്ലെങ്കിലോ?"

ഒരു പഴഞ്ചൻ മാറ്റഡോർ ജീപ്പ് വാടകയ്ക്കെടുത്ത് ഞങ്ങൾ നാലുപേരും സൈമൺ സാറിന്റെ വീട്ടിലേക്ക് കുതിച്ചു. പണ്ടൊക്കെയാണെങ്കിൽ വേനലവധിയുടെ രണ്ടുമാസം സാർ മെഡിക്കൽ കോളേജിലെ സൈക്യാട്രി വാർഡിലാണ് വിശ്രമിക്കുക.

ഞങ്ങളുടെ മലയാളം മീഡിയം സ്കൂളിൽ ടൈ കെട്ടിവരുന്ന ഒരേയൊരാളായിരുന്നു സൈമൺ സാർ. എന്നെങ്കിലും അധ്യാപകർക്ക് യൂണിഫോം നടപ്പിലാകുമെന്നും അതിൽ ടൈ ഉൾപ്പെടുത്തുമെന്നും അദ്ദേഹം വിശ്വസിച്ചിരുന്നു. ഒരു പശുവിനെയും കൊണ്ടാണ് രാവിലെ സൈമൺസാർ സ്കൂളിലെത്തുക. പുല്ലുമേയാനായി അതിനെ മൈതാനത്ത് കുറ്റിയടിച്ചുകെട്ടും. ഇടയ്ക്കൊക്കെ വലിയ സംഘം കുട്ടികളുമൊത്ത് അദ്ദേഹം ആറ്റുതീരത്തേക്ക് ചൂണ്ടയിടാൻ പോകുന്നത് കാണാം.

"സൈമൺസാർ ഒരുമാസം പഴക്കമുള്ള പത്രമാണ് വായിച്ചിരുന്നത്." സ്റ്റീഫൻ ഓർമ്മിപ്പിച്ചു. അതത് ദിവസത്തെ പത്രം അദ്ദേഹം മടക്കുപോലും നിവർത്താതെ അടുക്കിവെക്കും. കൃത്യം ഒരുമാസം തികയുമ്പോൾ അത് വായിക്കും. ഇന്ദിരാഗാന്ധി മരിച്ച് ഒരുമാസം പിന്നിട്ടപ്പോൾ അദ്ദേഹം ക്ലാസിൽ അനുശോചനപ്രസംഗം നടത്തിയത് ഞാനോർത്തു.

സ്വന്തം രീതിയിൽ കൃഷിചെയ്ത് നിബിഡമാക്കിയ ഒരു വലിയപ്രദേശത്തിന്റെ അങ്ങേയറ്റത്താണ് സാറിന്റെ വീട്. ആ പറമ്പിലെ ആദായംകൊണ്ടുതന്നെ അദ്ദേഹത്തിന് വലിയ പണക്കാരനാകാം. വീടിനേക്കാൾ വലുതായിരുന്നു പശുത്തൊഴുത്ത്. അതിന്റെ ചെറിയ വരാന്തയിൽ ചാരുകസേരയിൽ കിടക്കുന്നയാൾ അലസനായിത്തീർന്ന യുദ്ധപ്രഭുവാണെന്ന് എനിക്കുതോന്നി. ഇത്തരക്കാർക്ക് പ്രായം അൽപംപോലും കൂടില്ല. പെട്ടെന്ന് ഒരുദിവസം അവർ മരിച്ചുപോവുകയാണ് പതിവ്.

സാറിന്റെ മുന്നിലെ ചെറിയ ബെഞ്ചിനുപുറത്ത് അഞ്ച് റേഡിയോകൾ. അവ അഞ്ച് സ്റ്റേഷനുകളിലെ പരിപാടികൾ ഒരേസമയം പുറത്തേക്ക് വിട്ടുകൊണ്ടിരുന്നു. ഞങ്ങളെക്കണ്ട് അദ്ദേഹമത് ഒന്നൊന്നായി ഓഫാക്കി.

"അഞ്ചാൺമക്കളും എന്നെ ഉപേക്ഷിച്ചുപോയി. അവർക്ക് പകരം ഓരോ റേഡിയോ വാങ്ങി. മക്കൾ നേരത്തെ ഉറങ്ങും. ഇവർ രാത്രി പന്ത്രണ്ടുവരെ ഉണർന്നിരിക്കും." അദ്ദേഹം പറഞ്ഞു.

സ്റ്റീഫനെ ആശ്ലേഷിച്ചുകൊണ്ട് സാർ എന്റെ നേരെ സങ്കടത്തോടെ നോക്കി.

"എന്തൊരുശിരൻ കുട്ടിയായിരുന്നു നീ. ഞാൻ കരുതിയത് നീ ഒരുപാട് ഉന്നതിയിലെത്തുമെന്നാണ്" അദ്ദേഹമെന്നെ ചെവിക്കുപിടിച്ച് കറക്കി നിലത്തിരുത്തി. നാഡി പരിശോധിക്കുകയും കൺപോളകൾ വിടർത്തി നോക്കുകയും ചെയ്തു.

"പക്ഷേ, നീ ദിവസവും രണ്ടു പത്രം വായിക്കുന്നു. വ്യായാമം ചെയ്യുന്നു. കൃത്യമായി ജോലിക്ക് പോവുന്നു. വലിയ ശമ്പളം വാങ്ങുന്നു. രാവിലെ കസർത്തു കാട്ടിയതുകൊണ്ട് നിനക്ക് അമ്പതുവർഷമെങ്കിലും ആയുസ്സ് കൂട്ടിക്കിട്ടുമോ?" എന്നെ കൂടുതൽ പരിശോധിച്ചപ്പോൾ അദ്ദേഹം കൂടുതൽ നിരാശനായി.

"നിനക്കൊരു ബാങ്ക് അക്കൗണ്ടുള്ളതാണ് ഏറ്റവും കഷ്ടം. വിഡ്ഢികൾ മാത്രമേ അങ്ങനെ ചെയ്യാറുള്ളൂ."

തിരികെപ്പോകാൻ ജീപ്പിൽ കയറുമ്പോൾ എവിടെനിന്നോ എന്റെ തലയ്ക്കു പിന്നിൽ ആഘാതമേറ്റു. അവിടെനിന്ന് കഴുത്തിന് മുൻഭാഗംവരെ ഒരു വലിയ ദ്വാരം. ഞാൻ തൊട്ടുനോക്കി. ശൂന്യസ്ഥലം അങ്ങോട്ടേക്ക് തള്ളിക്കയറുന്നു.

രണ്ടാഴ്ചയ്ക്കുശേഷം, വേനലവധി തീരുന്നതിനു തലേന്നു കരാട്ടെയിൽ ഡബിൾ ബ്ലാക്ബെൽറ്റുള്ള മഞ്ജുഷയുടെ ആങ്ങള, വിനയനെയും ഗണേഷിനെയും സ്റ്റീഫനെയും വീട്ടിൽനിന്ന് അടിച്ചിറക്കി. കൂടാതെ, അവനെന്നെ ഒരുപാട് ഗുണദോഷിച്ചു.

ജീവിതത്തോളം ഭൂമിയുടെ ഉലച്ചിൽ

അർഷാദ് ബത്തേരി

പുറത്താക്കപ്പെട്ട ഒരാളുടെ ഹൃദയംപോലെ വിജനവും നിശ്ശബ്ദവുമായ വഴി. ഇതെന്റെ വീട്ടിലേക്കുള്ള വഴിയാണ്. നടക്കുകയാണ് എന്ന വ്യാജബോധത്തോടെ പ്രാണനിൽ തീ പിടിച്ച് ഞാൻ ഓടുകയാണ്. ഒരു ഓട്ടമത്സരത്തിലും പങ്കെടുത്തിട്ടില്ല. ഒരു മെഡലും എനിക്ക് ലഭിച്ചിട്ടില്ല. എന്നിട്ടും ഞാനെങ്ങനെ ഓട്ടക്കാരൻ ഉസ്മാനായി? ഓർമ്മയുടെ കലങ്ങിയ കയത്തിനരികിൽ ഏറെനേരം നിന്നതിനുശേഷം സങ്കടവും ഭീതിയും പേറി ഉസ്മാൻ നടന്നു. കല്ലുകളിൽ തട്ടി ചോര പൊടിയുന്ന കാലുകളുമായി വളരെവേഗത്തിൽ .... ഇടവഴി തിരിഞ്ഞതേയുള്ളു മുന്നിൽ കുഞ്ഞനന്തൻമാഷിന്റെ മകൾ പനിനീർപ്പൂവായി നിൽക്കുന്നു. ഈ കുട്ടിയേയും ഉസ്മാന് ഭയമാണ്. കുട്ടികളെ അതിജീവിക്കാനെന്തൊരു പ്രയാസമാണ്. വാക്കുകളിൽ പന്തം കത്തിച്ചാണ് അവർ സംസാരിക്കുക.

“ഉസ്മാനിക്ക”-നനവിലേക്കെന്നതുപോലെ കുട്ടിയുടെ വിളിയിലേക്ക് ഉസ്മാൻ പതിഞ്ഞു.

“ന്തേയ് മോളെ”-ചൂടും പീഢനവും ആവരണം ചെയ്ത ഉസ്മാന്റെ ശബ്ദം കുട്ടിയുടെ മുന്നിൽ തളർന്നുവീണു.

“എല്ലാവരും ന്ത്നാണ്ങ്ങളെ ഓട്ടക്കാരനെന്നു

വിളിക്കുന്നത്. ന്റെ വല്ല്യേച്ചീനെപ്പോലെ ടീവിലൊക്കെ ഓടീട്ടുണ്ടോ? സമ്മാനം കിട്ടീട്ടുണ്ടോ?

"യില്ല, മോളെ, ഉസ്മാനിക്കായ്ക്ക് ഒരു സമ്മാനവും കിട്ടീയിട്ടില്ല"– ശബ്ദം പതറാതിരിക്കാൻ നന്നായി പ്രയാസപ്പെട്ടു.

"ഞാൻ സമ്മതിച്ചില്ലാ ട്ടോ. ഏച്ചിനേക്കാളും വലിയ ഓട്ടക്കാരനാണ് ഉസ്മാനിക്കയെന്ന് ഞാൻ പറഞ്ഞു. ഏച്ചിക്ക് പത്രത്തിലൊക്കെ പടം വന്നതിന്റെ പവറാ." കുട്ടിയിലേക്ക് അലിയാനാവാത്തതിൽ ഉസ്മാന് അതിയായ ദുഃഖം തോന്നി.

"ന്താ ആലോചിക്കണത്?" കുട്ടിയുടെ സ്പർശം ദൈവത്തിന്റെ ചുംബനമായിരുന്നുവോ?

"പോട്ടെ മോളെ"–യാത്ര പറഞ്ഞു നടക്കുകയാണോ ഓടുകയാണോ എന്നു തീർച്ചപ്പെടുത്താനാവാതെ ഉസ്മാൻ നീങ്ങിത്തുടങ്ങി. ഇടവഴിയുടെ ഓരോ തിരിവുകളിൽവെച്ചും ഉസ്മാന്റെ വേഗതയേറി വന്നു. തന്റെ ജീവിതവും ഈ തിരിവുകളും എവിടെയൊക്കെയോ ബന്ധപ്പെട്ടു കിടക്കുന്നുണ്ട്. പെട്ടെന്നു വന്ന കാറ്റിൽ ഇലകൾ ഇടവഴിയിലേക്ക് പാറിവീണു. ഒപ്പം കനമുള്ള മഴത്തുള്ളികളും.

ഈ ഇടവഴിയിലൂടെ ഒട്ടും ഭയമില്ലാതെ നടന്നൊരു ബാല്യമുണ്ടായിരുന്നു. അന്ന് മഴയത്ത് ചേമ്പില ചൂടി രവിക്കും രാജലക്ഷ്മിക്കുമൊപ്പം മഴത്തുള്ളികൾക്കുള്ളിൽനിന്ന് പൊട്ടിച്ചിരിച്ച ബാല്യം. വെറുതെ തിരിഞ്ഞു നോക്കി. രവി, രാമൻ... ആരുമുണ്ടാകില്ലെന്നറിഞ്ഞിട്ടും അൽപ്പനേരം അങ്ങനെതന്നെ നിന്നു. മഴയുടെ ഏതോ മറവിൽ നനഞ്ഞു കുതിർന്ന് അവരുണ്ടോ?

മഴ തേങ്ങിത്തേങ്ങി പിന്നെ പൊട്ടിക്കരയാൻ തുടങ്ങി. ശക്തിയേറുന്ന മഴയിൽ ഓടുമ്പോഴും ഉസ്മാന്റെ കണ്ണുകൾ നിറഞ്ഞു. മഴയും കണ്ണുനീരും രണ്ട് രുചികളാൽ ചുണ്ടിനേയും നാവിനേയും നനച്ചു. ഇടവഴിയിപ്പോൾ ചെറിയൊരു തോടായിരിക്കുന്നു. ഉരുണ്ടുമറിയുന്ന കലക്കുവെള്ളത്തിലൂടെ ഉസ്മാൻ ഓടുക തന്നെയാണ്. അപ്പോഴും പ്രാർത്ഥനാ സ്വരത്തിൽ ഉസ്മാൻ ഉരുവിട്ടുകൊണ്ടിരുന്നു.

എന്നാണാവോ എനിക്കൊന്നു നടക്കാനാവുക.

"ഓട്ടക്കാരാ...ഡാ"–അപ്രതീക്ഷിതമായ വിളി തലയ്ക്കടിക്കും പോലെയാണ്. നീർക്കോലിപോലുള്ള സുകുമാരനിതാ മുന്നിൽ തറഞ്ഞു നിൽക്കുന്നു.

"ഈ മഴയത്തിങ്ങനെ ഓടാൻ ന്നക്കെന്താ ഭ്രാന്താ? ന്നാ ഈ തോർത്തോണ്ട് തല തുവർത്ത്."

മഴ തോർന്നു. തണുപ്പ് ഉസ്മാനെ വരിഞ്ഞു മുറുക്കി. "രണ്ടു ദിവസമായി നിന്നെ തെരയുന്നു. വീട്ടിലും വന്നിരുന്നു. നീ എവിടെയാ ഉസ്മാനെ ഈ ഓടിയോടിപ്പോകുന്നത്. വാ.... എല്ലാവരും നിന്നെ കാത്തിരിക്കുകയാണ്.

സുകുമാരന്റെ പിടിയിലൊതുങ്ങി ഉസ്മാൻ ചെറിയ സംഘത്തിന്റെ

മധ്യത്തിലായി ഇരിക്കാതെ ഇരുന്നു. "ഇവനെ അറിയില്ലേ? നമ്മുടെ അച്ചു വേട്ടന്റെ ഇളയവനാണ്. ഇപ്പം വല്ല്യ സംവിധായകനാണ്."

"ഹലോ. ഞാൻ നീരജ്" അയാൾ സ്വയം പേരു പറഞ്ഞു ചിരിച്ചു. ഉള്ളിലെവിടെയോ മൂടപ്പെട്ടു കിടക്കുന്ന ചിരി വളരെ പ്രയാസപ്പെട്ടു ഉസ്മാൻ പുറത്തേക്കെടുത്തു.

"ഉസ്മാനിക്കാ നേരെയങ്ങ് കാര്യത്തിലേക്ക് കടക്കാം." വളരെ കാലത്തെ പരിചയഭാവത്തിൽ നീരജിന്റെ കൈ ഉസ്മാന്റെ തോളില മർന്നു.

"പുതുമയുള്ളതെന്തെങ്കിലും ചെയ്യണമെന്നാണ് എന്റെ മോഹം. അതിനിടയിലാണ് നിങ്ങളെപ്പറ്റി അറിയാൻ കഴിഞ്ഞത്." നീരജ് പരിചയ സമ്പന്നനായ സംവിധായകന്റെ ചടുലതയോടെ ഉസ്മാന്റെ നേരെ നിന്നു. തന്റെ ഇരുകൈകളിലേയും തള്ള വിരലുകൾ ചേർത്തു പിടിച്ചു വൃത്ത മുണ്ടാക്കി. അതിനകത്തുകൂടെ ഉസ്മാന്റെ വിയർപ്പു പൊടിയുന്ന മുഖം വ്യത്യസ്ത ദിശകളിലൂടെ നോക്കിക്കണ്ടു. ഇടയ്ക്കിടയ്ക്ക് കൈകൾ പതുക്കെ ഉസ്മാന്റെ മുഖത്തേക്ക് അടുപ്പിക്കുകയും വളരെ സാവധാന ത്തിൽ പിൻവലിക്കുകയും ചെയ്തുകൊണ്ടിരുന്നു. മുന്നിൽ ഷൂട്ടിഗ് കാണുന്ന കൗതുകത്തോടെ ഇരിക്കുന്നവരോടായി നീരജ് പറഞ്ഞു.

"നല്ല ഡെപ്ത്തുള്ള ഫെയ്സാണ്."

"മുഴുവൻ സമയവും ഉസ്മാന് ഓടേണ്ടി വരുമോ?" ഒരാൾ ഇടയ്ക്ക് ചോദിച്ചു.

"വേണ്ട, വേണ്ട... എല്ലാ സീനിലും ഉസ്മാനിക്ക ഓടണ്ട. ഓടുന്ന തുപോലെ കാണിച്ചാൽ മതി." തലയിൽ കുരിശിറങ്ങുന്ന വേദനയ്ക്കൊ പ്പമുയർന്ന നിലവിളിയെ ഉസ്മാൻ മൗനത്തിലേക്കു പൂഴ്ത്തി. നീരജ് കൈ രണ്ടും നീട്ടിപ്പിടിച്ചിട്ടു പറഞ്ഞു.

"നമ്മൾ ലോംഗ് ഷോട്ടിൽ ഉസ്മാനിക്കാനെ കാണിക്കുന്നു. പതു ക്കെപ്പതുക്കെ ഉസ്മാനിക്ക നടന്നു വരുന്നു. പശ്ചാത്തലത്തിൽ തബല യുടെ നേർത്ത സംഗീതം മാത്രമേ അന്നേരത്തുണ്ടാകുകയുള്ളൂ. ഉസ്മാ നിക്ക ക്യാമറയുടെ അടുത്തെത്തുമ്പോൾ ആ ഷോട്ട് നമ്മൾ കട്ട് ചെയ്യു ന്നു. അടുത്ത ഷോട്ടിൽ ഉസ്മാനിക്കാന്റെ കാൽപ്പത്തികളുടെ ക്ലോസപ്പ്, അത് വിവിധ ആംഗിളുകളിൽ വ്യത്യസ്ത ടോണുകളിൽ കാണിക്കുന്നു. വിണ്ടുകീറിയ കാലുകൾ പ്രേക്ഷകരെ ഹോണ്ട് ചെയ്യും. ഷുവർ." നീര ജിന്റെ മുഖം ചുവന്നുതുടുത്തു. ഉസ്മാന്റെ ഹൃദയം കനംവച്ചു വിങ്ങി. ശ്വാസംമുട്ടി.

"ഉസ്മാനിക്കാ സ്ക്രിപ്റ്റിന്റെ ഒരു കരുത്തിനുവേണ്ടി ചോദിക്കുക യാണ്. നിങ്ങളാരുടെ പുറകെയാണീ ഓടുന്നത്? ഒന്നുപറയാമോ? എങ്ങ നെയാണ് ഈ പേരിത്രയും പോപ്പുലറായത്? നിങ്ങൾക്ക് നടക്കാനാവി ല്ലേ?"

ഒരിക്കലെങ്കിലും തനിക്കു നടക്കാനാവില്ലേയെന്ന ചോദ്യം ഹൃദയ ത്തിന്റെ നേർത്ത ചുമരിൽ എത്രയോ തവണ ഞാൻ ദൈവത്തോട്

എഴുതി ചോദിച്ചിരിക്കുന്നു. പക്ഷെ, ഉസ്മാൻ നീരജിനോട് മറുപടി യൊന്നും പറഞ്ഞില്ല.

"നീ ആരുടെ പുറകെയാണ് ഓടുന്നത് ഉസ്മാനെ?"–വീണ്ടും ആരോ ഇടപെട്ടു.

"അല്ലാ ഉസ്മാനെ തലയില് മീൻകുട്ടയുമായി നടന്ന രാജപ്പൻ സൈക്കിളിലായി, പിന്നെ മോട്ടോർ സൈക്കിളിലുമായി, ഇപ്പം കാറിലുമായി."

"രാജപ്പൻ മാത്രമോ, പീടികതോറും പണം പലിശയ്ക്കു കൊടുത്തു നടന്ന അന്ത്രുക്ക കൊട്ടാരം പോലുള്ളൊരു വീടുമെടുത്തു. ഇപ്പം ഹാജി യാരുമായി. നീയിങ്ങനെ ഓടീട്ട് ഒന്നും കാണുന്നില്ലല്ലോ ഉസ്മാനെ."

നദിയിലേക്കു കല്ലുവന്ന് വീണുയരുന്ന ജലകണങ്ങൾപോലെ ഉസ്മാൻ ചിതറിയെണീറ്റു. ഷർട്ടിന്റെ പോക്കറ്റിൽ കൈയിട്ടു.

"ഉമ്മാന്റെ മരുന്ന്." റിമോട്ട് രശ്മിയുടെ അതിവേഗതയിൽ ഉസ്മാൻ അവരുടെ ക്യാമറാക്കണ്ണുകളിൽനിന്ന് അപ്രത്യക്ഷനായി.

ഉസ്മാന്റെ പെട്ടെന്നുണ്ടായ കുതിപ്പിൽ നീരജും സംഘവും തരിച്ചിരുന്നു.

"ആരുടെ പിറകിലായിരിക്കും ഉസ്മാനിക്കാ ഓടുന്നത്?" നീരജിന്റെ ശബ്ദത്തിൽ നിരാശ കലർന്നിരുന്നു. "ചിലപ്പോൾ ഉസ്മാൻ ഏതെങ്കിലും സ്വപ്നത്തിന്റെ പുറകെയായിരിക്കും ഓടുന്നത്." സുകുമാരൻ അൽപ്പം ആലങ്കാരികതയോടെ പറഞ്ഞു.

"എനിക്ക് തോന്നുന്നത് അയാൾക്കെല്ലാവരേയും ഭയമായിരിക്കും എന്നാണ്"–വേറൊരാൾ പറഞ്ഞു.

നീരജ് അതൊന്നും ശ്രദ്ധിക്കാതെ ഉസ്മാന്റെ വേഗതയിലേക്കെങ്ങനെ എത്തിച്ചേരാനാവുമെന്നതിനെപ്പറ്റി മനസ്സ് പുകയ്ക്കുകയാണ്. ആർക്കും ഇതുവരെ കണ്ടെത്താനാവാത്തവണ്ണം ഉസ്മാൻ ആരുടെ പുറകെയാണ് ഓടുന്നത്?

നീരജ് നിലത്ത് നീണ്ടുനിവർന്ന് കിടന്ന് ശ്വാസംവിട്ടു.

"നമുക്ക് ഉസ്മാന്റെ പുറകെപ്പോയി നോക്കിയാലോ?"

"ഷൂട്ടിംഗിനു മുമ്പ് അങ്ങനെയെന്തെങ്കിലും ചെയ്യേണ്ടി വരും" നീരജ് പറഞ്ഞു.

നീരജിന്റെയും സുഹൃത്തുക്കളുടെയും പിടിയിൽനിന്നും കുതറി, സ്വയം വിസ്മരിച്ചു വിയർപ്പിൽ പൊള്ളുന്ന കാലുകളുമായി പായുന്നതിനിടയിൽ നെഞ്ചിലേക്കാഞ്ഞടിക്കുന്ന കാറ്റിനെ തള്ളിമാറ്റുമ്പോഴും ഉസ്മാന്റെ ഹൃദയം മന്ത്രിച്ചു.

"ഒരിക്കലെങ്കിലും എനിക്കൊന്നു നടക്കാനാവില്ലേ? ഒരിക്കലെങ്കിലും."

വായനശാലയുടെ പിറകിലൂടെ ഓടിയെത്തിയപ്പോഴാണ് കണ്ടത്. ചെറിയൊരാൾക്കൂട്ടം. അവർ പുതിയ വഴി വെട്ടുകയാണ്. ഒപ്പം വഴിയുടെ വീതിയും കൂട്ടുന്നുണ്ട്.

പുതിയ വഴി

വീതി കൂടുന്ന വഴി

നീളം കൂടുന്ന വഴി

വഴികളൊക്കെ ഉസ്മാനെ ഭയപ്പെടുത്തുന്നു- "ഈ വഴികളത്രയും താൻ ഓടിത്തീർക്കണ്ടേ? നീളം കൂട്ടല്ലെ... നീളം കൂട്ടല്ലെ."

ഇരുട്ടും മൗനവും ഇഴയുന്ന മുറിയിൽ ഉറക്കത്തിന്റെ അരികുപറ്റാനാവാതെ ഉസ്മാൻ കിടന്നു. രാത്രിയെ ആട്ടിപ്പായിച്ചും സ്വപ്നങ്ങൾക്കു നേരെ അലസമായി കല്ലെറിഞ്ഞും അടുത്ത മുറിയിൽ കിടക്കുന്ന ഉമ്മയുടെ ചിരിയും കരച്ചിലും ഉസ്മാന്റെ നഖം പൊളിഞ്ഞുപോയ കാലുകളിലേക്കു തുളച്ചുകയറി.

"ഇക്കാ"-ചാട്ടവാറടിയായി പെങ്ങളുടെ വിളി.

ഉസ്മാൻ ചാടിയെണീറ്റു.

"എന്താ മോളേ."

"ഉമ്മച്ചി ഓടി..." ഉസ്മാന്റെ കാലുകളിലേക്ക് ആരോ തീക്കനൽ കോരിയിട്ടു. പ്രജ്ഞയുടെ എല്ലാ വിളക്കുകളും കെട്ടുപോയ ഉസ്മാന്റെ ഉമ്മ പതിവു തെറ്റിക്കാതെ ഇരുളിലൂടെ ഓടുകയാണ്. ഒപ്പം ഉമ്മയുടെ പുറകെ ആർക്കും തോൽപ്പിക്കാനാവാത്ത ഓട്ടക്കാരനായി ഉസ്മാനും.

"എന്നാണാവോ ഉമ്മാന്റെ ഓട്ടമൊന്നു നിൽക്കുക." നിലാവ് കരുണ കാണിച്ചപ്പോൾ ഉസ്മാന് അശ്വാസമായി. ഓടിയോടി ഒരിടത്ത് വീണു കിടക്കുന്ന പതിവ് ഇന്നും ഉമ്മ തെറ്റിച്ചിട്ടില്ല.

"ഉമ്മാ.... ഉമ്മാ..." കിതപ്പിൽ ഉസ്മാൻ വിളിച്ചുകൊണ്ടിരുന്നു.

എന്നത്തേയുംപോലെ ഇത്തവണ ഉമ്മ ഉസ്മാനെ കെട്ടിപ്പിടിക്കുകയോ കരയുകയോ ഉണ്ടായില്ല.

"ഉമ്മാ"-ഉസ്മാൻ പതുക്കെ തൊട്ടു വിളിച്ചു.

തണുത്ത മരവിച്ച ഉമ്മയുടെ ശരീരം കൈകളിൽ താങ്ങി ഉസ്മാൻ വീട്ടിലേക്കു കയറിച്ചെന്നു. ഓടിവന്ന പെങ്ങളോട് പറഞ്ഞു.

"ഓടിയോടി ഉമ്മ രക്ഷപ്പെട്ടെടി" -പെങ്ങൾ തൂണുപോലെ നിന്നു.

ഭൂമിയുടെ അറ്റത്തെത്തപ്പെട്ട വിഭ്രാന്തിയോടെ ഉസ്മാൻ ഉമ്മയുടെ കബറിനരുകിൽ നിന്നും "റബ്ബേ, ഭൂമി തീർന്നു പോയല്ലോ ഇനിയെങ്ങോട്ട്..." വിറച്ചു വിറച്ചു ഉസ്മാൻ ജീവിതത്തിലേക്ക് തിരിഞ്ഞു നിന്നു. തന്നിലെ മുഴുവൻ വേഗതയും എടുത്ത് ഓടി. ഓടിയോടി കുന്നിൻ ചുവട്ടിലെത്തി. തീറ്റകഴിഞ്ഞ് കുന്നിറങ്ങി വരുന്ന കാളക്കൂട്ടങ്ങൾ. പതുക്കെ, താളത്തിൽ ശരീരം കുലുക്കി നടന്നു പോകുന്ന കാളകളുടെ കാലുകളിലേക്ക് ഉസ്മാൻ കൊതിയോടെ നോക്കി.

ഇടവഴിയില്ല. വീതികൂട്ടിയിരിക്കുന്നു. ബാല്യത്തിന്റെ ഓർമ്മകളെ ഇടിച്ചു നിരത്തിയിരിക്കുന്നു. ഒരു കരിയിലപോലും വീണുകിടക്കുന്നില്ല. ഇടവഴികൾ ഓർമ്മകൾക്ക് ഇഴഞ്ഞ് നടക്കാനുള്ളതായിരുന്നു. ഇപ്പോൾ കുഞ്ഞനന്തൻ മാഷിന്റെ മകളുമില്ല. കനത്തു കെട്ടികിടക്കുന്ന മൂകത മാത്രം. തലച്ചോറിലൂടെ ഭ്രാന്ത് റോന്തുചുറ്റുന്നുണ്ട്. അതു ശരീരത്തെ മുഴുവനായി വിഴുങ്ങുന്നതിന് മുൻപ് ഒന്നു നടക്കണം. ഒരിക്കലെങ്കിലും ഒന്ന് നടക്കണം. അരികിൽ ചാഞ്ഞ് കിടക്കുന്ന മരക്കൊമ്പിൽ പിടിച്ചു

കൊണ്ട് ചുറ്റുമൊന്നു കണ്ണോടിച്ചു. ആരുമില്ല. ഇടയ്ക്ക് പറമ്പിലേക്ക് ഞെട്ടറ്റുവീഴുന്ന പഴുത്തിലകളുടെ നേർത്ത ശബ്ദമൊഴിച്ചാൽ മറ്റൊന്നുമില്ല. ഇതുതന്നെയാണ് പറ്റിയ അവസരം. എത്രയോ കാലമായി മനസിൽ കിടക്കുന്ന ആഗ്രഹം സഫലീകരിക്കാൻ പോകുന്നു. ഉസ്മാൻ നടക്കാനായി ഒരുങ്ങി. ശരീരത്തിലാകെ തണുപ്പ് അരിച്ചിറങ്ങുന്നു. വീടുവരെയെങ്കിലും നടക്കാൻ പറ്റുമോ? പതുക്കെ മരക്കൊമ്പിൽ നിന്നു കൈവിട്ടു. നടന്നോ ഉസ്മാനേ നടന്നോ... ആരൊക്കെയോ പ്രോത്സാഹിപ്പിക്കുന്നുണ്ട്.

"പറ്റുമോ"? രണ്ടും കൽപ്പിച്ച് ഉസ്മാൻ വലതുകാൽ മുന്നോട്ട് വെച്ചു. ഒന്ന്... രണ്ട്... രണ്ടടി നടന്നുകഴിഞ്ഞിരിക്കുന്നു. വിശ്വസിക്കാനാവാതെ ആഹ്ലാദത്താൽ മൂന്നാമത്തെ അടി നീട്ടിവെച്ചു... നാല്... അഞ്ച് .. പെട്ടെന്ന് കാലുകൾ വിയർത്തു. ശരീരം ചൂട് പിടിച്ചു. ചെവിയിൽ നിലവിളിക്കാത്ത, ഉള്ളുതുറന്നു ചിരിക്കാനാവാത്ത പെങ്ങളുടെ ചിരി... ചിരിമാത്രം... പിന്നീട് നേർത്ത ചങ്ങലക്കിലുക്കം.

"പെങ്ങള്.... പെങ്ങള്..." നടക്കാനാവാത്ത പരാജയത്തിന്റെ ഊക്കിൽനിന്നു ലഭിച്ച വേഗതയുമായി ഉസ്മാൻ ഓടി.. ഓടിയോടി...

രൂപകം

കെ വി അനൂപ്

മലബാർ കടന്നുപോയി അൽപ്പം കഴിഞ്ഞപ്പോൾ റെയിൽവേ ലൈൻമാന്മാരാണ് സ്റ്റേഷനിൽ വിളിച്ചു വിവരം പറഞ്ഞത്. ബസ്സ്റ്റാന്റ് പരിസരത്ത് ബീറ്റിലായിരുന്ന സദാനന്ദൻ എത്തുമ്പോഴേക്കും എസ് ഐയും പാർട്ടിയും പ്രാഥമികനടപടികളൊക്കെ പൂർത്തിയാക്കിയിരുന്നു. മറ്റു കാര്യങ്ങളൊക്കെ നേരം പുലർന്നിട്ടാവാമെന്നു പറഞ്ഞ് അവർ മടങ്ങിയപ്പോൾ കാവൽ ഡ്യൂട്ടിയിൽ സദാനന്ദൻ ആന്റണിക്ക് കൂട്ടായി.

പൂർണ്ണനഗ്നമായ ശരീരം ട്രാക്കിനോട് ചേർന്ന് കമഴ്ത്തിക്കിടത്തിയ നിലയിലായിരുന്നത്രെ. ആന്റണിച്ചേട്ടനാണ് പറഞ്ഞത്. ദൂരേക്ക് തെറിച്ചുപോയ തല പൊട്ടിപ്പൊളിഞ്ഞിരുന്നില്ലെങ്കിലും മുഖം ചതഞ്ഞ് വികൃതമായിരുന്നു. പതിനെട്ടോ ഇരുപതോ വയസ്സിൽ കൂടില്ല. കൂട്ടംചേർന്നുള്ള ആക്രമണമായിരുന്നു എന്ന് തീർച്ച. ചിലപ്പോൾ അതിനിടയിൽത്തന്നെ ജീവൻ പോയിട്ടുണ്ടാവാം. അല്ലെങ്കിൽ പാളത്തിൽ കൊണ്ടുവന്നു വച്ചത് ബോധം നഷ്ടപ്പെട്ട അവസ്ഥയിലാവാം. താഴെ കുറ്റിക്കാട്ടിൽ വച്ചാണ് സംഭവം നടന്നിരിക്കുന്നത്. എന്തെങ്കിലും തെളിവു പോയിട്ട് അവളുടെ വസ്ത്രത്തിന്റെ ഒരു

തുണ്ടുപോലും കണ്ടുകിട്ടിയിട്ടില്ല....

നേർത്ത നിലാവിൽ പരസ്പരം കൈകോർത്തു കിടക്കുന്ന പാളങ്ങളിലേക്ക് നോക്കിയിരിക്കേ, അവ നന്മതിന്മകളെക്കുറിച്ചുള്ള ഒരു രൂപകമാണെന്ന് സദാനന്ദന് തോന്നി. തേരട്ടക്കാലുകൾ കൊണ്ടുള്ള ആ ബന്ധം ഒന്നു മുറിഞ്ഞാൽ തകിടം മറിയുന്നതെന്താവും?

അപ്പോഴേക്കും സദാനന്ദന്റെ ചിന്തകൾക്കു മീതെ ആന്റണിയുടെ പ്രാക്ക് പാഞ്ഞുകയറി.

"പണ്ടാറടങ്ങാൻ..."

ഒരുതുള്ളിപോലും അവശേഷിച്ചിട്ടില്ലാത്ത മദ്യക്കുപ്പി ആന്റണി ദൂരേക്ക് വലിച്ചെറിഞ്ഞു. കുറ്റിക്കാടുകൾക്കിടയിൽ നിന്നും ചില്ലുകൾ ചിതറുന്ന ഒച്ച കേട്ടു.

"എന്തൂട്ടാണ്ടാ നീയ്യ് സ്വപ്നം കണ്ട്ര്ക്യാ?"

ലഹരി പിച്ചവയ്ക്കാൻ തുടങ്ങിയ ആന്റണിയുടെ മുഖത്ത് ഒരു അശ്ലീലച്ചിരിയുണ്ടായിരുന്നു.

"ഞാനെങ്ങന്യാ നേരം പൊലർത്ത്വാന്നാലോയ്ക്യാണ്...", സദാനന്ദൻ പറഞ്ഞു.

"അദെന്യാ ഞാമ്പാലോയ്ക്കണേ... ഒരാഫും കൂടി കിട്ട്യാലേ നൈറ്റ് ഡ്യൂട്ടിക്കൊരുഷാറ്ണ്ടാവ്ള്ളു..."

സ്വന്തം തമാശ ആസ്വദിച്ചുകൊണ്ട് പാളത്തിൽ ഇരുമ്പുചക്രമുരയുന്ന ശബ്ദത്തിൽ ആന്റണി നീട്ടിവലിച്ചൊരു ചിരി ചിരിച്ചു.

"ശെരിയാ, കൂർക്കംവലിക്കപ്പോ നല്ല ഉഷാറുണ്ടാവും."

"പിന്നെ ഞാനെന്തൂട്ടാ കാട്ട്വാ... പ്രായമായി വര്വല്ലേ. നിന്നെപ്പോലെ ഒറക്കൊഴിക്കാമ്പറ്റ്വോ..."

"അതിന് ചേട്ടനൊറക്കൊഴിക്കണംന്ന് ഞാമ്പറഞ്ഞോ, പ്പോ... വല്ല പുസ്തകോം ഇണ്ടെങ്കി വായിച്ചോണ്ടിരിക്ക്യാര്ന്നു..."

"എന്നാപ്പിന്നൊര് കാര്യം ചെയ്യാം. മ്മക്ക് വല്ലോ മ്ണ്ടീം പറഞ്ഞും ഇരിക്കാം, ന്താ?"

"വേണ്ട, വേണ്ട. എന്തു പറഞ്ഞാലും മറ്റേ കൂട്ടല്ലേ നിങ്ങട വായിന്ന് വീഴൂ..."

"നിയ്യൊരു പുണ്യാളൻ...", ആന്റണി സദാനന്ദന്റെ പുറത്ത് തമാശയായി ഒരടി കൊടുത്തുകൊണ്ട് എഴുന്നേറ്റു. "നിന്റെ ബോറടി മാറ്റാനൊര് വഴീണ്ട്, വാ..."

അയാൾ സദാനന്ദനെ കൈപിടിച്ച് വലിച്ച് എഴുന്നേൽപ്പിച്ചു. "കളിക്കാതെ ചേട്ടാ" എന്ന് സദാനന്ദൻ കുതറാൻ ശ്രമിച്ചു. പാളത്തിന്റെ മറുവശത്ത് കലുങ്കിനരികിലേക്കാണ് ആന്റണി തന്നെ നയിക്കുന്നതെന്നു കണ്ട് പിടിവിടുവിക്കാൻ സദാനന്ദൻ ഒരു ശ്രമംകൂടി നടത്തിയെങ്കിലും ഫലമുണ്ടായില്ല.

കലുങ്കിനരികിലെ പായയുടെ അടുത്തുനിന്നപ്പോൾ, കാറ്റിൽ കയ്യൊടിഞ്ഞു കൂമ്പിയ വാഴപോലെ അവൻ തന്നിലേക്കുതന്നെ ചുരുങ്ങി.

അന്നേരം, അരികുകളിൽ കയറ്റിവച്ചിരുന്ന കല്ലുകൾ നീക്കി ആന്റണി പായ വിടർത്തിയിട്ടു. കുനിഞ്ഞുള്ള നിൽപ്പിൽത്തന്നെ തലയുയർത്തി സദാനന്ദനെ നോക്കി.

കോടിത്തുണിയുടെ തലഭാഗത്തു പുരണ്ട ചോരക്കറയിൽ ചത്തു കിടക്കുകയായിരുന്നു സദാനന്ദന്റെ കണ്ണുകൾ.

അടുത്ത ക്ഷണം ആന്റണി തുണിയുടെ കീഴ്ഭാഗം വലിച്ചുനീക്കി.

"ഇങ്ങട് നോക്കെടാ പന്നീ, നിന്റെ ബോറടി മാറട്ടെ..."

നെഞ്ചിൽ ഒരു സ്വർണമത്സ്യം പിടഞ്ഞുതുള്ളിയപ്പോൾ സദാനന്ദനു ശ്വാസംമുട്ടി.

"മതി... അതൊന്നു മൂടിവെക്കിൻ..", എന്ന് കരയുംപോലെ പറഞ്ഞ് സദാനന്ദൻ തിരിഞ്ഞുനടന്നപ്പോൾ ആന്റണിയുടെ ചിരി വീണ്ടുമുയർന്നു.

"നീയ്യെവടക്ക്യാണ്ടാ ഈ ഓടണേ... നോക്കെടാ, നല്ലോണം നോക്ക്.. ഇദ് പോലൊര് വെടിക്കെട്ട് സാധനം നീയ്യ് കണ്ട്ണ്ടാ?"

സദാനന്ദൻ അപ്പുറത്തെത്തിക്കഴിഞ്ഞെന്നു കണ്ട് അയാൾ തുണി പഴയ പടിയാക്കി.

"മറ്റുള്ളോർടെ വെശപ്പിനെപ്പറ്റി ഒര് വിചാരോല്ലാത്ത കാലമാടമ്മാര്...", പായമൂടി കല്ലുകൊണ്ട് ഭാരംവയ്ക്കുമ്പോൾ ആന്റണി പിറുപിറുത്തു.

സദാനന്ദൻ കലുങ്കിൽ തലകുനിച്ചിരിക്കുകയായിരുന്നു. ആന്റണി ആ ഇരിപ്പുനോക്കി പരിഹസിച്ചുകൊണ്ട് അടുത്തുചെന്നു അവന്റെ താടി പിടിച്ചുയർത്തി.

"ബ്ലൂഫിലിമിലല്ലാണ്ട് നിയ്യിതൊന്നും കണ്ടിട്ടില്ല്യാലോ... എങ്ങനേണ്ട്?"

ചോദ്യത്തിനൊപ്പം ആന്റണിയുടെ വായിൽനിന്നുള്ള മദ്യത്തിന്റെ വാടയിൽ നിന്നു കൂടി രക്ഷപ്പെടാനായി സദാനന്ദൻ അയാളെ ബലമായി പിടിച്ച് കലുങ്കിലിരുത്തി.

"ഹോ, യ്ക്ക് സഹിയ്ക്കാമ്പയ്യേ...", ആന്റണി സന്നിബാധിച്ചവനെപ്പോലെ ശരീരം വിറപ്പിച്ചു. "അടിവയറ്റീന്നൊര് തീ ഉരുണ്ടുപെരണ്ടിങ്കട് കേറ്വാ..."

"വെള്ളം തൊടാണ്ട് വലിച്ച് കേറ്റുമ്പം ആലോയ്ക്കണോർന്നു..."

"നീ പോയേരെക്കാ... ഇതുപോലൊരു സാധനം കണ്ടിട്ടും എണിക്കാത്ത നിന്റെ മറ്റോനക്കൊണ്ടോയി വല്ല നേർച്ചപ്പെട്ടീലും ഇട്ടൂട്, ഹല്ല പിന്നെ!."

ആന്റണിയുടെ ഞെരിപിരിയുടെ അർഥം സ്വന്തം ശരീരത്തിലെ വിറയലായി സദാനന്ദനു വെളിവായി. പേടിയും വെറുപ്പും ദേഷ്യവുമെല്ലാം

കലർന്ന ആവി രാത്രിയുടെ നേർത്ത തണുപ്പിലും അവനെ പൊതിഞ്ഞു.

ഇരുണ്ട ശിലാഗുഹയ്ക്കുള്ളിലെന്നോണം തൊണ്ടയിൽ ഉമിനീർ പൊടിഞ്ഞപ്പോൾ സദാനന്ദന് ശബ്ദം തിരിച്ചുകിട്ടി.

“ഛെ, നിങ്ങളിനെ എന്താ പറയാ... ആരൊക്ക്യോ മാന്തിപ്പൊളിച്ച ഒര് ശവം. അതും കാലും തലേം രണ്ടും രണ്ടായിട്ട് കെടക്കുമ്പം...”

“അയിപ്പഴല്ലേ... മലബാറ് പോണേലും മുമ്പത്തെ കാര്യം നിയ്യൊന്നാലോയ്ച്ചോക്ക്യേ... നല്ലൊന്നാന്തരം പെടപെടക്കണ സാധനം...”

നാക്കിനിടയിലൂടെ വായുവലിച്ച് സ്വാദാസ്വദിക്കുന്ന ശബ്ദമുണ്ടാക്കിക്കൊണ്ട് ആന്റണി വീണ്ടും എഴുന്നേറ്റപ്പോൾ, പെരുവിരലിൽനിന്ന് ഒരു തരിപ്പ് മേലോട്ടുയരുന്നത് സദാനന്ദൻ അറിഞ്ഞു. കാലുപൊക്കി ഒറ്റച്ചവിട്ടിന് ആന്റണിയെ പാളത്തിലേക്ക് മറിച്ചിടുന്നതും ഒരു ട്രെയിൻ അയാൾക്കു മീതെ പാഞ്ഞുപോകുന്നതും സദാനന്ദൻ സങ്കൽപ്പിച്ചു.

“ങാ, ഇനി പറഞ്ഞിട്ടെന്താ...”, ആന്റണി നീട്ടിയൊന്നു കാർക്കിച്ചു. അശ്ലീലംപോലെ ഉരുണ്ടുകയറി വന്ന കഫക്കട്ട നീട്ടിത്തുപ്പി. പിന്നെ തൊപ്പിയും ടോർച്ചും കയ്യിലെടുത്തുകൊണ്ട് എഴുന്നേറ്റു. “ഞാനൊന്ന് നടന്ന്ട്ട് വരാം... വല്ലതും തടയ്യോന്നൊന്നു നോക്കട്ടെ..”

ആന്റണി ഏതോ സിനിമാപ്പാട്ടിന്റെ ഈണത്തിൽ ചൂളംകുത്തിക്കൊണ്ട് പാളത്തിലൂടെ നടന്നു പോയതിനു പിന്നാലെ, ഇരുട്ടിലൂടെ ഒളിച്ചുവന്ന ഒരു ചരക്കുവണ്ടി അയാളെ പിന്തുടർന്നു. പിന്നെ, വണ്ടിയും ആന്റണിയും ഇല്ലാത്ത പാളം നീണ്ടുനിവർന്നു കിടക്കുന്നതു കണ്ടപ്പോൾ സദാനന്ദന് വല്ലാത്തൊരു സുരക്ഷിതത്വം അനുഭവപ്പെട്ടു.

പുഴയുടെ ഭാഗത്തുനിന്ന് ഒരിളംകാറ്റ് വന്ന് സദാനന്ദനെ തൊട്ടു. ദൂരെയെവിടെയോ നായ്ക്കൾ കടിപിടി കൂടുന്നതിന്റെ ശബ്ദം.

അവൻ നോക്കി. വണ്ടി കടന്നുപോയപ്പോഴുള്ള ചുഴലിയിൽ പായയുടെ ഒരു വശത്തെ കല്ല് നീങ്ങിപ്പോയിരിക്കുന്നു. പായ ചുരുണ്ട ഭാഗത്ത് തുണി നീങ്ങി ശവത്തിന്റെ കാലുകൾ പുറത്തു കാണുന്നു.

അതിനടുത്തേക്കു നടക്കുമ്പോൾ സദാനന്ദൻ അത്ഭുതപ്പെടുകയായിരുന്നു. ഭയം എന്ന വികാരം തന്നിൽനിന്ന് എവിടെപ്പോയൊളിച്ചു?

തുണി നേരെയിടുന്നതിനുമുമ്പ് അടിഭാഗം മണ്ണുപുരണ്ടു കറുത്ത ആ കാലുകളിലേക്ക് സദാനന്ദൻ ഒന്നുകൂടി നോക്കി. നെഞ്ചിനുള്ളിൽ ഒരു സ്വർണമത്സ്യത്തിന്റെ പിടച്ചിൽ വീണ്ടും അവനനുഭവപ്പെട്ടു.

ഇതേക്കാൾ വെളുത്ത കാലുകൾ... ഇതേക്കാൾ മാംസളം, മൃദുലം...

പായ വീണ്ടും പറന്നുപോകാതിരിക്കാൻ സമീപത്തു കിടന്ന ഒരു വലിയ കല്ലുകൂടി എടുത്തുവച്ചശേഷം സദാനന്ദൻ കലുങ്കിൽ തന്നെ വന്നിരുന്നു. ഒന്നു മൂരിനിവർന്നപ്പോൾ, പൂമരത്തിന്റെ ഇലകൾക്കിടയിലൂടെ തെളിച്ചം കുറഞ്ഞ ആകാശം കണ്ടു. അതിൽ മുഖക്കുരുക്കളെന്നോണം കുറച്ചു നക്ഷത്രങ്ങളും.

അന്നും ആകാശത്ത് വിളറിയ നിലാവുണ്ടായിരുന്നു.

തുടയിലൂന്നിയ കൈകളിൽ മുഖംതാങ്ങി സദാനന്ദൻ പത്തുപതിനഞ്ചു വർഷം മുന്നത്തെ ആ രാത്രിയിലേക്ക് കണ്ണടച്ചു.

രാവിലെ തന്നെ പ്രകാശൻ പദ്ധതി വിശദമാക്കിത്തന്നിരുന്നു. അപ്പോൾ മുതൽ നെഞ്ചിടിപ്പോടെ നിമിഷങ്ങളെണ്ണി ഇരിക്കുകയായിരുന്നു. വെയിൽ ചാഞ്ഞു തുടങ്ങിയപ്പോൾ ചെട്ടിയാരു പറമ്പിൽനിന്ന് കോളാമ്പിപ്പാട്ടുയർന്നു. അയാമെ ഡിസ്കോ ഡാൻസർ... സിന്ദഗി മേരാഗാനാ... കേസിൽ കുടുങ്ങി വർഷങ്ങളായി അനാഥമായിക്കിടക്കുന്ന ചെട്ടിപ്പറമ്പ് കുട്ടികളുടെ കളിസ്ഥലമായി മാറിക്കഴിഞ്ഞിരുന്നു. വേനലവധിക്കാലത്ത് ഒരു പെട്ടിഓട്ടോയിൽ തന്റെ സാധനങ്ങളുമായി മുത്തുബീരാനും ഭാര്യയും വരും. ചെട്ടിപ്പറമ്പിന്റെ ഒരു മൂലയിൽ ടെന്റ് കെട്ടും. മുളങ്കാലിൽ കോളാമ്പി മൈക്കുയരും.

ഇരുട്ടുറച്ചു കഴിഞ്ഞാൽ പെട്രോമാക്സിന്റെ വെളിച്ചത്തിൽ മുത്തുബീരാൻ പ്രകടനങ്ങൾ ആരംഭിക്കും. ആദ്യം സൈക്കിളിൽ. പിന്നെ തീപ്പന്തം കൊണ്ട് തലയിൽ തീപൂട്ടി ചായ തിളപ്പിക്കും. അവസാനം, കൈകാലുകൾ കെട്ടിയശേഷം നിലത്തുരുണ്ട് ശരീരത്തിന്റെ വിവിധഭാഗങ്ങൾ കൊണ്ട് ട്യൂബുകൾ അടിച്ചുതകർക്കും.

സംസാരശേഷിയില്ലാത്ത സ്ത്രീയായിരുന്നു മുത്തുബീരാന്റെ ഭാര്യ. കറുത്ത് അൽപ്പം തടിച്ച അവരുടെ മുഖത്ത് എപ്പോഴും ഒരു വിഷാദച്ഛായയായിരുന്നു. കുട്ടികളില്ലാത്തതിന്റെ സങ്കടമാണെന്ന് അമ്മ പറയും. പാചകം ചെയ്യാനുള്ള വെള്ളമെടുക്കാൻ അവർ വീട്ടിലാണു വരിക. അരിയായോ നാളികേരമായോ അമ്മ എന്തെങ്കിലും സഹായം നൽകുമ്പോൾ മാത്രം അവരുടെ മുഖത്ത് ചെറിയൊരു തെളിച്ചം പ്രത്യക്ഷമാവും. പ്രദർശനസമയത്ത് കറുത്ത പർദ അണിഞ്ഞാണ് അവർ പ്രത്യക്ഷപ്പെടുക. മെക്കയിൽ പോയിവന്ന പ്രായമായ സ്ത്രീകൾ മാത്രമേ പർദ ധരിക്കൂ എന്ന ഞങ്ങളുടെ ധാരണ തെറ്റിച്ചത് അവരാണ്.

രണ്ടാഴ്ച നീളുന്ന പ്രദർശനം അവസാനിക്കുന്ന ദിവസമാണ് 'മരണക്കുഴി'. തല മണ്ണിനടിയിലാക്കി കാലുകൾ വായുവിൽ നാട്ടി അര മണിക്കൂർ. അതു കഴിയുന്നതോടെ ഹൃദയം തുളുമ്പുന്ന സ്വരത്തിൽ മുത്തുബീരാൻ വിടവാങ്ങൽപ്രസംഗം നടത്തും. അടുത്ത വർഷം കാണാമെന്ന വാഗ്ദാനത്തോടെയാണ് അതവസാനിക്കുക. പിറ്റേന്ന് നേരം പുലരുമ്പോൾ ചെട്ടിപ്പറമ്പിൽ മുളങ്കുറ്റികളുറപ്പിച്ചതിന്റെ ചില പാടുകൾ മാത്രം ബാക്കിയാവും.

അത്തവണ മുത്തുബീരാനും ഭാര്യയും വന്നത് ഒരു പഴയ ജീപ്പിലാണ്. പതിവിലും വലുപ്പമുള്ള ടെന്റ് ഉയർന്നപ്പോൾ തന്നെ പുതിയ നമ്പറുകളുമായാവും അയാൾ വന്നിരിക്കുന്നത് എന്ന് എല്ലാവരും ഊഹിച്ചു. ജീപ്പിനു മുകളിൽ സൈക്കിൾ, മടക്കുകട്ടിൽ തുടങ്ങിയവയ്ക്കൊപ്പം

കുറെ മരപ്പലകകളുമുണ്ടായിരുന്നു. അവ ഇറക്കി ടെന്റിനകത്തു വയ്ക്കാൻ അയാൾ മുതിർന്ന കുട്ടികളുടെ സഹായം തേടി. ഉള്ളിൽ എന്തു വിസ്മയമാണ് ഒരുങ്ങുന്നതെന്നറിയാൻ ആകാംക്ഷ പ്രകടിപ്പിച്ചവരോട് മുത്തുബീരാൻ പറഞ്ഞു.

"ആരും ഉള്ളെ വരക്കൂടാത്. വന്നാ നഷ്ടം ഉങ്കളുക്ക് താൻ."

എന്നിട്ടും കുട്ടികൾ അവിടെ ചുറ്റിപ്പറ്റിനിന്നു. ഉള്ളിൽ പലകകൾ അടുക്കുന്നതിന്റെയും ആണി അടിക്കുന്നതിന്റേയും ശബ്ദം കേട്ടു. കറുത്ത തുണികൊണ്ട് മറയുണ്ടാക്കുന്നതു കണ്ടു. മുത്തുബീരാന്റെ ഭാര്യ പത്തി രുപതു കുടം വെള്ളം ചുമന്നുകൊണ്ടു പോകുന്നതും കണ്ടു. ടെന്റിനു മുന്നിൽ മുള കൊണ്ടുള്ള വേലിയും ഉയർന്നു.

രാത്രി പ്രദർശനം തുടങ്ങുന്നതിന് തൊട്ടുമുമ്പാണ് മുത്തുബീരാൻ ആകാംക്ഷയുടെ ബലൂൺ പൊട്ടിച്ചത്.

"നീങ്കൾ മച്ചക്കന്നി എന്ന് കേട്ടിരിക്കാ? മച്ചക്കന്നി, അതാവത് കടൽക്കന്നി...മൽസിയകന്യക!"

കുട്ടികളുടെ ഇടയിൽ നിന്നാണ് ഉണ്ടെന്ന മറുപടി ഉയർന്നത്.

"യാരാവത് കണ്ടിര്ന്തതാ?"

നിശ്ശബ്ദതയായിരുന്നു ഉത്തരം. ആകാംക്ഷയുടെ വീർപ്പുമുട്ടലായി രുന്നു ആ നിശ്ശബ്ദത നിറയെ.

"എൻഡ്രാൽ ഉങ്കളുക്കെല്ലാം അതിന് ഭാഗ്യം കെടച്ചിരിക്ക്. ആനാ ഒര് കാരിയം. പാർക്കതുക്ക് നീങ്ങൾ കൊഞ്ചം കാശ് കൊടുക്ക വേണ്ടും."

കുട്ടികൾക്ക് ഒന്ന്. സ്ത്രീകൾക്ക് രണ്ട്. പുരുഷന്മാർക്ക് അഞ്ച് എന്ന തായിരുന്നു നിരക്ക്. പിറ്റേന്ന് രാത്രി മത്സ്യകന്യകയെ കാണാൻ പണവു മായി ഒരുങ്ങിവരാൻ മുത്തുബീരാൻ എല്ലാവരേയും ക്ഷണിച്ചു. അന്ന് തന്റെ അഭ്യാസങ്ങൾക്കിടയിൽ അയാൾ സഹായാഭ്യർഥന നടത്തുകയോ അയാളുടെ ഭാര്യ തകരപ്പാത്രവുമായി കാണികളുടെ മുന്നിലെത്തുകയോ ചെയ്തില്ല.

അച്ഛനിൽനിന്ന് സംഘടിപ്പിച്ച ഒരു രൂപയുമായി പിറ്റേന്ന് നേരത്തെ കാലത്തെ തന്നെ ക്യൂവിൽ സ്ഥാനം പിടിച്ചു. പ്രകാശന്റെ ചേട്ടനും വേറെ ഒന്നുരണ്ടു പേരും ക്യൂ നിയന്ത്രിക്കുന്ന ചുമതല സ്വയം ഏറ്റെടുത്തിരുന്നു. ടെന്റിനു മുന്നിൽ ഉയരമുള്ളൊരു സ്റ്റൂളിൽ മുത്തുബീരാൻ ഇരുന്നു. അയാ ളുടെ മടിയിൽ മഞ്ഞനിറമുള്ള പ്ലാസ്റ്റിക്കിന്റെ ഒരു പണപ്പെട്ടിയുമുണ്ടായി രുന്നു.

ഏഷ്യാഡ് അപ്പുവിന്റെ ചിത്രമുള്ള നാണയം നൽകിയപ്പോൾ വേലി യുടെ മുഖവാതിലിലൂടെ പ്രവേശനം ലഭിച്ചു. മുത്തുബീരാൻ കാട്ടിത്ത ന്നതനുസരിച്ച്, തുണിയുടെ ചെറിയ കർട്ടൻ നീക്കി തല ടെന്റിനുള്ളിലേ ക്കിട്ടു.

ഉള്ളിൽ ഇരുട്ടായിരുന്നു. ഭയം ശരീരത്തെ ചുറ്റാൻ തുടങ്ങിയപ്പോ

ഴേക്കും വെളിച്ചം വന്നു. കറുപ്പുതുണികൊണ്ടു മറച്ച മരപ്പെട്ടിക്കു നടുവിലെ ചതുരജാലകത്തിലൂടെയാണ് വെട്ടം കണ്ടത്.

വെറും വെട്ടമല്ല. സ്വപ്നത്തിന്റെ ഒരു നുറുങ്ങ്.

മത്സ്യകന്യക!

തലയിൽ കിരീടം, പട്ടുകുപ്പായം, കഴുത്തിലും കൈകളിലും ആഭരണങ്ങൾ. അരയ്ക്കു താഴെ... അതെ, അരയ്ക്കു താഴെ സ്വർണ്ണച്ചെതുമ്പലുള്ള മിന്നിത്തിളങ്ങുന്ന മത്സ്യം.

പതിയെ വാലൊന്നിളക്കി, മുഖം ജലോപരിതലത്തിലേക്കുയർത്തി മത്സ്യകന്യക മനോഹരമായൊരു ചിരി ചിരിച്ചു. സിനിമാനടിമാരെ തോൽപിക്കുന്ന ആ ചിരിയിൽ കണ്ണു മഞ്ഞളിച്ചു. അതേ ക്ഷണത്തിൽ വെളിച്ചം അണഞ്ഞു.

തുടർന്നുള്ള ദിവസങ്ങളിൽ മത്സ്യകന്യകയെക്കുറിച്ചുള്ള ചർച്ചയായി നാടു മുഴുവൻ. കണ്ടവർ തന്നെ പിന്നെയും പിന്നെയും കാണാൻ ക്യൂ നിന്നു. കേട്ടറിഞ്ഞ് അടുത്ത പ്രദേശങ്ങളിൽനിന്നും ആളുകളെത്തി. മത്സ്യകന്യക ഒരു യാഥാർത്ഥ്യമാണെന്ന് വിശ്വസിച്ചവർക്കും അല്ലാത്തവർക്കും അത്ഭുതം കൊള്ളാൻ പക്ഷേ നിരവധി കാരണങ്ങളുണ്ടായിരുന്നു. മുത്തുബീരാന്റെ പൊണ്ടാട്ടി വേഷംകെട്ടി ഇരിക്കുന്നതാണെന്നായിരുന്നു ചിലരുടെ വാദം. കറുത്ത, ഒട്ടും സുന്ദരിയല്ലാത്ത അവരെവിടെ, ചന്ദനത്തിന്റെ നിറമുള്ള മത്സ്യകന്യക എവിടെ!

മുൻവർഷങ്ങളിലൊന്നും രാത്രിയിലെ പ്രകടനവേളയിലല്ലാതെ മുത്തുബീരാനോ ഭാര്യയോ അവരുടെ കൂടാരമോ നാട്ടുകാരുടെ പ്രത്യേക ശ്രദ്ധയെ ആകർഷിച്ചിരുന്നില്ല. കുട്ടികൾ ഒരു വീരനായകസങ്കൽപ്പവുമായി മുത്തുബീരാനെ ചുറ്റിപ്പറ്റി നിൽക്കാറുണ്ടെന്നു മാത്രം. പക്ഷേ ആ അവസ്ഥയ്ക്ക് മാറ്റംവന്നു. മുത്തുബീരാന്റെ കൂടാരത്തിന് ചുറ്റും എപ്പോഴും നാട്ടുകാരുടെ കണ്ണുകൾ ഭ്രമണം ചെയ്തു. എല്ലാം ഒരു കൺകെട്ടു വിദ്യയാണെന്ന മറുപടിയിൽ മുത്തുബീരാൻ തന്റെ 'കച്ചവടരഹസ്യം' ഒളിച്ചുവച്ചു.

പ്രകാശന്റെ അച്ഛന് ചാരായവാറ്റുണ്ടായിരുന്നു. വീടിനു പിന്നിലെ കല്ലുവെട്ടു കുഴിയിലായിരുന്നു വാറ്റ്. വൈകുന്നേരമാകുമ്പോൾ കല്ലനിടവഴി കയറി ആവശ്യക്കാർ എത്തിത്തുടങ്ങും. രാത്രി എട്ടൊൻപതു മണിവരെ ടോർച്ചിന്റെ, ചൂട്ടിന്റെ, മെഴുകുതിരിയുടെ, ബീഡിയുടെ – ഇങ്ങനെ പലതരം വെട്ടങ്ങൾ വന്നും പോയുമിരിക്കും. അഭ്യാസപ്രകടനങ്ങൾക്കു ശേഷം മുത്തുബീരാനും അവിടേക്ക് പോക്കുവരവുണ്ടായിരുന്നു.

അത്തവണ മുത്തുബീരാൻ വന്നശേഷം കല്ലുവെട്ടുകുഴിയിൽ ഒരു ചീട്ടുകളിക്കൂട്ടം രൂപപ്പെട്ടിരുന്നു. രാത്രിഭക്ഷണത്തിനു ശേഷം തുടങ്ങുന്ന കളി വളരെ വൈകുവോളം നീണ്ടിരുന്നു.

മുത്തുബീരാനും ഞങ്ങളുടെ അച്ഛൻമാരും ചീട്ടുകളിക്കാൻ പോകുന്ന സമയത്ത് മത്സ്യകന്യകയുടെ രഹസ്യം കണ്ടുപിടിക്കാനുള്ള പദ്ധതി തയ്യാറാക്കിയത് പ്രകാശനായിരുന്നു. അതുപ്രകാരം രാത്രി പത്തര മണിയോടടുപ്പിച്ച് രണ്ടുപേരും വീടുകളിൽ നിന്നുമുങ്ങി.

വീട്ടിൽനിന്ന് കഷ്ടി നൂറുമീറ്റർ അകലമാണ് ചെട്ടിപ്പറമ്പിലേക്കുള്ളത്. മത്സ്യകന്യക എന്ന ആകർഷണമില്ലായിരുന്നെങ്കിൽ ചെട്ടിപ്പറമ്പിന്റെ വിജനതയിലേക്കുള്ള രാത്രിസഞ്ചാരം ഓർക്കാൻകൂടി പറ്റുമായിരുന്നില്ല.

ടെന്റിൽ നിന്നിറങ്ങി ഒരു നിഴൽരൂപം ചെട്ടിപ്പറമ്പിന്റെ കിഴക്കേ മൂലയിലുള്ള പൊന്തക്കാടിന്റെ ഭാഗത്തേക്ക് നടന്നുപോയതിന് പിന്നാലെയാണ് താനും പ്രകാശനും വീടുകളിൽനിന്ന് മുങ്ങിയത്. മുത്തുബീരാന്റെ ഭാര്യ വെളിക്കിരുന്ന് തിരിച്ചുവരാൻ കുറഞ്ഞത് പത്തുമിനിട്ടെങ്കിലുമെടുക്കും. മൂന്നുനാലു ദിവസത്തെ നിരീക്ഷണത്തിൽനിന്ന് പ്രകാശൻ ഉറപ്പുവരുത്തിയ കാര്യമാണത്.

മങ്ങിയ നിലാവുണ്ടായിരുന്നു. നേർത്ത വെളിച്ചം താർപ്പായ കൊണ്ടുള്ള ടെന്റിനുള്ളിലും നിഴലിച്ചു കാണാമായിരുന്നു.

ടെന്റിനോട് ചേർത്തു നിർത്തിയിരുന്ന ജീപ്പിന്റെ മറവിൽ ഒരുനിമിഷം നിന്ന് രണ്ടാളും കിതപ്പാറ്റി. അപ്പോഴേക്കും ധൈര്യം ചോർന്നുപോയ തന്നെ പ്രകാശൻ കൈക്കു പിടിച്ചുവലിച്ച് ടെന്റിനു പിന്നിലേക്കു നയിച്ചു.

തുണിവാതിൽ പൊക്കി അകത്തേക്കു കാലുവച്ചതും ശരീരത്തിലേക്ക് തണുപ്പു പടർന്നു. തറയിൽ വെള്ളം ഒഴുകിപ്പടർന്നുണ്ടായ ചെളിയിൽ ചവിട്ടി രണ്ടുപേരും സ്തംഭിച്ചുനിന്നു. തിരി താഴ്ത്തിവച്ച റാന്തലിന്റെ വെളിച്ചത്തിൽ ആദ്യം കണ്ണിൽപ്പെട്ടത് തട്ടിമറിഞ്ഞ രണ്ടുമൂന്നു പാത്രങ്ങളും മറിച്ചിട്ടിരിക്കുന്ന മടക്കുകട്ടിലുമാണ്. കട്ടിലിനപ്പുറം കറുപ്പു കർട്ടനിട്ട മരക്കൂടിനു ചേർന്ന് ചുളുങ്ങിക്കിടന്ന വലിയ പ്ലാസ്റ്റിക് സഞ്ചിയിൽ അൽപ്പം വെള്ളം അവശേഷിച്ചിരുന്നു. കട്ടിലിനും സഞ്ചിക്കും നടുവിൽ നിലത്ത് പൂർണനഗ്നയായി മലർന്നുകിടക്കുന്ന സ്ത്രീ. ആദ്യമായി മുതിർന്ന ഒരു സ്ത്രീയുടെ നഗ്നത കാണുന്നതിന്റെ വിറയൽ മേലാകെ പടർന്നു.

ചന്ദനത്തിന്റെ നിറമുള്ള ശരീരം. ചരിച്ചു വച്ചിരിക്കുന്ന മുഖത്ത് പക്ഷേ, സുന്ദരമായ ആ ചിരി ഉണ്ടായിരുന്നില്ല. പകരം, വീർത്ത വായിൽ നിന്ന് ഒരു തുണിക്കഷണം പുറത്തേക്കെത്തിനോക്കി.

രണ്ടുപേരും പരസ്പരം കൈപിടിച്ചത് ഒരേ നിമിഷത്തിലാണ്. അടുത്തക്ഷണം കാലുകൾ പുറത്തേക്ക് കുതിച്ചു. അതിനിടെ മിന്നായംപോലെ അതും കണ്ടു. ടെന്റിന്റെ മൂലയിലെ ഇരുമ്പുതൂണിൽ കൈകൾ പിന്നാക്കം കെട്ടപ്പെട്ട് കൂനിക്കൂടിയിരിക്കുന്ന മുത്തുബീരാന്റെ ഭാര്യ.

വീടിന്റെ ഉമ്മറത്തെത്തിയതേ പിന്നെ ഓർമ്മയുള്ളൂ. ഓടിക്കയറിച്ചെന്നതിന്റെ ഒച്ച കേട്ട് അകത്തുനിന്നും അമ്മയുടെ ശബ്ദമുയർന്നു.

"നേരം കൊറേയായില്ലേ കുട്ട്യോളേ.... കളി മതിയാക്കി ഒറങ്ങാൻ നോക്ക്..."

വാ തുറന്ന് കിതച്ചുകൊണ്ട് പ്രകാശൻ തറപ്പിച്ചൊരു നോട്ടം നോക്കി. നിശ്ശബ്ദമായൊരു ആജ്ഞയായിരുന്നു അത്. അത് താൻ മനസിലാക്കിയെന്നു കണ്ടപാടെ അവൻ മുറ്റത്തേക്കിറങ്ങി സ്വന്തം വീട്ടിലേക്ക് ഓടിപ്പോയി. കിണ്ടിയിലെ വെള്ളമെടുത്ത് കാൽകഴുകി വേഗം ചെന്ന് കട്ടിലിൽ കയറിക്കിടന്നു. പുതപ്പെടുത്ത് തല വഴിയെ മൂടി.

പിറ്റേന്ന് ഉറക്കമുണർന്നിട്ടും കിടക്ക വിട്ടെഴുന്നേൽക്കാൻ ഭയമായിരുന്നു. പുറത്ത് ഉറക്കെയുള്ള സംസാരം കേട്ടപ്പോഴാണ് ഒടുവിൽ എഴുന്നേറ്റ് ഉമ്മറത്തേക്ക് ചെന്നത്. നോട്ടം പോയത് ചെട്ടിപ്പറമ്പിലേക്കാണ്. അവിടെ മുത്തുബീരാന്റെ ടെന്റോ ജീപ്പോ ഉണ്ടായിരുന്നില്ല...

ദൂരെ പുഴയുടെ വളവിൽ നിന്ന് തീവണ്ടിയുടെ കിതപ്പ് ഇഴഞ്ഞു വന്നു.

സദാനന്ദൻ കണ്ണുതുറന്നു.

"ഡാ, മോനേ സദാനന്ദാ... നീയാ പെങ്കൊച്ചിന്റെ ബോഡീം കെട്ടിപ്പിടിച്ചിരിക്യാര്ന്നു, ല്ലേ..."

മാനഭംഗം ചെയ്യപ്പെട്ടവരുടെ ദൈന്യത്തോടെ വേച്ചു വേച്ചു വീണ വാക്കുകൾക്കു പിന്നിൽ ആന്റണി പല്ലിളിച്ചുനിന്നു.

സദാനന്ദന് ശരീരമാസകലം പെരുത്തുകയറി.

"മതി ചേട്ടാ, നിങ്ങള് കെടന്നൊറങ്ങാന്നോക്ക്..."

അൽപ്പം കടുപ്പിച്ചാണവൻ പറഞ്ഞത്.

"എന്താ സദാനന്ദാ, അങ്ങനെയങ്ങ് കെടന്നാലോ. ഇപ്പല്ലേ ആകെക്കൂടിയൊന്നുഷാറായത്...", ആന്റണി അരകുലുക്കിക്കൊണ്ട് പാന്റ് വയറിന് മേലേക്കു വലിച്ചു കയറ്റി.

"നിനക്കൊര് കട്ടനടിക്കണംന്ന് തോന്ന്ണ്ല്ലേ... ചെല്ല്, താനും പോയൊന്നുഷാറായിട്ട് വാ..."

അയാളുടെ ചിരിക്കൊപ്പം പാളങ്ങൾ എല്ലു പുളിപ്പിക്കുംവിധം കരഞ്ഞു.

സദാനന്ദനപ്പോൾ ഒരു ചൂടുകാപ്പി കഴിക്കണമെന്ന് കലശലായ ആഗ്രഹമുണ്ടായിരുന്നു. അഞ്ചുമിനിട്ട് തെക്കോട്ട് നടക്കുകയേ വേണ്ടൂ. പക്ഷേ, എന്നെ തനിച്ചാക്കി പോകരുതേ എന്ന് ആരോ അവനെ പിന്നാക്കം വലിച്ചു.

"എനിക്കു വേണ്ട...", സദാനന്ദൻ തിടുക്കത്തിൽ പറഞ്ഞു.

ശാന്തമായൊരു ചിരിയോടെ ആന്റണി അൽപ്പനേരം അവന്റെ മുഖത്തേക്കു നോക്കിനിന്നു.

"മോനേ സദാനന്ദാ, നിയ്യിപ്പെന്താന്നെക്കുറിച്ച് വിചാരിക്കണേന്ന് ഞാ

നുപറയട്ടെ...", അയാൾ അവന്റെ ചുമലിൽ കൈവച്ചു. തന്റെ മേൽ തണുത്തു വഴുക്കുന്ന ഒരിഴജീവി വന്നിരുന്നതുപോലെ ആ സ്പർശം സദാനന്ദനെ അസ്വസ്ഥനാക്കി.

"ഞാനാ ശവത്തിനെ വല്ലോം ചെയ്യ്യോന്നല്ലേ നിന്റ പേടി. അദ് വേണ്ടാട്ടോ... മനസ്സീ തോന്നണത് വിളിച്ചങ്ങാ പറയും. അദെല്ലാണ്ട്... ഇനിക്കൂല്ലേ അമ്മ പെങ്ങമ്മാര്..."

സദാനന്ദന്റെ ചുമലിടിഞ്ഞു.

"അല്ല ചേട്ടാ, ഞാനങ്ങനെ...", അവന്റെ വാക്കുകൾ നഗ്നരാക്കപ്പെട്ടതുപോലെ വെപ്രാളപ്പെട്ടു വിളറി.

"ഇനിക്കറിയാം... നിന്റ മനസ്സ് ശുദ്ധാ. നീയ്യ് അങ്ങനെ ചിന്തിച്ചില്ലെങ്കിലാ തെറ്റ്..."

പിന്നെയും എന്തൊക്കെയോകൂടി ആന്റണി പറഞ്ഞു. തങ്ങളെ കടന്നു പോകുന്ന ചരക്കുവണ്ടിയുടെ ശബ്ദത്തിൽ സദാനന്ദന് ഒന്നും വ്യക്തമായില്ല.

വണ്ടി പോയപ്പോൾ, അവനെ ഒരറ്റത്തേക്ക് നീക്കിയിരുത്തിയ ശേഷം ആന്റണി കലുങ്കിൽ നീണ്ടുനിവർന്നു കിടന്നു.

അപ്പോഴാണ് സദാനന്ദൻ പാളത്തിനപ്പുറത്തേക്ക് ശ്രദ്ധിച്ചത്. ചോരയിൽ ചവിട്ടിയപോലെ അവൻ ചാടി എഴുന്നേറ്റു.

പായക്കടിയിൽനിന്നും എന്തോ കടിച്ചു വലിച്ച് ഒരു പട്ടി കുറ്റിക്കാട്ടിലേക്ക് ഊർന്നിറങ്ങി.

സദാനന്ദനിൽനിന്ന് ഒരു നിലവിളി ഉയർന്നു. ഒരു കരിങ്കൽച്ചീളെടുത്തെറിഞ്ഞുകൊണ്ട് അവൻ പട്ടിക്കു പിന്നാലെ കുതിച്ചു.

അരികെ

സുസ്മേഷ് ചന്ത്രോത്ത്

വൈകുന്നേരം മൂന്ന് മുപ്പതായപ്പോൾ പൊടുന്നനെ മഴ നിലച്ചു. കഴിഞ്ഞ കുറെ മണിക്കൂറുകളിലായി ഏറെക്കുറെ ഒരു സ്ത്രീയുടെ ചരമഞരക്കങ്ങൾപോലെ അതു തുടർന്നുകൊണ്ടേയിരിക്കുകയായിരുന്നു.

പ്രകാശം മങ്ങി, ആകാശത്തിനു ചുവടെ ഭൂമി ഒരു വിഷാദംപോലെ കിടക്കുന്ന നേരത്തുതന്നെ അവർ തമ്മിൽ കണ്ടുമുട്ടാൻ തീരുമാനിച്ചതിൽ അത്ഭുതപ്പെടേണ്ടതില്ല. അവരുടെ സമാഗമം മഴയുടെ നനവിനു താഴെയായി നിലത്ത് കെട്ടിക്കിടക്കുന്ന വെള്ളത്തിലെ പ്രതിഫലനങ്ങൾക്കരികിലായി സംഭവിക്കണമെന്ന് അവർ തന്നെ എപ്പോഴോ തീരുമാനിച്ചു കഴിഞ്ഞിട്ടുണ്ടാകണം.

സബർ ബസ്സ്റ്റാൻഡിലേക്കുള്ള പാതക്കരികിലായി പൂക്കളൊന്നുമില്ലാതെ പടർന്നുനിന്നിരുന്ന ഒരു മരത്തിനു കീഴിലായി അയാൾ മുൻ നിശ്ചയിച്ചപ്രകാരം വന്നുനിൽക്കുകയായിരുന്നു. അയാൾ വരുന്നതിനു മുമ്പേതന്നെ അവിടെയൊരു പുതിയ കാറും വന്നുകിടപ്പുണ്ടായിരുന്നു.

ഉച്ചത്തിൽ മലയാളത്തിൽ സംസാരിച്ചുകൊണ്ട് ബസ്സ്റ്റാൻഡിൽ നിന്നുവരുന്ന ഒറ്റപ്പെട്ട കൂട്ടങ്ങൾ അയാളെ കടന്നുപോയി. നേർത്തൊരു വിമ്മിട്ട

ത്തോടെ അയാൾ അവരെയും ശ്രദ്ധിച്ചു. കാറിന്റെ കറുത്ത ബോണറ്റിനുമേൽ മരങ്ങളുടെ ഒരായിരം ചില്ലകളുടെ വ്യക്തമായ പ്രതിഫലനവും തണുത്തുകിടപ്പുണ്ട്. ഇടയ്ക്കിടെ മാത്രം കാറിന്റെ ബോണറ്റിലേക്ക് മരച്ചില്ലകൾക്കിടയിൽനിന്ന് സൂര്യൻ മിന്നിയിറങ്ങി. അത്രയും പ്രകാശമേ അപ്പോൾ ഭൂമിയിലുണ്ടായിരുന്നുള്ളൂ.

ഇടംകൈകൊണ്ട് അയാൾ കാറിന്റെ ബോണറ്റിൻമേൽ വെറുതെ താളമിട്ടു. അയാൾക്കു തന്നെ പിടിയില്ലാത്ത ഏതോ രാഗത്തിന്റെ വിരൽ മുദ്രകൾ.

എവിടെനിന്നോ വന്ന് അങ്ങനെ നിൽക്കുന്ന നീളമുള്ള ആ മനുഷ്യൻ വളരെയധികം അക്ഷമനാണെന്ന് അതുവഴിയേ കടന്നുപോയിക്കൊണ്ടിരുന്ന ആർക്കും മനസിലായതുമില്ല. പാഞ്ഞുകൊണ്ടിരുന്ന വാഹനങ്ങൾക്കിടയിലെ ചലനവായുവിൽ ക്രമാതീതമായി നരച്ചുനീണ്ട അയാളുടെ താടിരോമങ്ങൾ ഇളകി.

ഒരു വർണക്കുട അയാൾ തന്റെ കൈയിൽ ചുരുക്കിപ്പിടിച്ചിരുന്നു. ഇനിയും മഴ പെയ്യുകയാണെങ്കിൽ അവിടെത്തന്നെ നിന്നുകൊണ്ട് നീളൻകുട നിവർത്തി ചൂടാമെന്നായിരുന്നു അയാളുടെ വിചാരം.

കുറച്ച് യുവതികൾ അതിലെ നടന്നുവന്നു. അയാൾക്കെതിരെ. അയാൾ അവരിലോരോരുത്തരെയും സൂക്ഷിച്ചു നോക്കി. ഓരോ മുഖത്തും തനിക്കു പ്രിയപ്പെട്ട ഒരു മുഖഛായയാണ് അയാൾ പരതിക്കൊണ്ടിരുന്നത്. പിന്നെ അലക്ഷ്യമായ അവരുടെ നടപ്പിന്റെ ചലനങ്ങൾക്കിടയിൽ തുടകൾക്കിടയിലേക്ക് വലിയുകയും നിവരുകയും ചെയ്യുന്ന ചുരിദാറിന്റെ ഒഴുക്കിനെ നോക്കി. യൗവനത്തിന്റെ കൊഴുപ്പടിയാത്ത അടിവയറുകൾക്കു താഴെ തുടകളുടെ ആരംഭത്തിനുമിടയിൽ വസ്ത്രങ്ങൾ ത്രികോണം ചമച്ചുകൊണ്ടിരുന്നു. അയാൾക്ക് വളരെപ്പണ്ടു മുതലേ പരിചയമുണ്ടായിരുന്ന ഒരു ഭാഷയിലാണ് അവർ പരസ്പരം സംസാരിച്ചുകൊണ്ടിരുന്നത്. ആ ഭാഷ അയാളെ വീണ്ടും പുതുക്കിയെടുത്തു. അയാൾ തന്നോടുതന്നെ പതുക്കെ ഒരു വാക്കു പറഞ്ഞു.

"ബേട..."

കാറിന്റെ മേൽഭാഗത്തേക്ക് അയാളുടെ ശ്രദ്ധ ആകർഷിക്കുംവിധം ഒരില കൊഴിഞ്ഞുവീണു. മരം അതിന്റെ ശാഖകളിൽ കൊരുത്തുപിടിച്ച അനേകായിരം ഇലകളിലൊന്നായിരുന്നു അത്. അൽപ്പം പഴുത്തു തുടങ്ങിയ ആ ഇല മുമ്പുണ്ടായ കനത്ത മഴയുടെ തല്ലിൽ തണ്ടടർന്നതാണെന്ന് അയാൾ മനസിലാക്കി.

ചന്ദ്രക്കല ഹോസ്പിറ്റലിൽ നിന്നുവന്ന ഒരു വാനിൽ കുറച്ച് വിദ്യാർഥിനികൾ അവിടെ വന്നിറങ്ങി. അൽപ്പനേരം തമ്മിൽ സംസാരിച്ചുനിന്നിട്ട് അവർ ആൾക്കൂട്ടത്തിലേക്ക് പിരിഞ്ഞുപോയി.

അയാളപ്പോൾ കാൽനൂറ്റാണ്ടിനു പിറകിലെ അതേ വഴിയോരത്ത് അതേപോലുള്ള മറ്റൊരു മരത്തിന്റെ താഴെ കാത്തുനിൽക്കുകതന്നെയാണെന്ന് മനസിൽ വിചാരിച്ചു. യൂണിഫോമണിഞ്ഞ ഒരു വിദ്യാർഥിനിയെ

യാണ് അയാൾക്ക് ഓർമ്മവന്നത്. മൂലമടങ്ങിയ ഏതാനും റെക്കോഡു ബുക്കുകൾ അവൾ മാറോടമർത്തിപ്പിടിച്ചിട്ടുണ്ട്. അവളുടെ രണ്ടായിപ്പിന്നിയിട്ട ഇത്തിരി മുടിയിൽ ചുവന്ന ഇതളുകൾ വിടർത്തി ഒരു റിബൺ പൂത്തുനിന്നിരുന്നു.

അയാൾ തന്റെ വെള്ളത്താടിയുഴിഞ്ഞ് ഇടംകൈകൊണ്ട് വീണ്ടും ബോണറ്റിൻമേൽ താളമിട്ടു. അയാൾക്കു മനസിലായി താൻ വർഷങ്ങൾക്കുശേഷം വീണ്ടുമിവിടെ കാത്തുനിൽക്കുകയാണെന്ന്. എന്നിട്ടും കാലിലൂടെ കാത്തുനിൽപ്പിന്റേതായ ഒരു മരവിപ്പ് പടർന്നു കയറാത്തതെന്തെന്നും അയാൾ അതിശയിച്ചു. പിന്നെ അങ്ങനെ സംഭവിക്കുകയില്ലെന്നു തിരിച്ചറിയുകയും ചെയ്തു. അയാളുടെ മുഖത്ത് നനുത്തൊരു ചിരി പരന്നു.

അങ്ങനെ നിൽക്കെ ഒരു കുളിരുവന്ന് അയാളെ തൊട്ടു. പതിയേ വീശിയ കാറ്റിന്റെ കുളിർമയായിരുന്നു അത്. ആ കുളിർന്ന കാറ്റിൽ ഏതാനും ഇലകൾകൂടി പൊട്ടുകൾപോലെ പൊഴിഞ്ഞ് കാറിന്റെ ബോണറ്റിൻമേലും അയാളുടെ ശിരസിൻമേലും വീണു. അയാൾ വലംകൈക്കൊണ്ട് ശിരസ്സുതടവി ഇലകളെ നീക്കി. കൈവെള്ളയിൽ ഒട്ടിയ ഇലപ്പൊട്ടുകളെ അയാൾ വഴിയോരത്തേക്കു ഒരിഷ്ടത്തോടെ കുടഞ്ഞു. പിന്നെ താനറിയാതെ എന്നപോലെ അയാൾ വീണ്ടും മുഖമുയർത്തി നോക്കി. ആ നിമിഷത്തെ കാത്തുനിന്നിരുന്നതുപോലെ ഒരു വെള്ളത്തുള്ളിയും കൃത്യമായി അയാളുടെ കവിളിൽ പതിച്ചു, നേരെ മുകളിൽ നിന്ന് ശക്തിയായി. ചെറിയൊരു വേദന അനുഭവിപ്പിച്ച സ്പർശനം. അയാളുടെ കാതുകളിൽ നേർത്തൊരു ഒച്ച മുഴങ്ങി.

"കന്നഡിഗരെ പ്രീതിസ്തിതരാ....?"

മഴത്തുള്ളിയുടെ തണുപ്പു മറന്ന് വീണ്ടും അതു കേട്ടതുപോലെ അയാളറിയാതെ മൂളി.

"ഉം."

അയാൾ ആ വെള്ളത്തുള്ളി തുടച്ചുകളയാതെ മുകളിലേക്കുതന്നെ നോക്കിനിന്നു. മുകളിലപ്പോൾ കാർമേഘങ്ങൾക്കിടയിൽനിന്ന് സൂര്യൻ മരച്ചില്ലകൾക്കിടയിലേക്ക് പതിക്കാൻ വെമ്പി. തീക്ഷ്ണത കുറഞ്ഞതിനാലാവാം സൂര്യഗോളത്തെ അതിന്റെ വൃത്താകൃതിയിൽ കാണാൻ കഴിഞ്ഞു. പുതിയ ഒരു വെള്ളിത്തകിടം വട്ടത്തിൽ മുറിച്ചെടുത്തപോലെ. അതിന് കുങ്കുമം നനച്ച് ചാർത്തിയാൽ? അതൊരു നെറ്റിത്തടത്തിൽ പതിപ്പിച്ചാൽ?

പാതയ്ക്കിരുവശത്തുമുണ്ടായിരുന്ന പുരാതനമായ കെട്ടിടങ്ങൾ പൊളിച്ച് പുതിയ മട്ടിൽ പണിതുയർത്തിയ വമ്പൻ കെട്ടിടങ്ങളുടെ കറുത്ത ഭിത്തിയിലൂടെ ഒരു നിശ്ശബ്ദരോദനംപോലെ മഴനീര് ഇടവിട്ട് ഒലിച്ചിറങ്ങി.

അയാൾ തന്റെ കവിളിൽ പതിഞ്ഞ വെള്ളത്തുള്ളിയെ വിരൽത്തുമ്പാൽ തുടച്ചെടുത്തു കണ്ണിനുനേരെ പിടിച്ചുനോക്കി. വിരലിനറ്റത്തു നന

വല്ലാതെ മറ്റൊന്നും അവശേഷിച്ചിരുന്നില്ല. ഏറെ നേരമായി ഈർപ്പം തട്ടാതിരുന്നതിനാലും വെളുത്തു ചുവന്നിരുന്നതിനാലും തന്റെ കൈത്തുമ്പിൽ പറ്റിയ നനവിനെ അയാൾ ആർദ്രതയോടെ വീണ്ടും നോക്കി.

അവൾ അയാളുടെ വിരലിൽ പറ്റിയ മഞ്ഞിന്റെ നനവ് തന്റെ രണ്ടു കൺപോളകൾക്കുമേലും തൊടുവിച്ചു. ഒന്നു കരഞ്ഞതുപോലെയായി അവളുടെ മുഖം. അയാൾ പൊട്ടിച്ചിരിച്ചുപോയി. എന്തിനാണു ചിരിക്കുന്നതെന്ന ഭാവത്തിൽ അവൾ അയാളെ നോക്കി. പിന്നെ അവൾ അയാളുടെ കൈ മുഴുവനായും തന്റെ കണ്ണിനുമേൽ പതിപ്പിച്ചു. അയാളുടെ ചിരി അതോടെ മാഞ്ഞു. കൈയിലേക്ക് അവളുടെ മുഖത്തിന്റെ ചൂട് പതുക്കെ അരിച്ചു കയറുകയായിരുന്നു. ആ നനവിൽ തന്റെയും അവളുടെയും പഴയ ഛായ കാണാനായിരുന്നു അയാൾ കിണഞ്ഞു ശ്രമിച്ചുകൊണ്ടിരുന്നത്. ഒരു തടാകത്തിൽ നോക്കുന്നതുപോലെ രണ്ടു മുഖങ്ങൾ ഒരു മായക്കണ്ണാടിയിലെന്നവിധം പതിയുന്നതും കാത്ത് അയാൾ കുറെ നേരംകൂടി പ്രതീക്ഷയോടെ നിന്നു. അവസാനം അങ്ങനെ സംഭവിക്കുകയില്ലെന്നു സംശയം തോന്നിയപ്പോൾ മാത്രം ഒട്ടൊരു പേടിയോടെ നനഞ്ഞ വിരലഗ്രം ഉടുപ്പിൽ തുടച്ചു. ഉടുപ്പിന്റെ നിറം മാറ്റാൻ തക്ക നനവ് കൈയിൽ പുതഞ്ഞിട്ടുണ്ടായിരുന്നില്ല.

പിന്നെയും പ്രകാശം മങ്ങി. കാറിന്റെ ബോണറ്റിലുണ്ടായിരുന്ന നിഴലുകളും അവ്യക്തമായി. അയാൾ നൊമ്പരത്തോടെ നെടുമ്പാതയുടെ മധ്യത്തിലേക്കും ഇടറോഡിന്റെ അറ്റത്തേക്കും നോട്ടം മാറ്റി. അനേകം വാഹനങ്ങളും മനുഷ്യരും വഴിയോരം ചേർന്ന് കടന്നുപോകുന്നുണ്ടായിരുന്നു. ആളുകളിൽ പലരും കുട ചൂടിയിരുന്നു. കറുത്ത ചെറിയ കുടകൾ. സമയമങ്ങനെ കടന്നുപോവുകയാണ്. ആരുമയാളെ ശ്രദ്ധിച്ചതേയില്ല.

ദൂരെനിന്ന് ഒരു സ്ത്രീ തനിച്ചു വരുന്നത് അയാൾ ശ്രദ്ധിച്ചു. അയാൾ അവരെത്തന്നെ ഒരു നടുക്കത്തോടെ സൂക്ഷിച്ചുനോക്കി.

വിദൂരതയിൽ എവിടെയോ നിന്ന് ഉടലുകളിൽ തുരുമ്പുകയറിയ ഒരു സൈക്കിളിന്റെ ശബ്ദം അയാളുടെ കാതുകളിൽ മുഴങ്ങി. ഒപ്പം യൗവനത്തിന്റെ സ്ഫടികതുല്യമായ ചിരിയും. ചെറിയ കൈസഞ്ചി ഹാൻഡിൽ ബാറിൽ തൂക്കി സൈക്കിൾ ചവിട്ടി വന്നിരുന്ന പെൺകുട്ടി പാതയോരത്തെ ഒരു മരത്തിനരികിലേക്കായിരുന്നു വന്നുകൊണ്ടിരുന്നത്. അന്നത്തെ മരത്തിൽ നിറയെ ചുവന്ന പൂക്കളുണ്ടായിരുന്നു. ഇലകൾ വളരെ കുറവും.

അകലെ നിന്ന് തനിയെ നടന്നുവന്നുകൊണ്ടിരുന്ന സ്ത്രീക്കും അയാളുടെ അതേ പ്രായമാണ്. ശരീരഭാരം ഏറിയതുപോലെ അവർ ഒരുകാൽ അൽപ്പം ഏന്തിവലിച്ചിരുന്നു. ശിരസ്സിലൂടെ ദുപ്പട്ടയുടെ ഒരറ്റം ഒഴുകിക്കിടപ്പുണ്ട്. അവരുടെ നെറ്റിത്തടം ശൂന്യമായിക്കിടന്നിരുന്നു.

അനേകം വർഷങ്ങൾക്കിടയിൽ ഉദ്യോഗാർഥം ചെന്നു താമസിച്ച ഹോട്ടൽമുറികളിലെല്ലാം കുളിമുറിയിലോ കട്ടിലിൻപടിയിലോ നിലക്കണ്ണാടിയിലോ പതിച്ചുവെച്ചിരുന്ന ആരുടെയൊക്കെയോ പൊട്ടുകളുടെ

ഓർമ്മ അയാളെ തേടിവന്നു. ഉപയോഗം കഴിഞ്ഞ് ഉപേക്ഷിച്ചുപോയ ആ ഒട്ടിക്കുന്ന പൊട്ടുകളുടെ ഉടമസ്ഥകളെ അയൾക്കറിയുമായിരുന്നില്ല. പിന്നെപ്പിന്നെ താമസിക്കാൻ മുറിയെടുക്കുമ്പോൾ അതിനകത്ത് ഒരു പൊട്ടുതിരയുന്നത് ശീലമായി. അങ്ങനെയൊരു സാന്നിധ്യമില്ലെങ്കിൽ താനവിടെ തീർത്തും തനിച്ചാകുന്നതായി അയാൾ ഭയന്നിരുന്നു.

നടന്നുവന്നിരുന്ന സ്ത്രീ അടുത്തെത്തിയപ്പോൾ അയാൾ പതുക്കെ പുഞ്ചിരിച്ചുപോയി. നെടുതായി ശ്വാസമയച്ചു വിടുകയും ചെയ്തു. അതും കഴിഞ്ഞ് തന്നോടുതന്നെ തിരുത്തുന്നതുപോലെ വെറുതെ തലയാട്ടി. ആ സ്ത്രീ അയാളെയും കാറിനെയും തുറിച്ചുനോക്കിക്കൊണ്ട് അരികിലൂടെ കടന്നുപോകുംവരെ അയാൾ തലയാട്ടിക്കൊണ്ടിരുന്നു. അവർ പ്രധാനമായും കാറിനെയായിരുന്നു നോക്കിയിരുന്നത്. ഏറെക്കുറെ കാറിനകത്തേക്ക്.

അതുകൊണ്ടുമാത്രം അയാളും കാറിനെ ഒന്നുകൂടി ശ്രദ്ധിച്ചു. ആ സ്ത്രീരൂപം നീങ്ങിപ്പോകുന്നത് അരികുകൾ വളഞ്ഞ് വിലക്ഷണമായി കാറിന്റെ വശങ്ങളിൽ പ്രതിഫലിക്കുന്നുണ്ട്. അയാളുടെ നീല ജീൻസിട്ട കാലുകളുടെ ഒരു നീളവും അതിൽ കാണാമായിരുന്നു.

അയാൾ വീണ്ടും മുന്നോട്ടു നോക്കിക്കൊണ്ടുതന്നെ നിന്നു. പിന്നെ തിരിഞ്ഞ് യാതൊരു പ്രേരണയുമില്ലാതെ ബോണറ്റിൽ കിടന്ന ഇലകൾ തുടച്ചുനീക്കി. അതോടെ ബോണറ്റിൻമേൽ തെളിഞ്ഞുകിടന്നിരുന്ന നിഴലുകളും അപ്രത്യക്ഷമായി. അൽപ്പം കഴിഞ്ഞ് നിഴലുകൾ തിരിച്ചുവന്നപ്പോൾ അയാൾ സന്തോഷിച്ചു. തൂവാലയെടുത്ത് തന്റെ നനഞ്ഞ കൈ തുടച്ചശേഷം കുട കാറിൽ ചാരിവെച്ച് അയാൾ കൈകൾ രണ്ടും കൂട്ടിത്തിരുമ്മി.

ചൂടുള്ള ഒരു കൈത്തലമായിരിക്കണം മറ്റൊരു ചൂടുള്ള കൈത്തലത്തിൽ അമരേണ്ടതെന്ന് അയാൾ നിശ്ചയിച്ചിരുന്നു. എന്നിട്ടുവേണം ഒരു മഞ്ഞുകാലത്തിന്റെ ഓർമ്മയെപ്പറ്റി പറയാൻ.

കുറെയേറെ വർഷങ്ങൾക്കു പിറകിലെ ഒരു ദസറ. ഘോഷയാത്ര നടക്കുകയാണ്. അതിന്റെ ഭാഗമായി മൈസൂരിലെത്തിയ വലിയ വിഭാഗം ആളുകളും ആ ഘോഷയാത്രയിലുണ്ട്. ഒപ്പം ഏതാനും വിദേശികളും അയാളെപ്പോലെ വിദ്യാർഥികളായ മലയാളികളും.

ആളുകൾക്കിടയിലൂടെ ചുറുചുറുക്കുള്ള ഒരു യുവതി നടന്നുവന്നു. പിന്നീട് അവർ രണ്ടുപേരും ഒന്നും മിണ്ടാതെ ഒന്നിച്ച് നടക്കുകയാണ് ചെയ്തത്. കൈകൾ തമ്മിൽ ഏറെനേരം ചേർത്തുപിടിച്ചിരുന്നതിനാൽ അവരുടെ കൈത്തലങ്ങൾ വിയർത്തുതുടങ്ങി. ആ വിയർപ്പ് അവർ പരസ്പരം അറിയുന്നുണ്ടായിരുന്നില്ല.

അപ്പോഴെപ്പോഴോ പതുക്കെ കാതിൽ അയാളവളുടെ സ്വരം കേട്ടു.

“നാവു പ്രീതിസ്തരെന്ന് എല്ലരക്കു ഗൊത്തിതെ.”

അയാൾ മുഖം വെട്ടിച്ചുനോക്കി. ദസറയുടെ ശബ്ദഘോഷത്തിനിടയിലൂടെ ശബ്ദമില്ലാതെ അവൾ ചിരിക്കുന്നു. അയാൾ കൈകൾ മുറു

ക്കിപ്പിടിച്ചു. പക്ഷേ, അരികിൽ നേർത്ത കാറ്റും പെയ്തുതോർന്ന മഴയുടെ ഈർപ്പവുമല്ലാതെ മറ്റൊന്നുമുണ്ടായിരുന്നില്ല. നിരത്ത് അപ്പോഴും സജീവമായിരുന്നു.

നിന്നനിൽപ്പിൽ സന്ധ്യയായിരിക്കുന്നു. വഴിവിളക്കുകൾ പ്രകാശിച്ചു. അയാളുടെ മുഖവും മങ്ങിത്തുടങ്ങി. ഇനി എന്തുവേണമെന്നുള്ള ഒരു നിശ്ചയമില്ലായ്മയും അയാളെ കുഴക്കി.

ആ കാർ അവിടെനിന്ന് അതിന്റെ ഉടമസ്ഥൻ എടുത്തുകൊണ്ടുപോകുമോ എന്നത് വിറപ്പിക്കുന്ന ഒരു വിചാരമായി അയാളുടെ ഉള്ളിൽ നിറഞ്ഞത് അന്നേരമാണ്. കാത്തുനിൽപ്പിനിടയിൽ കിട്ടിയ തുണ നഷ്ടപ്പെടുന്ന വേവലാതിയാണ് അയാൾക്കുണ്ടായത്. എന്നാൽ താൻ പോയിക്കഴിഞ്ഞ ശേഷമല്ലാതെ ആരുംവന്ന് ആ കാറോടിച്ചു പോവുകയില്ലെന്നും അയാൾക്കു തോന്നി. അങ്ങനെ സ്വയം ധൈര്യപ്പെടുത്തിയപ്പോൾ ആകുലതകൾ മീതെ കയറിവന്ന ഒരു സന്തോഷവും അയാൾക്ക് അനുഭവപ്പെട്ടു.

വീണ്ടും കാറിന്റെ ബോണറ്റിലേക്ക് അയാൾ നോക്കി. ഇപ്പോൾ മരശിഖരങ്ങളുടെ നിഴലുകൾ തീരെ വ്യക്തമല്ല. എതിരെ വരുന്നവരുടെ മുഖങ്ങളും. അപ്പോൾ, അതുവരെ ദൃശ്യമാകാതിരുന്ന ഒരിതൾപ്പൂവ് ആ മരത്തിൽനിന്നുതന്നെയാകണം കാറിന്റെ ബോണറ്റിലേക്ക് അടർന്നുവീണു. ഒന്ന് കുനിഞ്ഞു സൂക്ഷിച്ചുനോക്കിയപ്പോൾ തന്റെ പ്രതിഛായയിലെ കണ്ണിന്റെ സ്ഥാനത്തുതന്നെയാണ് വെളുപ്പുനിറമുള്ള ആ പൂവ് വന്നുവീണിരിക്കുന്നതെന്ന് അയാൾ മനസിലാക്കി. അതിന്റെ ദളങ്ങളിൽ മഞ്ഞിന്റെ നനവുപോലെ മഴയുടെ ഈർപ്പം തങ്ങിനിന്നിരുന്നു. വല്ലാത്തൊരു തൃപ്തി അയാൾക്കുണ്ടായത് അപ്പോഴാണ്.

അതേസമയം, അയാളത്രയും നേരം ചേർന്നുനിന്നിരുന്ന ആ കാറിനുള്ളിൽ ഡ്രൈവിങ് വീലിനരികിൽനിന്ന് സീറ്റിലേക്കു കുഴഞ്ഞുവീണ നിലയിൽ ഒരു മധ്യവയസ്ക കിടന്നിരുന്നത് അയാൾ അറിഞ്ഞതേയില്ല. അവർ നെറ്റിയിൽ വലിയൊരു കുങ്കുമപ്പൊട്ട് അണിഞ്ഞിരുന്നു. സീറ്റിൽ തന്റെയടുത്തായി വെച്ചിരുന്ന ചെറുതല്ലാത്ത ഒരുകൂട്ടം പൂക്കളുടെ മേലേക്ക് മുഖം വെച്ചാണ് അവർ കിടന്നിരുന്നത്.

ദേഹം വിറങ്ങലിച്ചു തുടങ്ങിയതിന്റെ ഒരു നിശ്ചലത അവരുടെ മുഖത്തിന്റെ പ്രകൃതത്തെ സാരമായി ബാധിച്ചുതുടങ്ങിയിരുന്നു. അപ്പോഴൊന്നും കാറിനുള്ളിലേക്കു നോക്കാൻ അയാൾക്കു ഭാവമുണ്ടായിരുന്നില്ല.

ശവവസ്ത്രക്കച്ചവടം

ഇ പി ശ്രീകുമാർ

ശവവസ്ത്രങ്ങളുടെ വിൽപ്പനയ്ക്കായി ഒരു കടയുണ്ടായിരുന്നു അയാൾക്ക്. ചെറുപ്പം മുതൽക്കേ കച്ചവടം ഹരമായിരുന്ന അയാൾ ഊഹക്കച്ചവട കണക്കുകൂട്ടലുകളിൽ പുത്തൻ വ്യാപാര പ്രമാണങ്ങൾ തീർത്തിരുന്നു. വാണിജ്യ കൈനഷ്ടങ്ങൾ ആവേശംപകർന്നതേയുള്ളു അയാൾക്ക്. കാരണം, അത് ക്രിയകൾ മാറ്റിയുള്ള പുതിയ പരീക്ഷണങ്ങൾക്ക് സാധ്യതയുണ്ടാക്കുന്നുണ്ടല്ലൊ. അങ്ങനെ എട്ടുതരം ക്രയവിക്രയങ്ങൾ ചെയ്തുണ്ടായ തുടർനഷ്ടങ്ങളുടെ ലഹരി പിടിച്ചിരിക്കുമ്പോഴാണ്, ലണ്ടനിൽ നിന്നും ലീവിൽ നാട്ടിലെത്തിയ പഴയ സഹപാഠിയിലൂടെ അയാൾക്ക് പുതിയ വാണിജ്യാശയം ലഭിക്കുന്നത്.യൂറോപ്പിലെ ശക്തമായ സെക്കന്റ് ഹാന്റ് വിപണിയെക്കുറിച്ച് സന്ദർഭവശാൽ പറഞ്ഞുകൊണ്ടാണ് സുഹൃത്ത്, ഉപയോഗിച്ച വസ്ത്രങ്ങളുടെ രണ്ടാം വിപണിയുടെ സാധ്യതയെക്കുറിച്ച് സൂചിപ്പിക്കുന്നത്.

മരണവേഷവും പരേതന്റെ അവശേഷിപ്പു വസ്ത്രക്കൂട്ടവും സ്വന്തം കുടുംബക്കാർ ഉപയോഗിക്കാറില്ല. ചിതയോടൊപ്പം കരിച്ചു കളയുകയോ നിർദ്ധനർക്കു ദാനം ചെയ്യുകയോ ആണ് നടപ്പുരീതി. അപ്രകാരം പാഴാവുന്ന വസ്ത്രശേഖരങ്ങളെ

ഉപകാരപ്രദമാക്കി ജനങ്ങളിലെത്തിക്കുകയാണ് ശവവസ്ത്രക്കച്ചവടത്തിലൂടെ അനുഷ്ഠിക്കുന്ന കർമ്മം. മരണപ്പെട്ടവന്റെ വസ്ത്രങ്ങൾ ചെലവില്ലാതെ കരസ്ഥമാക്കി ചെറിയ വിലയ്ക്ക് വിൽപ്പന നടത്തുന്നത് ലാഭകരമാവാതെ പോവില്ലതാനും. ലഭിക്കുന്ന വസ്ത്രങ്ങൾ അലക്കിത്തേച്ച് ആകർഷകമായി ഒരുക്കി വെയ്ക്കുമയാൾ. ആദ്യമാദ്യം വിൽപ്പനയില്ലാതെ ചരക്കു തിങ്ങി കട നിറഞ്ഞു. മരിച്ചവന്റെ വസ്ത്രങ്ങൾ വാങ്ങാൻ ആര് എന്ന പരിഹാസവുമുണ്ടായി. എന്നാൽ വൈകാതെ തന്നെ, വിലക്കുറവുള്ളതും, മരണ വസ്ത്രങ്ങളെന്ന് തിരിച്ചറിയപ്പെടാത്തതും മനസിലാക്കിയവർ ഓരോരുത്തരായി എത്തിത്തുടങ്ങി.

ബോർഡുവെക്കാത്ത കട, പ്രചാരണമില്ലാത്ത കച്ചവടം, വാമൊഴിയിലൂടെ അറിയപ്പെട്ടു തുടങ്ങിയതോടെ അയാൾ വസ്ത്രങ്ങൾ ശേഖരിക്കാൻ മരണവീടുകൾ തേടി പോകാൻ തുടങ്ങി. മരണ വിവരവും വിലാസവും സമയാസമയം അറിയിക്കുന്നതിന് ശ്മശാനത്തിന്റെ കരാറുകാരനും ശവപ്പെട്ടി വിൽപ്പനക്കാരനും പള്ളി കപ്യാർക്കും കൃത്യമായ കമ്മീഷൻ നൽകിയിരുന്നു അയാൾ.

അപ്രാവശ്യം യാത്ര മരിച്ചവന്റെയല്ല, മരണം പ്രതീക്ഷിക്കുന്നവന്റെ വീട്ടിലേക്കായിരുന്നു. ആസന്നമരണ പുരുഷന്റെ ബന്ധുക്കൾ വന്ന് കൂട്ടിക്കൊണ്ടു പോവുകയായിരുന്നു അയാളെ.

'നാളുകൊറ്യായി കെടന്നകെടപ്പ്. ഇപ്പൊ ഇപ്പൊന്ന് വിജാരിച്ച് നോക്കീർന്നിട്ട്.....'

കാറിലിരുന്ന് ബന്ധു പറഞ്ഞു.

തുടർച്ചയായി അടുത്ത ബന്ധു തുടങ്ങി –

'മക്കളൊക്കെ ഓരോ സ്ഥലങ്ങളില് സെറ്റിൽഡാ...... എത്രനാളാ ലീവെടുത്ത് ഇവ്ടെ വന്നിരിക്യാ...... കാത്തിരുന്നു മടുത്തു........ല്ലാരും...'

റിലേ ടീം അംഗംപോലെ മൂന്നാമൻ ഏറ്റുപിടിച്ചു.

'നിങ്ങള് ഒന്നു വന്നു കേറ്യാമതി....... കാര്യം അപ്പൊ നടക്കും. ഞങ്ങക്കു വിശ്വാസാ.....'

ശവവസ്ത്രക്കച്ചവടക്കാരന് വല്ലായ്മയും അസ്വസ്ഥതയും തോന്നി. അതറിഞ്ഞെന്നോണം ഒന്നാം ബന്ധു പ്രലോഭനത്തിന്റെ ഭാഷയിൽ പറഞ്ഞു–

'ഉപയോഗിക്കാത്ത ഒരുപാട് ഡ്രസ്സുണ്ട് അങ്ങോർക്ക്. സൂട്ടും കോട്ടും വരെ. മൂപ്പര്ടെ ഹോബിയായിരുന്നു വെല പിടിച്ച വസ്ത്രങ്ങള് വാങ്ങിക്കൂട്ടൽ... ഒക്കെ നിങ്ങക്കാ.....'

കച്ചവടക്കാരൻ മനസിൽ കണക്കുകൂട്ടും നേരം വണ്ടി നിർത്തി. 'ദാ വളവു തിരിഞ്ഞ് മൂന്നാമത്തെ വീടാ..... നിങ്ങളിവിടെ ഇറങ്ങി നടന്നു വന്നാമതി. ഞങ്ങളായിട്ട് വിളിച്ചുകൊണ്ടന്നൂന്ന് നാട്ടുകാരറിയണ്ട.'

വീട്ടുമുറ്റത്ത് ശങ്കിച്ചു നിന്ന അയാളെ ഒരാൾ അകത്തേയ്ക്കു നയിച്ചു. മരണത്വരകമായി അയാൾ ആ മുറിക്കകത്തു കടക്കേണ്ടതുണ്ട്.

നിരവധി മനസുകളിലെ മരണപ്രാർഥനകൾ ഏറ്റു തളർന്ന് വൃദ്ധൻ

അബോധത്തിൽ കിടക്കുകയായിരുന്നു. ആ മുഖത്ത് ഏറെ നേരം ശ്രദ്ധിച്ചു നോക്കിക്കൊണ്ട് കച്ചവടക്കാരൻ നിന്നു. പിന്നെ അയാൾ മെല്ലെ കിടക്കയരികിൽ തൊട്ടിരുന്ന് വിളിച്ചു– 'അപ്പേട്ടാ.........'

അയാളുടെ ഓർമകളിൽ അവർ കീടനാശിനി പങ്കുകച്ചവടത്തിന്റെ ലാഭനഷ്ടക്കണക്കെടുക്കുകയായിരുന്നു.

'എടേയ് എനിക്ക് നിന്റെ ഒരു സഹായം വേണം. ഒരു സൂട്ടും കോട്ടും വാങ്ങാൻ എന്റെ കൂടെ വരണം.'

അപ്പേട്ടൻ സഫാരിസൂട്ടും ഓവർക്കോട്ടും ഇടയ്ക്കിടെ വാങ്ങും. ഒരിക്കൽപോലും ദേഹത്തണിയാതെ പെട്ടിയിൽ സൂക്ഷിക്കും. ഇവ ധരിക്കാൻ എന്നെങ്കിലും ഒരുനാൾ വരുമെന്നാവും അപ്പോൾ അപ്പേട്ടന്റെ പ്രതീക്ഷ.

ഇത് പലരുടെയും വിധിയാണ്. വാങ്ങിവെച്ച ഇഷ്ടവസ്ത്രങ്ങൾ ദേഹത്ത് അണിയാനാവില്ല. വസ്ത്രങ്ങൾക്കാവട്ടെ, ഇഷ്ടദേഹങ്ങളിൽ പതിയാനുമാവില്ല. ശരീരങ്ങളുടെ രൂപസ്വഭാവങ്ങളിൽ ഇണങ്ങി ലയിക്കുകയാണ് വസ്ത്രങ്ങളുടെ ഗതി. ശുഭ്രവസ്ത്രങ്ങളുടെ പരിശുദ്ധി ചെന്നെത്തുക അസന്മാർഗിയുടെ ഉടലിലാവാം. കാവിയണിയുക പെൺവാണിഭസംഘത്തലവനുമാകാം.

ഒരിക്കൽ, വസ്ത്രക്കടയിൽ കൂട്ടുനിന്നപ്പോൾ അപ്പേട്ടൻ പറഞ്ഞു– 'നിനക്കുകൂടി ഒന്നു വാങ്ങുന്നുണ്ടു ഞാൻ'

'വേണ്ട വേണ്ട'

നിഷേധിച്ചതു സമ്മതിക്കാതിരുന്നപ്പോൾ മടിയോടെ പറഞ്ഞു–

'എന്നാ.......ന്റെ മോള്ക്കൊരു ഡ്രസ്സെടുത്തു തന്നാമതി.....'

പുതുതായി വാങ്ങുന്നതൊക്കെ മകൾക്കും ഭാര്യക്കും എന്നായിരുന്നു അയാളുടെ നിശ്ചയം. അപ്പേട്ടന്റെ കച്ചവട ലാഭം ആഘോഷിക്കാൻ പലപ്പോഴും ബാറിലും മുന്തിയ ഹോട്ടലിലും ഇരിക്കുമ്പോൾപോലും അയാളുടെ മനസിൽ മകളും ഭാര്യയുമാകും. അപ്പേട്ടൻ ലഹരിയിൽ മുഴുകുമ്പോഴോ, കൈകഴുകാൻ നീങ്ങുമ്പോഴോ അയാൾ പലഹാരങ്ങൾ പൊതിഞ്ഞു മാറ്റിവെയ്ക്കും.........

മുറിക്കു പുറത്ത് ആളൊഴിഞ്ഞ മൂലയിൽ അയാൾ അപ്പേട്ടന്റെ മരണമെത്താൻ കാത്തിരുന്നു. മരിച്ച് ചടങ്ങുകൾ കൂടി കഴിഞ്ഞാലേ വസ്ത്രങ്ങൾ ലഭിക്കൂ. മോചനത്തിനായി വീർപ്പുമുട്ടുന്ന സഫാരിസൂട്ടുകൾ കച്ചവടക്കാരന്റെ മനസിൽ തോണ്ടി വിളിച്ചു– ഞങ്ങളേയും കൊണ്ടേ പോകാവൂ.....

ഒരു ഉടലിൽപോലും പതിയാൻ അവസരമുണ്ടാവാതെ പെട്ടിയിലടക്കി വെച്ച വസ്ത്രസ്വത്വം പുറത്തു ചാടാൻ വെമ്പി. വസ്ത്രങ്ങളുടെ വിമോചനം അപ്പേട്ടന്റെ ആത്മാവിനെ സംതൃപ്തമാക്കും എന്ന് കച്ചവടക്കാരനു തോന്നി.

'ആശാൻ വന്ന് തൊട്ടല്ലൊ. ഇനി വൈകില്ല.'

ആരോ പറയുന്നതു കേട്ടു.

ആയാൾ ഒരു ചുരുട്ടിനു തീ പിടിപ്പിച്ചു.

നന്നെ ഇരുട്ടിയ ശേഷമാണ് ശവവസ്ത്രങ്ങൾ വാങ്ങുന്നവർ കടയിൽ വരിക. മങ്ങിയ പ്രകാശം മാത്രമുള്ള കടയിൽ മറഞ്ഞിരുന്ന് അവർ ആവശ്യം പറയും – 'എഴുപതുകഴിഞ്ഞവർ ഇരുപത്തൊന്ന്. അതിൽ തടിച്ചവർ രണ്ട് ഒമ്പത് മുത്തശ്ശിമാർക്ക് സെറ്റുമുണ്ട്. രണ്ടുപേർക്ക് ചട്ടയും മുണ്ടും.....'

വൃദ്ധസദനത്തിൽ നിന്നുള്ള ഓർഡറാണ് പ്രധാനം. അനാഥാലയം നടത്തിപ്പുകാരും വരും. ഒറ്റതിരിഞ്ഞു വരുന്നവർ വേറെ.

മരണങ്ങളെ കാത്തിരിക്കുന്ന കച്ചവടക്കാരൻ

കച്ചവടക്കാരനെ കാത്തിരിക്കുന്ന ശവവസ്ത്രങ്ങൾ

വസ്ത്രങ്ങൾക്കായി കാത്തിരിക്കുന്ന വൃദ്ധസദന ഉടമയും, അയാളെക്കാത്ത് വൃദ്ധരും.

വൃദ്ധരെ കാത്തിരിക്കുന്ന മരണം

മരണങ്ങളെ കാത്തിരിക്കുന്ന.........

ഒരു മരണക്കച്ചവടചക്രം പൂർത്തിയാവുന്നു.

ഓണക്കച്ചവട സീസണാണിത്. രാത്രി മുഴുവൻ കടയിൽ ആളു വേണം. വീട്ടിലെ ജോലിക്കാർക്കും ബന്ധുക്കൾക്കുമൊക്കെ വേണ്ടി ഓണക്കോടി വാങ്ങാൻ വരുന്നവർ ഒളിച്ചും പാത്തും രാത്രി ഏറെ വൈകിയാണ് എത്തുക. അതുകൊണ്ട് സീസണിൽ അയാൾക്ക് വീട്ടിൽ പോകാനൊക്കാറില്ല. എന്നാൽ, തൊട്ടടുത്ത് ഇന്റർനെറ്റ് കഫെ നടത്തുന്ന ഇബ്രാഹിംകുട്ടി വശം അയാൾ വീട്ടിലേക്ക് പണം കൊടുത്തയയ്ക്കും. വീട്ടുകാർക്ക് ബുദ്ധിമുട്ടുണ്ടാകരുത്. കച്ചവടം തകർന്നുപോയ അവസരങ്ങളിൽ പോലും അയാൾ കഷ്ടപ്പാട് അവരെ അറിയിച്ചിട്ടില്ല. ഭാര്യയേയും മകളേയും ഏതെല്ലാം തരത്തിൽ സഹായിക്കാം എന്നായിരുന്നു എപ്പോഴും അയാളുടെ ആലോചന.

ഭാര്യയെ ഉണർത്താതെ, രാത്രി വൈകിയിരുന്നു പഠിക്കുന്ന മകൾക്ക് അയാൾ കട്ടൻ കാപ്പി ഉണ്ടാക്കിക്കൊടുത്ത് കൂട്ടിരിക്കും.

'നാശം, ഈ പ്രോജക്റ്റ് ഉണ്ടാക്കാതെ കിടക്കാമ്പറ്റില്ല.'

അവളുടെ വിഷമം അയാൾക്ക് സഹിക്കില്ല.

'മോളു വെഷമിക്കണ്ട. പറഞ്ഞുതന്നാമതി. അച്ഛനുണ്ടാക്കിവെക്കാം. മോളുറങ്ങിക്കോ'

വെട്ടിയും ഒട്ടിച്ചും വരച്ചും ഒരു രാത്രിയുടെ ചെലവിൽ അയാൾ പ്രോജക്റ്റുണ്ടാക്കി വെക്കും.

വെളുക്കുംമുമ്പ് മകൾ ട്യൂഷനു പുറപ്പെടാൻ സൈക്കിളെടുക്കുമ്പോൾ അയാൾക്ക് ഇരുപ്പുറയ്ക്കില്ല.

'വഴിയിലൊന്നും ആളുണ്ടാവില്ല. ഞാനുംവരാം.'

സൈക്കിളിനോടൊപ്പം അയാൾ ഓടും. വേഗത്തിലേ അവൾ ഓടിക്കൂ. ഒപ്പമെത്താൻ അയാൾ ഏറെ കിതയ്ക്കും.....

അപ്പോൾ അവിടെ കൂട്ട നിലവിളി ഉണ്ടായി. ചിരിച്ചും സംസാരിച്ചും കൂട്ടം കൂടി നിന്നവരുടെ ഭാവമാറ്റം എത്ര പെട്ടെന്നായിരുന്നു! അൽപ്പം

കഴിഞ്ഞ് കരച്ചിലുകൾ നേർത്ത് അവസാനിക്കുകയും ചിരിയും വർത്തമാനവും തിരിച്ചെത്തുകയും ചെയ്തു.

ശവവസ്ത്രങ്ങൾ നിറച്ച പെട്ടിയുമായി മരണവീട്ടിൽ നിന്നിറങ്ങുമ്പോൾ കൂടെ കൂടിയ ഒരാൾ ചോദിച്ചു–

'ഒരു കോളും കൂടി നോക്കുന്നോ?'

അയാൾ കൊണ്ടുപോയത് അഞ്ചുനാൾ മുമ്പ് പുഴയിൽ മുങ്ങി മരിച്ച കോളേജ് വിദ്യാർഥിനിയുടെ വീട്ടിലേക്കായിരുന്നു.

'എന്നാ ഞാനങ്ങോട്ട്.....'

തലചൊറിഞ്ഞുനിന്ന അയാൾക്ക് പ്രതിഫലം നൽകി കച്ചവടക്കാരൻ അകത്തേയ്ക്കു കയറി. സ്വീകരണമുറിയിൽ വീട്ടുകാർ വീഡിയോ കണ്ടിരിക്കുകയായിരുന്നു. ഉച്ചത്തിലുള്ള കമന്റുകളും ചിരിയും ആസ്വാദനത്തിന്റെ പൂർണത വെളിവാക്കുന്നതായിരുന്നു.

'ഇരിക്കൂ..... അൽപ്പനേരം കണ്ടശേഷം ഡ്രസ്സെടുത്താൽ പോരേ.....?'

ഗൃഹനാഥൻ ചോദിച്ചു. അയാളുടേയും മറ്റു പുരുഷന്മാരുടെയും മുന്നിൽ മദ്യം നിറച്ച ഗ്ലാസ്സുകളുണ്ടായിരുന്നു.

ഒട്ടും താൽപ്പര്യമില്ലാതെ കച്ചവടക്കാരൻ ടി വി സ്ക്രീനിൽ നോക്കി. പെട്ടെന്ന് അടിവയറ്റിൽ നിന്നും ഒരു തീഗോളം ആന്തലായി അയാൾക്കുള്ളിൽ ഉയർന്നു വന്നു. അവിടെ കണ്ടത് മരിച്ച കുട്ടിയുടെ ശവസംസ്കാര ചടങ്ങുകളുടെ ചിത്രമായിരുന്നു. പുഴയിൽ നിന്നും കരയ്ക്കു ചേർത്തിട്ട ഉലഞ്ഞ ജഡം.

'കണ്ടില്ലേ മമ്മീ..... അവള് ഒരു മാസം മുമ്പ് ഫേഷ്യല് ചെയ്തത് അതേ പടി..... ഇനി നമുക്ക് ഫേർലേഡി ബ്യൂട്ടിപാർലറു തന്നെ മതി.....'

മരിച്ചവളുടെ സഹോദരിയെന്നു തോന്നിച്ചവൾ പറഞ്ഞു.

'അതേതേ..... അവള് ദൽഹീന്ന് മാമൻ തന്ന ആ ബ്യൂട്ടിഫുൾ ചുരിദാറു തന്നെ സെലക്ടു ചെയ്തതേ..... വീഡിയോല് ഇത്രേം ഷൈനിംഗ് കിട്ടണ വേറൊന്നില്ല അവൾക്ക്.....'

സംഗീത പശ്ചാത്തലത്തിൽ കഥാചിത്രം പോലെ വീഡിയോ ദൃശ്യങ്ങൾ നീങ്ങുമ്പോൾ, കുടുംബാംഗങ്ങളുടെ കണ്ണുകൾ ചിത്രത്തിൽ തങ്ങളെ മാത്രം തിരയുകയും, സ്വന്തം രൂപങ്ങൾ കാണുംനേരം അവർ ആഹ്ലാദ ശബ്ദമുണ്ടാക്കുകയും ചെയ്തുകൊണ്ടിരുന്നു.

പതിനെട്ടുകാരിയുടെ നിഷ്കളങ്കമായ ചേതനയറ്റ മുഖത്ത് വെളുത്ത തുണിവീഴുന്ന ദൃശ്യത്തിൽ സഹിക്കാനാവാതെ അയാൾ എഴുന്നേറ്റു. അയാൾക്കപ്പോൾ തന്റെ മകളെ കാണണമെന്നു തോന്നി.

ഗൃഹനാഥൻ പെൺകുട്ടിയുടെ വസ്ത്രങ്ങൾ വിൽപ്പനയ്ക്കെടുത്തു വെച്ചു. പിന്നെ വിലപേശി –

'പാതി വെല കണക്കാക്കിയാത്തന്നെ രണ്ടായിരത്തഞ്ഞൂറുവരും. ഇതിപ്പൊ നിങ്ങളായതോണ്ട് ആയിരത്തഞ്ഞൂറിനു തരാം.'

ആ ശവവസ്ത്രങ്ങൾ തനിക്കു വേണ്ടെന്ന് അയാൾക്കു തോന്നി. പെട്ടെന്നുതന്നെ അയാൾ മനസുമാറ്റി. കാരണം, അയാൾ അടിസ്ഥാന

പരമായി ഒരു കച്ചവടക്കാരനാണ്. കച്ചവടത്തെ വികാരങ്ങൾ സ്വാധീനിക്കരുത് എന്നത് ആദ്യ പാഠമാണ്.

വസ്ത്രക്കൂട്ടത്തിൽ കണ്ട, ചുവന്ന പൂക്കളുള്ള ഒരു മഞ്ഞ ചുരിദാർ അയാളെ വല്ലാതെ ആകർഷിച്ചു. അത് പെൺകുട്ടി മരിച്ചു കിടന്ന വേഷമായിരുന്നു.

ആയിരത്തിന്ന് കച്ചവടമുറപ്പിച്ച് അയാൾ ശവവസ്ത്രങ്ങളുമായി ഇറങ്ങി.

മരണവീടിനു പുറത്ത് കച്ചവടക്കാരനെ കാത്തു നിന്നിരുന്നത് അയൽവീട്ടുകാരനായിരുന്നു. അയാൾ മദ്യപിച്ചിട്ടുണ്ടായിരുന്നു.

'ഞങ്ങള് വീട്ടുകാര് ശത്രുതേലാന്നത് സത്യം. പക്ഷേ ഞാനീ പറയണത് കറക്ടാ... ആ പെങ്കൊച്ചിന് ദേഹം മുഴോൻ പുണ്ണായിര്ന്നു. പഴുത്തളിഞ്ഞ ഉഷ്ണപ്പുണ്ണ്...'

അയാൾ കാറിത്തുപ്പി. പിന്നെ തുടർന്നു.

'പകരണതാ... ഒരാളും ഇടില്ല അവള്ടെ ഡ്രസ്സൊന്നും. അവര് നിങ്ങളെ പറ്റിച്ചതാ...'

പിന്നേയും പിറകേ നടന്ന് അയാൾ പറഞ്ഞുകൊണ്ടിരുന്നു. കച്ചവടക്കാരൻ നടപ്പിന് വേഗത കൂട്ടി...

കടയിൽ വസ്ത്രം വാങ്ങാൻ വന്നവർ അയാളെ കാത്തിരിക്കുന്നുണ്ടായിരുന്നു. ചെമ്മീൻ കയറ്റുമതി കമ്പനി പ്രതിനിധിയും അക്കൂട്ടത്തിൽ ഉണ്ടായിരുന്നു. നിരവധി നിർദ്ധനരായ പെൺകുട്ടികളെ സ്പോൺസർ ചെയ്ത് പഠിപ്പിക്കുന്നുണ്ട് കമ്പനി. ദാനം ചെയ്യാൻ ശവവസ്ത്രങ്ങൾ മതിയാകുമല്ലോ. ചുവന്ന പൂക്കളുള്ള മഞ്ഞ ചുരിദാർ അടക്കം പെൺഉടുപ്പുകൾ മുഴുവനായി കമ്പനിക്കാരൻ വാങ്ങിക്കൊണ്ടുപോയി.

രാവിന്റെ അന്ത്യയാമത്തിൽ അൽപ്പമൊന്നു മയങ്ങുമ്പോൾ അയാൾ ഒരു തേങ്ങൽ കേട്ടു. ശവവസ്ത്രങ്ങളുടെ കരച്ചിൽ മുമ്പും അയാൾ കേട്ടിട്ടുണ്ട്. ഉടൽ നഷ്ടപ്പെട്ട് അനാഥരാകുമ്പോൾ അവ ഒരു ശരീരം വന്നണയാൻ പ്രാർഥിക്കുന്നു. മരിച്ചവന്റെ ജന്മനിയോഗങ്ങൾക്കുള്ള പിൻതുടർച്ചയ്ക്കായി ഒരു ശരീരം വന്നുചേരുമെന്ന പ്രതീക്ഷയാണവയ്ക്ക്.

ശവവസ്ത്രം ധരിച്ചാൽ മരണമടുത്തു എന്ന വിശ്വാസം കച്ചവടം കുറയ്ക്കുകയല്ല, കൂട്ടുകയാണ് ചെയ്തിട്ടുള്ളത് എന്നയാൾ അറിഞ്ഞിട്ടുണ്ട്. സ്വയമറിയാതെ ശവവസ്ത്രങ്ങൾ അണിയേണ്ടിവരുന്നവർ അവരുടെ വിധി ചുമക്കുകയാണ്.

'കണ്ടോ..... എന്റെ മോൻ തന്ന പിറന്നാൾ കോടിയാ....'

'അവളെന്നും എനിക്ക് കസവുമുണ്ട് വാങ്ങിത്തരും.....'

മക്കളുടെ സ്നേഹം എന്നും മാതാപിതാക്കൾ അഭിമാനമായി പറഞ്ഞു നടക്കും.

അതിരാവിലെ കച്ചവടക്കാരൻ ഒരു മരണവീട്ടിൽ പോകുന്നതിനിറങ്ങുമ്പോൾ മുഹമ്മദിക്ക ചായയുമായി വന്നു. തൊട്ടടുത്ത ഹോട്ടലുടമ

യാണ്. ശവവസ്ത്രക്കച്ചവടക്കാരന്റെ ഭക്ഷണം സ്ഥിരമായി ഈ ഹോട്ടലിൽ നിന്നാണ്.

'എന്താണിക്കാ പതിവില്ലാതെ ചായേമായി ഇങ്ങോട്ട്..........?'

'ങ്ങളിനി കടേലോട്ട് വരണ്ട. ഫുഡൊക്കെ സമയത്ത് ഇവ്ടെ എത്തിച്ചോളാം..'

'അതെന്താണിക്കാ.....?'

'ങ്ങള് കടേല് വന്നിരിക്കണോണ്ട് ചെലരിക്കൊക്കെ ബെഷമംണ്ടാവ്ണ്...... കച്ചോടോലേ......... ങ്ങക്ക് അറിയാലോ.........'

മുഹമ്മദിക്കയുടെ തെറ്റല്ല. മരണദൂതനായി മാറിയിരിക്കുന്ന താനാണ് പ്രശ്നമെന്ന് കച്ചവടക്കാരന് ബോധ്യമായി.

ശവവസ്ത്രങ്ങളുമായി മറ്റൊരു മരണവീടിറങ്ങുമ്പോൾ ഒട്ടും പ്രതീക്ഷിക്കാതെയാണ് പെൺകുട്ടികളുടെ സൈക്കിൾ സംഘത്തിൽ അയാൾ മകളെ കണ്ടത്.

'ട്യൂഷൻ കഴിഞ്ഞിറങ്ങീതാച്ഛാ.......... അച്ഛനെത്ര ദെവസമായി വീട്ടീ വന്നിട്ട്......'

'സീസണല്ലേ..... തെരക്കിലാ മോളേ........'

പെട്ടെന്നാണയാൾ അവളുടെ ആകർഷകമായ വേഷം ശ്രദ്ധിച്ചത്. ചുവപ്പ് പൂക്കളുള്ള മഞ്ഞ ചുരിദാർ. അയാൾ ഞെട്ടി. അയാൾ ശ്രദ്ധിക്കുന്നതു കണ്ട് അവൾ പറഞ്ഞു–

'ഞാ..... അച്ഛനറിഞ്ഞില്ലല്ലൊ, എനിക്കൊരു സ്പോൺസറെ കിട്ടി.

ഡിഗ്രി തീരുംവരെ എല്ലാ ചെലവും അവരെടുക്കും. കോളേജിലെ അഞ്ചു കുട്ടികളെ കമ്പനി സ്പോൺസറു ചെയ്യണൊണ്ട്. അവര് തന്ന ഡ്രസ്സാച്ഛാ ഇത്........'

അയാൾക്ക് ശ്വാസംമുട്ടി.

കാത്തുനിന്ന കൂട്ടുകാരികൾ സൈക്കിൾ ബെല്ലടിച്ച് പോകാനുള്ള ധൃതി അറിയിച്ചപ്പോൾ അവൾ യാത്ര പറഞ്ഞു പോയി.

അയാൾ തളർന്നുപോയി. വഴിയോരത്തിരുന്ന് അയാൾ ഭാണ്ഡത്തിൽ തല ചായ്ച്ചു.

തന്റെ കച്ചവടക്കണക്കുകൾ വീണ്ടുമൊരിക്കൽക്കൂടി തെറ്റിയെന്ന് അയാൾക്കു തോന്നി........

കണക്കു പരീക്ഷയിൽ ചെയ്തുവെച്ച ക്രിയകളൊക്കെ തെറ്റായിരുന്നു എന്നറിയുന്ന വിദ്യാർഥിയുടെ നിസ്സഹായമായ നഷ്ടബോധമായിരുന്നു കച്ചവടക്കാരന് പിന്നീടുള്ള ദിവസങ്ങളിൽ.

മകൾ ആശുപത്രിയിലാണെന്ന് അറിയിച്ചത് ഇബ്രാഹിംകുട്ടിയാണ്. കേട്ടപാതി അയാൾ പാഞ്ഞു.

ആശുപത്രി വരാന്തയിൽ കാവൽക്കാരൻ കച്ചവടക്കാരനെ തടഞ്ഞു.

'നിങ്ങളിവിടേം എത്ത്യോ?'

അയാൾ തന്റെ ആവശ്യം വിശദീകരിച്ചത് ശ്രദ്ധിക്കാതെ കാവൽക്കാരൻ കയർത്തു.

'ഇവിടെ രോഗികള് ചത്താ നിങ്ങള് വന്നിട്ടാണെന്നേ ആളോളു പറയൂ...... പിന്നെ ഞങ്ങടെ നേര്യാവും ആക്രമണം..........'

കച്ചവടക്കാരന് കരച്ചിൽ വന്നു.

കാവൽക്കാരൻ അൽപ്പം കനിഞ്ഞു. പിന്നെ, പെട്ടെന്നു സ്ഥലം വിടണമെന്ന നിർദേശത്തോടെ കടത്തിവിട്ടു.

മുറിയിലേക്കുള്ള പ്രവേശനം കർശനമായി നിയന്ത്രിച്ചിരുന്നു. അച്ഛന്റെ സ്ഥാനം പറഞ്ഞ് മകളെ കാണാൻ അനുവാദത്തിനായി അയാൾ നഴ്സിന്റെ കാലുപിടിച്ചു.

'പുരുഷന്മാർക്ക് കാണാമ്പറ്റില്ല. കുട്ടീടെ അവസ്ഥ അങ്ങന്യാ........ കുട്ടീടെ അമ്മേണ്ടല്ലോ അകത്ത്.........'

നഴ്സ് കനത്ത സ്വരത്തിൽ പറഞ്ഞു.

ഭാര്യയെ ഒന്നു കണ്ടു സംസാരിക്കാനായി പിന്നീടയാളുടെ പരിശ്രമം. മുറിക്കകത്തു കയറിയിറങ്ങുന്ന നഴ്സുമാരോടും മറ്റും അയാൾ പലവുരു പറഞ്ഞുവിട്ടു. പക്ഷേ അവൾ പുറത്തു വന്നില്ല.

ആശുപത്രി മുറിക്കു പുറത്ത് അയാൾ നോക്കി ഇരുന്നു. ഇടയ്ക്കിടെ മുറിവാതിലിൽ മുട്ടിയും, ഭാര്യ ഇറങ്ങി വരുമെന്നു പ്രതീക്ഷിച്ചും മണിക്കൂറുകൾ കുറേ പിന്നിട്ടപ്പോൾ എപ്പോഴോ അകലേനിന്നും കാവൽക്കാരൻ നടന്നു വരുന്നത് കച്ചവടക്കാരൻ കണ്ടു. അയാൾ എഴുന്നേറ്റു.

ആശുപത്രിയിൽ നിന്നിറങ്ങിയ അയാളുടെ മനസ്സ് ശവവസ്ത്രക്കച്ചവടനഷ്ടങ്ങൾ ഉൾക്കൊള്ളുകയായിരുന്നു. കടയിൽ തിരിച്ചെത്തിയപ്പോൾ രാത്രി ഏറെ വൈകിയിരുന്നു. മേശപ്പുറത്ത് ആരൊക്കെയോ ദാനമായി കൊണ്ടുവന്നു വെച്ചിരുന്ന പൊതികൾ ഇരിപ്പുണ്ടായിരുന്നു. ആ പൊതികൾ തുറക്കാൻ അയാൾ ഭയന്നു. അതിലേതെങ്കിലുമൊന്നിൽ ചുവപ്പുപൂക്കളുള്ള മഞ്ഞ ചുരിദാറുണ്ടാവുമെന്ന് അയാൾ പേടിച്ചു. ഒരു ഉന്മാദിയെപ്പോലെ അയാൾ തീപ്പെട്ടി ഉരച്ച് ആ ശവവസ്ത്രപ്പൊതികൾക്കു തീ കൊളുത്തി. വസ്ത്രപ്പൊതികൾ കത്തിത്തീർന്നപ്പോൾ അവിടെ ശവഗന്ധം പരന്നു. ആ നേരം അയാൾ താൻ ധരിച്ചിരിക്കും വസ്ത്രങ്ങൾ ഒന്നൊന്നായി അഴിക്കാൻ തുടങ്ങി. അഴിച്ചവ വിൽപ്പനയ്ക്കുള്ള വസ്ത്രക്കൂട്ടത്തിലേക്ക് അടുക്കിച്ചേർത്തു വെച്ചശേഷം അയാൾ പുറത്തിറങ്ങി.

കനത്ത ഇരുട്ടിൽ പൂർണ്ണനഗ്നനായി ശവവസ്ത്രക്കച്ചവടക്കാരൻ നടന്നു നീങ്ങി.

വൃദ്ധവൃന്ദം

ടി ബി ലാൽ

പഴയ ഇരുമ്പു ബെഞ്ചിൽ തീവണ്ടി കാത്തിരുന്ന നാൽപ്പത് വൃദ്ധശരീരങ്ങളെ മഴയെ തുടർന്നുവന്ന തണുത്ത കാറ്റ് ഒറ്റിക്കൊടുത്തു. കയ്യിൽ കരുതിയിരുന്ന കമ്പിളിപ്പുതപ്പുകളിലേക്ക് അവർ ദേഹം ചുരുക്കി. ചെമ്മരിയാടുകളുടെ ഒരു പറ്റം ദേഹത്തേക്ക് ഒന്നിനോടൊന്ന് പറ്റിച്ചേരുന്നതുപോലെ ആ പ്രവൃത്തി നിശ്ശബ്ദമായി അവസാനിച്ചു.

കൗസല്യാദേവി എന്ന വൃദ്ധയ്ക്ക് കലശലായ ഒരു ചുമ വന്നു. ഇരുമ്പുബെഞ്ചിന്റെ തണുത്തുറഞ്ഞ പിടിയിൽ അവർ കൈപ്പടം മുറുക്കി. നനഞ്ഞ തുരുമ്പിന്റെ സ്പർശം. ചുമ നിയന്ത്രിക്കാനായില്ല. വലിഞ്ഞുമുറുകിയ പേശികൾക്ക് ശരീരത്തിന്റെ ഉത്തരവാദിത്വം വിട്ടുകൊടുത്ത് അവർ ഉറക്കെ ചുമച്ചു. മടിയിൽ ചാരിവച്ചിരുന്ന ഊന്നുവടി പെട്ടെന്നു നിലത്തുവീണു. ചുമയ്ക്കു പിന്നാലെ വായുവിൽ കഫത്തിന്റെ ചൂര് കട്ടപിടിച്ചുനിന്നു. അവർ ഊന്നുവടിക്കായി കുനിഞ്ഞു. പെട്ടെന്ന് സഹായിയായി വന്ന ചെറുപ്പക്കാരൻ ഓടിയെത്തി.

"സാരമില്ല, ഞാനെടുത്തുതരാം..."

"നന്ദി..."

വൃദ്ധ ചെറുപ്പക്കാരന് ഒരു പുഞ്ചിരി കൈമാറി. നേരത്തെതന്നെ തന്നെ കണ്ടിരുന്നെങ്കിലും കൗസ

ല്യാദേവി അയാളുടെ മുഖം അടുത്തുകണ്ടത് അപ്പോൾ മാത്രമായിരുന്നു.

"വണ്ടിക്ക് ഇനിയും നേരമുണ്ട്. അമ്മയ്ക്ക് ഒരു ചായ കുടിക്കണമെന്ന് തോന്നിക്കുന്നുണ്ടെങ്കിൽ വാങ്ങിക്കൊണ്ടുവരാം...."

"വേണ്ട." അവർ കൈകൊണ്ടു തടഞ്ഞു.

"എന്താണ് നിന്റെ പേര്?"

"കബീർ"

വൃദ്ധയെ അമ്മയെന്ന് വിളിച്ചത് അവരിൽ ഒരു ചലനവും ഉണ്ടാക്കിയില്ലെന്ന് കബീർ ശ്രദ്ധിച്ചു. വാസ്തവത്തിൽ മുത്തശ്ശിയമ്മേ എന്നാണ് അവരെ വിളിക്കേണ്ടത്. സാധാരണഗതിയിൽ പ്രായത്തെ ലഘൂകരിക്കുന്ന സംബോധനകൾ മനുഷ്യരെ ഏതുപ്രായത്തിലും ആവേശം കൊള്ളിക്കാറുള്ളതാണ്.

"നീ കൂട്ടുകാരന്റെ അടുത്തേക്ക് പൊയ്ക്കോളൂ. ആവശ്യം വരുമ്പോൾ ഞാൻ വിളിക്കാം. പൊയ്ക്കോളൂ." കൗസല്യാദേവി പറഞ്ഞു. അവരുടെ വിറപൂണ്ട ചുണ്ടുകൾക്കിടയിലൂടെ ഒരു പുഞ്ചിരി പാഞ്ഞുപോയി. സഹാനുഭൂതിയുടെയോ പരിഹാസത്തിന്റേയോ ആയ ഒരു ചിരി. കബീറിന് ആ ചിരി മനസിലാക്കാനായില്ല. അടുത്തുനിന്ന് എന്തെങ്കിലും സഹായം ചെയ്താൽ വലിയ ടിപ്പ് നൽകേണ്ടിവരുമോ എന്ന് അവർ ഭയപ്പെടുന്നുണ്ടാവുമോ?

"ഈ നശിച്ച തള്ളമാരുടെ ഓരോ ഈഗോകൾ" കൂട്ടുകാരനടുത്തേക്ക് നടക്കുന്നതിനിടയിൽ അയാൾ പ്രാകി. ബൾക്ക് ബുക്കിംഗ് എന്നെഴുതിവെച്ച മഞ്ഞബോർഡിന് താഴെ നിരത്തിയ ഇരുമ്പുബഞ്ചുകളിൽ വിശ്രമിക്കുന്ന നാൽപ്പത് വൃദ്ധകളുടെ ചുമതലക്കാരനായിരുന്നു കബീറും ചങ്ങാതിയും. ജില്ലാ ആശുപത്രിയിൽ നടക്കുന്ന തിമിര ശസ്ത്രക്രിയക്കായി വൃദ്ധകളെ എത്തിക്കണം. ചിലർക്ക് ഓപ്പറേഷനെ തുടർന്നുള്ള പരിശോധനകളാണ്. ആശുപത്രി രജിസ്റ്ററിൽ പോറലോ മുറിവോ മറ്റു കേടുപാടുകളോ കൂടാതെ നാൽപ്പതുപേരെയും സുരക്ഷിതമായി എത്തിച്ചു എന്നെഴുതി ഒപ്പുവെച്ചുകൊടുത്താൽ യുവാക്കൾക്ക് പണി തീർത്തു മടങ്ങാം.

ബ്രിട്ടീഷുകാർ പണിത ഏറെ പുരാതനമായ ഒരു തീവണ്ടി സ്റ്റേഷനായിരുന്നു അത്. രണ്ടു വലിയ സ്റ്റേഷനുകൾക്ക് മധ്യേയുള്ള ഒരു ലിങ്ക് സ്റ്റേഷൻ. പഴയ മര്യാദകൾ ഇപ്പോഴും അവിടെ പാലിച്ചുപോന്നു. പാസഞ്ചർ വണ്ടികളും ചരക്കെത്തിക്കുന്ന ഗുഡ്സ് വാഗണുകളും മാത്രം സ്റ്റേഷനിൽ നിർത്തും. വലിയ വണ്ടികൾ കൊച്ചുസ്റ്റേഷനെ കുലുക്കിയമർത്തി, മലം വിസർജ്ജിച്ച്, കറുത്ത പുകയൂതി അവജ്ഞയോടെ പാഞ്ഞകന്നു.

"വയസികളെയും കൊണ്ട് യാത്ര ചെയ്യുന്നത് ബോറൻ പണിയാണ്." കബീർ ചങ്ങാതിയോട് പറഞ്ഞു.

"അത്ഭുതകരായ സംഗതികൾ ചെയ്യാൻ കഴിവുണ്ടായിരുന്നെങ്കിൽ വയസികളെ മുഴുവൻ അവരുടെ യൗവ്വനങ്ങളിലേക്ക് മടക്കിക്കൊണ്ടുവ

രാമായിരുന്നു..."

"നടക്കുന്ന കാര്യത്തെക്കുറിച്ച് വല്ലതും ആലോചിക്ക്. പൈന്റിനുള്ളത് ഒപ്പിക്കാൻ വല്ല പരിചയക്കാരും ഉണ്ടോന്ന് നോക്ക്." കബീറിന്റെ വിഡ്ഢിത്തം രസിക്കാതെ ചങ്ങാതി ചുറ്റുംനോക്കി. ആരെയും കാണാഞ്ഞ് അയാൾ നിരാശനായി. "കൗമാരം തിരിച്ചുവരണംപോലും! പിന്നെ അവറ്റകൾ നമ്മളെ ആശ്രയിച്ച് ഇതേപോലെ അടങ്ങിയിരിക്കുമെന്ന് കരുതുന്നുണ്ടോ? യൗവ്വനത്തിന് ആഭിജാത്യത്തോടാണ് കമ്പം. പണത്തിനോടും ആൺകരുത്തിനോടും സദാ പ്രതിപത്തി. നമ്മളെപ്പോലുള്ള തീട്ടംകോരികളെ ആർക്കുവേണം?"

വടക്കോട്ടുള്ള വണ്ടിയുടെ വരവറിയിച്ചുകൊണ്ട് സ്റ്റേഷൻമാസ്റ്റർ മുറിക്കു മുന്നിൽ തൂക്കിയിട്ടിരുന്ന ഇരുമ്പുദണ്ഡിൽ മൂന്നുതവണ ചുറ്റികആഞ്ഞടിച്ചു. നീണ്ട മയക്കത്തിലായിരുന്ന നൂർജാൻ ദിയ എന്ന വൃദ്ധ കണ്ണുകൾ പിടഞ്ഞെണീറ്റു. വണ്ടി ഉടനെ വരുന്നു. പെട്ടെന്ന് അവർ ഭർത്താവിനെക്കുറിച്ചോർത്തു.

അവളുടെ ചെവിക്കു നുള്ളിക്കൊണ്ട് അയാൾ പറഞ്ഞു.

"നൂർ.. രണ്ടു തവണ മണി മുഴങ്ങുമ്പോൾ വരുന്നത് തെക്കോട്ടുള്ള വണ്ടി. മൂന്നു തവണയാണെങ്കിൽ വടക്കോട്ടുള്ളത്..."

ദിയാവുദ്ദീൻ അക്മൽ എന്നായിരുന്നു അയാളുടെ പേര്. അവൾ ദിയാ എന്നു വിളിച്ചു. തീവണ്ടിയുടെ വരവ് അറിയിക്കുന്ന മണിയടി എന്തുചെയ്തിട്ടും നൂറിന് പിടികിട്ടിയില്ല. നൂറു തവണ കേട്ടിട്ടും എങ്ങനെ എങ്ങനെയെന്ന് ചോദിക്കുന്ന നൂറിന്റെ ചെവി ദിയാ പൊന്നാക്കി. അവളുടെ ചോദ്യം കേൾക്കുമ്പോൾ അയാൾ ദേഷ്യം കൊണ്ടു ചുവക്കും.

"ആരാണ് മണിയടിക്കുന്നത്?" നൂർ ചോദിച്ചു.

"ദാ... ആ വെളുത്ത യൂണിഫോം ധരിച്ചുനിൽക്കുന്ന മനുഷ്യൻ. അദ്ദേഹമാണ് സ്റ്റേഷൻ മാസ്റ്റർ. സ്റ്റേഷൻ മാസ്റ്ററാണ് മണി അടിക്കുന്നത്."

"അപ്പോൾ ചോദിക്കട്ടെ രണ്ടു തവണ മണി മുഴങ്ങിയാൽ ഏതു ദിശയിലേക്കുള്ള വണ്ടിയായിരിക്കും വരുന്നത്?"

"വടക്കോട്ടേയ്ക്ക്..."

"ഹോ.. ഈ പെണ്ണിന്റെ കാര്യം!" അയാൾ പ്ലാറ്റ്ഫോമിൽ ആഞ്ഞൊരു ചവിട്ടുകൊടുത്തു. പോളിഷിട്ട് തിളക്കിയിരുന്ന ഷൂസിന്റെ നല്ലൊരു ഭാഗം തേഞ്ഞുപോയി.

"നൂർ നിനക്ക് ഇങ്ങനെ ചിന്തിച്ചുകൂടെ?"

"തെ... ക്ക് എത്ര ലെറ്റേഴ്സ് ഉണ്ട്?"

"രണ്ട്"

"വടക്ക്?"

"മൂന്നക്ഷരങ്ങൾ"

"അപ്പോളിങ്ങനെ. തെക്കോട്ടുള്ള വണ്ടിയുടെ വരവ് അറിയിക്കാൻ രണ്ടുമണികൾ. വടക്കോട്ടുള്ളതിന് മൂന്നും."

"ഒരു സംശയമുണ്ട്?" നൂർ മടിച്ചുമടിച്ചു പറഞ്ഞു.

"പടിഞ്ഞാറും കിഴക്കും ഓടുന്ന വണ്ടികൾക്ക് എത്രയാ മണികൾ?"

ദിയക്ക് മറുപടി മുട്ടി. നൂർ നിന്റെ കാര്യം കഷ്ടം തന്നെ. അയാൾ പിണക്കം ഭാവിച്ച് ആവിപ്പുക ഉയരുന്ന പാളങ്ങളിലേക്ക് മുഖം വീർപ്പിച്ചിരിക്കും.

"ഈ കപ്പിത്താൻമാരുടെ കാര്യം ഇതാണ്. പെട്ടെന്നു പിണങ്ങും. ഒന്നും സമ്മതിച്ചുതരില്ല..." അവൾ അയാളെ നോക്കി മെല്ലെ പറഞ്ഞു. "വടക്കുനോക്കിയന്ത്രം കയ്യിൽ കൊണ്ടുനടക്കുന്നതിന്റെ കുഴപ്പമാണ്. എപ്പോഴും യന്ത്രത്തിന്റെ സൂചിമുനയെപ്പോലെ വടക്ക്... വടക്ക്... വടക്ക് എന്നുമാത്രം പറഞ്ഞുകൊണ്ടിരിക്കും. എപ്പോഴും കടലിൽ മാത്രം കഴിഞ്ഞാൽ മതിയല്ലോ. ഇന്ത്യയുടെ കിഴക്കോട്ടേക്ക് ഡൽഹിയിൽ നിന്നും തീവണ്ടിയില്ലേ എന്നു ചോദിച്ചാൽ ഇങ്ങക്ക് മിണ്ടാട്ടമില്ല."

ദിയാവുദ്ദീൻ അതുകേൾക്കാനിരിക്കാതെ പ്ളാറ്റ്ഫോമിലൂടെ നടക്കാനെണീക്കും. രണ്ടുചാൽ നടന്നുവന്നെത്തുമ്പോഴേയ്ക്കും മൂപ്പരുടെ മൂഡ് മാറിയിരിക്കും.

നൂർജാന്റെ മനസിൽ അടുക്കില്ലാതെ ഓർമ്മകൾ തികട്ടിവന്നു. ഓരോ ഓർമ്മകളിലും അവരുടെ മുഖം പുഞ്ചിരിച്ചുകൊണ്ടിരുന്നു. ചുണ്ടുകൾ മന്ത്രിച്ചുകൊണ്ടിരുന്നു.

കൗസല്യാദേവി കീഴ്ച്ചുണ്ടിൽ അസ്വസ്ഥതയുണ്ടാക്കിയ വരണ്ട തൊലിയുടെ ചെറിയ പാളി വലിച്ചുകീറി. ചെറിയ വേദനയ്ക്കൊപ്പം എവിടെയോ രക്തം പൊടിഞ്ഞു. അവർ ചുണ്ടുകൾ നാവുനീട്ടി നനയ്ക്കാൻ ശ്രമിച്ചു. നാവിന്റെ ശ്രമം വേണ്ടതിലേറെ ഫലവത്തായി. കൊഴുത്ത ഉമിനീർ മലർന്ന ചുണ്ടിനിടയിലൂടെ ഒലിച്ചുചാടി.

"തണുപ്പ് കഷ്ടപ്പെടുത്തുന്നതിന് കയ്യും കണക്കുമില്ല." മടിയിലെ തുണിസഞ്ചിയിൽനിന്നും കൈലേസെടുത്ത് ചുണ്ടുകൾ ഒപ്പുന്നതിനിടയിൽ അവർ ആരോടെന്നില്ലാതെ പറഞ്ഞു.

"അതു ശരിയാണ്"

ഓർമ്മകളോട് സംസാരിച്ചുകൊണ്ടിരിക്കുകയായിരുന്നു നൂർജാൻ ദയ പറഞ്ഞു.

"ഓ, നിങ്ങളിത് ശ്രദ്ധിക്കുന്നുണ്ടായിരുന്നോ?" കൗസല്യാദേവി അസ്വസ്ഥയായി. തനിക്കുപറ്റിയ അബദ്ധം തൊട്ടടുത്തിരിക്കുന്ന സ്ത്രീ കണ്ടിരിക്കുന്നു. അവർ ലജ്ജയോടെ വീണ്ടും അധരങ്ങളൊപ്പി. സാരമില്ല. നാണിക്കാനെന്തിരിക്കുന്നു? അവരും തന്നെപ്പോലൊരു കിളവി. പ്രായത്തിനു ചേർന്ന അവശതകളും വൃത്തികേടുകളും അവർക്കും കാണില്ല എന്നതിന് എന്താണുറപ്പ്?

"ഇത്രയും തണുപ്പുള്ള കാറ്റ് എവിടെ നിന്നു വരുന്നു?" കൗസല്യാദേവി ചോദിച്ചു.

"അറിയില്ലേ, ഈ തീവണ്ടി സ്റ്റേഷനു പിന്നിൽ കടലാണ്. തിരമാലകളുടെ ശബ്ദം കേൾക്കുന്നില്ലേ? ഒരു കപ്പൽ കടലിൽ നങ്കൂരമിട്ടു കിടക്കുന്നത് കാണുന്നില്ലേ?" നൂർജാന് ഒരു കിനാവിലെന്നോണം പറഞ്ഞു.

എപ്പോഴും മഴപെയ്യുന്ന ഒരു കൊച്ചുതുറമുഖ നഗരമാണ് ഇത്. കടലിനെതിരായി വലിയ ഫ്ളാറ്റുകൾ ഉണ്ടായെങ്കിലും കോച്ചിപ്പിടിപ്പിക്കുന്ന ഈ തണുത്ത കാറ്റിനു മാത്രം മാറ്റമില്ല. തോറ്റുമടങ്ങാതെ വീണ്ടും വീണ്ടും ഉണർവുനേടുന്ന ഒരു പുരുഷ ശരീരം പോലെയാണ് കടലിൽനിന്നുള്ള ശീതച്ചൊരുക്കുകൾ. സീൽക്കാരംപോലെ അത് നഗ്നമായി ആഞ്ഞിടിച്ചുകൊണ്ടേയിരിക്കുന്നു.

"സെയ്ലറായിരുന്നു എന്റെ ഭർത്താവ് ദിയാവുദ്ദീൻ അകമൽ" –നൂർജാൻ പറഞ്ഞു. "വലിയ സ്നേഹക്കാരൻ. ആറുമാസം കരയിലും പിന്നെ കടലിലുമുള്ള ജീവിതം. സ്നേഹം കൂടുമ്പോഴൊക്കെ ഞാൻ രഹസ്യമായി 'കരയാമേ' എന്നായിരുന്നു വിളിച്ചിരുന്നത്."

കാറ്റിൽ കൗസല്യാദേവിയുടെ സാരിത്തലപ്പ് പറന്നുനീങ്ങി. ഇടതു കണ്ണിനു മേലെ പതിച്ചിരുന്ന ബാൻഡേജിന്റെ അടിഭാഗം ഒന്നുവിറച്ചു.

ആദ്യത്തെ കണ്ണോപ്പറേഷൻ കഴിഞ്ഞിട്ട് നാലരമാസം പിന്നിട്ടിരിക്കുന്നു. കഴിഞ്ഞയാഴ്ച കുളിമുറിയിൽ തെന്നിവീഴുന്നതുവരെ ഒരു കുഴപ്പവുമില്ലായിരുന്നു. ഇപ്പോൾ കണ്ണടച്ചാലും തുറന്നാലും കാണുന്നത് നീല മാത്രമാണ്. നീല നിറം...

അവർ സാരി നീക്കി ബാൻഡേജിട്ട ഇടതുകണ്ണ് പുറത്തുകാട്ടി. കണ്ണിന്റെ തുണിപ്പന്തുപോലെ ഒരു ഗോളം. അഴുക്കുപിടിച്ച് അതിന്റെ വെളുപ്പുനിറം കെട്ടുപോയിരിക്കുന്നു.

"എന്റെ കൈകൾ ഒരു സമയവും വെറുതെയിരിക്കുന്നില്ല എന്നാണ് മക്കളുടെ പരാതി. അമ്മ എപ്പോഴും തൊട്ടതു കൊണ്ടാണത്രേ ഇതിത്രയും അഴുക്കായതത്രെ. ങാ.. ഒരു പ്രായം കഴിഞ്ഞാൽ മക്കൾക്ക് മാതാപിതാക്കളുടെ കൈകളൊക്കെ അഴുക്കാണല്ലോ." കൗസല്യാദേവി കറുത്ത നിറത്തിൽ ചെളി പറ്റിപ്പിടിച്ച നഖങ്ങളുള്ള വിരലുകൾ ഉയർത്തിക്കൊണ്ടു പറഞ്ഞു.

"ഈ കൈകൾകൊണ്ട് എത്ര വാരിക്കൊടുത്തിരിക്കുന്നു. ചന്തി കഴുകിയിരിക്കുന്നു. കരപ്പൻ പിടിച്ച് പൊട്ടിയൊലിച്ച കാലുകൾ വൃത്തിയാക്കിയിരിക്കുന്നു. അതൊക്കെയിപ്പോൾ ആരോർമ്മിക്കുന്നു?" അവരുടെ കൈപ്പടം വിറയാർന്നു. ശൈത്യത്തിലും വിയർപ്പുപൊടിഞ്ഞു. വിതുമ്പൽപൂണ്ട വിരലുകളെ മയപ്പെടുത്താൻ അവർ ഇരുമ്പുബെഞ്ചിന്റെ കൈപ്പിടിയിൽ അമർത്തിപ്പിടിച്ചു. തുരുമ്പുതരികൾ വിയർപ്പിലേക്ക് ഒട്ടി.

"എങ്കിലും എനിക്ക് മനസ്താപമില്ല കേട്ടോ." അവർ പറഞ്ഞു. "കാഴ്ച മങ്ങിയതോടെ ഇനി കാണാൻ പറ്റില്ലെന്ന് വിചാരിച്ചിരുന്ന കാഴ്ചകളൊക്കെ ഒന്നകൂടെ കാണാൻ സാധിച്ചല്ലോ. ഞങ്ങളുടെ വീടിന് ഏറെ പഴക്കം വന്നതുപോലെ. മുൻവശത്തെ പഴയ റോഡ് പാടെ മാറിയിരിക്കുന്നു. അവിടെ കടകളുടെ എണ്ണവും തിരക്കും കൂടിയിട്ടുണ്ട്. മക്കളുടെ മുടി കൊഴിയുകയും അവശേഷിക്കുന്നവയെ നര ആക്രമിക്കുകയും ചെയ്തിരിക്കുന്നു. മക്കളുടെ ഭാര്യമാർക്കുമാത്രം ഈർഷ്യക്ക് ഒരു കുറവുമില്ല. കൊച്ചുമക്കളുടെ ഓമനമുഖങ്ങൾ കണ്ടുമാത്രം മതിയായില്ല. പിന്നെ നോക്കാതിരുന്ന ഒന്നുണ്ട്–എന്റെ മുഖം. കണ്ണാടിയിൽ എന്തിനാണ്

അത് കാണുന്നത്? ഇത്രയും കാലം നോക്കാതെയും കാണാതെയും കഴി ഞ്ഞിരുന്നതല്ലേ?"

"ഡോക്ടറെ കാണുമ്പോൾ പറയുമായിരിക്കും. കൗസല്യാമ്മേ, അമ്മ യുടേത് നിസ്സാരമായ പ്രോബ്ലം മാത്രം. ഒരു പത്തുമിനിറ്റിന്റെ പരിശോ ധന. പിന്നെ വേദനയില്ലാത്ത ചില കീറിമുറിക്കലും തുന്നിക്കെട്ടലും. അതു കഴിഞ്ഞാൽ എല്ലാം ഓക്കെയായില്ലേയെന്ന്?"

"ഓക്കെയായില്ലെങ്കിലും എനിക്കിനി വിഷമമൊന്നുമില്ല. പുറത്തെ കാഴ്ചകൾ കണ്ടിടത്തോളം മതി. ഇനി അകത്തെ കാഴ്ചകൾ കാണണം. വയസുകാലമാകുമ്പോൾ സങ്കടങ്ങൾ കൂടും. അതൊക്കെ ആരോടും പറ യാതിരിക്കുന്നതാവും നല്ലത്. ആരോഗ്യമുള്ള കാലത്തും ആരോടും ഒന്നും പറഞ്ഞിട്ടില്ല. ആദ്യപ്രസവത്തിന് എനിക്ക് നല്ല വയറായിരുന്നു. അകത്ത് ഇരട്ടകൾ കാണുമെന്ന് എല്ലാവരും അടക്കം പറഞ്ഞു. ആയിടെ ഭർതൃ സഹോദരിയുടെ ഒരു കമന്റ് എന്നെ വല്ലാതെ ഞെട്ടിച്ചുകളഞ്ഞു. വല തുഭാഗത്തേക്ക് ഇടിഞ്ഞുതൂങ്ങിയ എന്റെ ഉദരംനോക്കി നീ മൂന്നുമക്കളെ പെറാനുള്ള ഭാവമാണെന്ന് അവൾ പറഞ്ഞു. ഞാൻ വെപ്രാളപ്പെട്ടുപോ യി. വയറിനകത്ത് മൂന്നുകുഞ്ഞുങ്ങളുണ്ടെങ്കിൽ അത് അമ്മയ്ക്ക് ആപ ത്താണെന്ന് ആരോ പറഞ്ഞത് ഞാനോർമ്മിച്ചു. എനിക്ക് വല്ലാതെ പരി ഭ്രമമായി. പക്ഷെ അദ്ദേഹമെനിക്ക് ധൈര്യം തന്നു. പേടിക്കാതിരി പെണ്ണേ യെന്ന് അദ്ദേഹം സമാധാനപ്പെടുത്തി.

മൂന്നുകുഞ്ഞുങ്ങളെ ഒറ്റയടിക്ക് പെറുന്നത് സമാധാനമായി കരു തേണ്ട കാര്യമാണെന്ന് അദ്ദേഹം സാന്ത്വനപ്പെടുത്തി. പിന്നെ പേറ്റുനോവ് എന്ന പ്രശ്നവുമായി ആശുപത്രിയിൽ ചെന്ന് ദേഹം മിനക്കെടുത്തേണ്ട കാര്യമില്ലല്ലോ.

ഞങ്ങളുടെ കുടുംബത്തിലാരും മൂന്നു പ്രസവിച്ചിരുന്നില്ല. രണ്ടു പ്ര സവിച്ചവരുണ്ട്. അദ്ദേഹത്തിന്റെ അച്ഛൻ മൂന്നു വിവാഹം ചെയ്തയാളാണ്. മൂന്നു ഭാര്യമാരിലും കൂടി പതിമൂന്ന് മക്കൾ. അതിൽ രണ്ട് ഇരട്ടകൾ. മൂവ്വർ ഉണ്ടായിട്ടില്ല. അമ്മമാരിൽ ആർക്കും തന്നെ അതിനുള്ള ഭാഗ്യമു ണ്ടായില്ല എന്നു പറയാം. അതിനു മാത്രമുള്ള ഭാഗ്യവും വേദനയും എനി ക്കുവേണ്ടി മാത്രം കരുതി വെച്ചതായിരുന്നു. എത്ര വേദനയാണ് തിന്ന തെന്നതിന് കണക്കില്ല. പ്രസവത്തിന് രണ്ടുമാസം മുമ്പേ എന്നെ ആശു പത്രിയിലേക്ക് കൊണ്ടുപോയി."

"ഹൊ! ആശുപത്രിയിലേക്കുള്ള യാത്രകൾ."

നൂർ പിറുപിറുത്തു.

"കേൾക്കണോ കൗസല്യാ, എന്റെ ദിയായ്ക്ക് എന്നെ അഞ്ചാം മാസ ത്തിൽത്തന്നെ ആശുപത്രിയിൽ കയറ്റണമെന്നുണ്ടായിരുന്നു. അതിനായി നാലാം മാസംതന്നെ അദ്ദേഹം കടലിൽനിന്നും അവധിയെടുത്തുവന്നു. പക്ഷെ ആശുപത്രിവാസം കഠിനമായിരുന്നു. എന്റെ വേദനയോ ആവ ലാതികളോ വകവെച്ചു തരാത്ത ഒരു കിഴവൻ ഡോക്ടറായിരുന്നു എന്നെ പരിശോധിച്ചത്. അറ്റൻഡർമാർ വന്ന് എന്നെ കൺസൾട്ടിംഗ് റൂമിലേക്ക്

കൊണ്ടുപോകും. ചെല്ലുന്നപാടെ ഡ്യൂട്ടിനേഴ്സിനെ പുറത്താക്കി കിളവൻ ഡോക്ടർ വാതിൽ തഴുതിടും. ദിയാ പുറത്ത് കാത്തുനിൽക്കും. കാലുകൾ പിളർത്തി എന്റെ അടിപ്പാവാട ദാക്ഷിണ്യമില്ലാതെ വലിച്ചു കയറ്റി അയാൾ പരിശോധനകൾ ആരംഭിക്കും.

അഴുകിയ നാറ്റമുള്ള ഒരു ഗ്ലൗസ് കൊണ്ടുള്ള പരിശോധനയാണ് അസഹനീയം കൗസല്യാ. ദിയാ കേട്ടാൽ വിഷമിക്കുമെന്നുള്ളതുകൊണ്ട് ഞാനൊന്നും പറഞ്ഞിരുന്നില്ല. ചിലപ്പോൾ ഡോക്ടർക്കിട്ട് രണ്ടുകൊടുത്തെന്നും വരും. നഗ്നതകൊണ്ടു വെല്ലുവിളിക്കപ്പെടാത്ത ഒരു സ്ത്രീയെയെങ്കിലും ഭൂമുഖത്തു കാണാൻ കഴിഞ്ഞേക്കുമോ എന്ന പ്രാർത്ഥനയോടെ ഞാൻ കൺസൾട്ടിംഗ് ടേബിളിൽ കരച്ചിലടക്കി കിടക്കും.

പ്രസവം വരെ പരിശോധനകൾ നീണ്ടു. ആ ദിവസം എനിക്കൊരിക്കലും മറക്കാൻ കഴിയില്ല. ആഗ്രഹിച്ചതുപോലെ ഒരു മകനെത്തന്നെയാണ് എനിക്കു ലഭിച്ചത്. ഡിസ്ചാർജ്ജ് ചെയ്തപ്പോൾ അവനെയും കൊണ്ട് അലങ്കരിച്ച മൂന്നു കാറുകളിലായാണ് ഞങ്ങൾ വീട്ടിലേക്ക് മടങ്ങിയത്. ആദ്യത്തെ വണ്ടിയിൽ ഞങ്ങൾ മൂന്നുപേരും മാത്രം. അതിനെ അനുഗമിച്ച് അവന്റെ കളിപ്പാട്ടങ്ങളും കുഞ്ഞുടുപ്പുകളും അടുക്കിവെച്ച വണ്ടി. മൂന്നാമത്തേതിൽ അവന്റെ ഗ്രാൻഡ്പാ, ഗ്രാൻഡ്മാ, പിന്നെ... അടുത്ത ബന്ധുക്കൾ..

മകൻ ജനിച്ച ശേഷവും കിഴവൻ ഡോക്ടറുടെ ഓർമ്മ എന്നിൽ നിന്നും പോയില്ല. അഴുകിയ ആ ഗ്ലൗസ് ഓർമ്മയിൽ വന്നപ്പോഴൊക്കെ എനിക്ക് ഛർദ്ദിൽ വന്നു. വാഷ്ബേസിനു മുന്നിൽനിന്ന് ഞാൻ മണിക്കൂറുകളോളം ഓക്കാനിക്കും. കട്ടികുറഞ്ഞ ഒരു മഞ്ഞദ്രാവകം പുറത്തേക്കു പോകും. കുടൽ പറിഞ്ഞുപോകുന്ന വേദനയാണ്. അന്നനാളത്തിൽ പിത്തരസം നുരഞ്ഞുയരും. വായുകോപം പോലെ ഛർദ്ദിക്കണോ, അതോ കക്കൂസിലിരിക്കണോ എന്ന് തിരിച്ചറിയാനാകാത്ത ഒരു അസ്വസ്ഥത പടരും. എങ്ങനെയെങ്കിലും അതൊഴിവാക്കണം എന്നാവും ചിന്ത. ടോയ്ലറ്റിലെ ഉഷ്ണത്തിൽ ഉരുകിയിരിക്കുമ്പോൾ ആകെ ഒരു നിസ്സഹായതയാണ്. കാലുകൾക്കിടയിലൂടെ സഞ്ചരിക്കുന്ന കിഴവന്റെ കൈകൾ ഓർമ്മയിലെത്തും. വലിയ ശബ്ദത്തിൽ വയർ ഒഴിയാൻ തോന്നും. ഞാൻ ക്ലോസറ്റിലേക്ക് പാളിനോക്കും. അതു ശൂന്യമായിത്തന്നെ നിലകൊള്ളുകയാവും. അക്കാലത്ത് പ്രഭാതങ്ങളിൽ കണ്ടിരുന്ന ഒരു പേടിസ്വപ്നം നിറഞ്ഞ ക്ലോസറ്റുകളായിരുന്നു." നൂർ ചിരിച്ചുകൊണ്ടു നിർത്തി.

മലശോധന എന്ന പ്രശ്നം ജീവിതത്തിൽ നിന്നും വിട്ടുപിരിയുന്നില്ല. കൗസല്യാദേവി പറഞ്ഞു. "ഞാൻ ടോയ്ലറ്റ് നല്ലവണ്ണം വൃത്തിയാക്കുന്നില്ല എന്നാണ് കൊച്ചുമക്കളുടെ വരെ പരാതി. പരിചാരകർക്ക് നാറ്റം സഹിക്കാനാകുന്നില്ല. എല്ലാവരുടെയും പരാതി തീർക്കണം. ഞാൻ ആഴ്ചയിൽ ഭക്ഷണം മൂന്നോ നാലോ ദിവസം മാത്രമായി ചുരുക്കി. അതും അടുപ്പിൽ വറുത്ത ചപ്പാത്തിയോ റൊട്ടിയോ മാത്രം."

അവർക്കരികിലിരുന്ന മറ്റൊരു വൃദ്ധ ദീർഘമായി ഒന്നു കുറുകി.

എല്ലാവരും മയക്കത്തിലായിരുന്നു. സ്റ്റേഷൻ മാസ്റ്റർ ഏതോ വണ്ടിയുടെ വരവറിയിച്ച് മണിയടിക്കാനൊരുങ്ങുന്നു. അയാൾ നിർത്താതെ മണിയടിച്ചു.

"നൂർ.. അതുകേട്ടോ? കൂട്ടമണിക്ക് പിന്നാലെ ഏതുവണ്ടിയാണ് വരിക?"

"കൂട്ടമണിക്ക് പിന്നാലെ..." അവർ ഒരു നിമിഷം നിർത്തി.

"നമുക്ക് കബീറിനെ വിട്ട് ചോദിപ്പിച്ചാലോ"

അതു വേണ്ടി വന്നില്ല. കബീർ ഓടിവന്ന് അലറി വിളിച്ചു.

"തള്ളമാരെ, അടുത്തുള്ള സ്റ്റേഷനിൽ ട്രെയിന് തീ വച്ചിരിക്കുന്നു. കൊള്ളയും വെട്ടിക്കൊലയും തുടങ്ങിയിട്ടുണ്ട്. ജീവൻ വേണമെന്നുണ്ടെങ്കിൽ വേഗം രക്ഷപ്പെട്ടോളൂ."

സ്റ്റേഷൻ ഒന്നു നിവർന്ന് ശരീരം കുടഞ്ഞതുപോലെ ആളുകൾ തെറിച്ചോടിക്കൊണ്ടിരുന്നു. നിമിഷങ്ങൾക്കകം അവിടെ കാലിയായി. അപായ ശബ്ദങ്ങൾക്കായി ചെവി കൂർപ്പിച്ചുകൊണ്ട് രണ്ടു വൃദ്ധകളും സാവധാനം എഴുന്നേറ്റു. ഒരിക്കൽകൂടി കൗസല്യാദേവിയുടെ ഊന്നുവടി താഴേക്കു വീണു. മറ്റുള്ളവർ അപ്പോഴും തങ്ങളുടെ ഭൂതകാലങ്ങളിൽ തന്നെ മയങ്ങുകയായിരുന്നു.

കാരുണ്യ ഹോസ്പിറ്റൽ

എസ് ആർ ലാൽ

ഡോ. ആന്റണി പരിശോധനാമുറിയിൽ അലസമായൊരു ഉച്ചയിൽ ഉറക്കത്തോട് സന്ധിചെയ്യുകയായിരുന്നു. രാവിലെ മുതലുള്ള മഴച്ചാറ്റൽകൊണ്ട് അന്തരീക്ഷത്തിൽ തണുപ്പ് വിങ്ങിപ്പിടിച്ചുനിന്നു. കുറച്ചുമുൻപ് അകത്താക്കിയ രണ്ട് പെഗ്ഗിന്റെ തരിപ്പ് ഡോ. ആന്റണിയുടെ കൺപോളകളിൽ കനത്തുവന്നു. രോഗികൾ ആരെങ്കിലും വന്നെങ്കിലോ എന്ന ആശങ്കയിൽ, ആസക്തിയെ മനസില്ലാമനസ്സോടെ സഡൻ ബ്രേക്കിട്ട് നിർത്തിയതാണ്. രാവിലെ വന്നുപോയ രണ്ടു പനിക്കാരായിരുന്നു ഡോക്ടറുടെ ഇന്നത്തെ സന്ദർശകർ. ഇങ്ങോട്ടുള്ള റോഡ് പൊട്ടിപ്പൊളിഞ്ഞതിനെപ്പറ്റി വന്ന രണ്ടാളും പരാതിപ്പെട്ടു. ഓട്ടോക്കാർക്കൊന്നും ഈവഴി വരാൻ വയ്യ.

കടൽത്തീരത്തിനടുത്തായിരുന്നു ഡോ. ആന്റണിയുടെ കാരുണ്യഹോസ്പിറ്റൽ. ഗവ. ഹോസ്പിറ്റലിൽനിന്നും റിട്ടയർചെയ്ത ഷെറിൻ എന്ന നേഴ്സായിരുന്നു ഡോ. ആന്റണിയുടെ സഹായി. മകളുടെ കല്യാണത്തിരക്കിൽപ്പെട്ട് ഷെറിൻ ഒരാഴ്ചയായി ലീവിലാണ്. ഷെറിൻ പോയിക്കഴിഞ്ഞ് രാത്രിയിൽ നാരായണൻ എന്നൊരാൾ ഉണ്ടാകും. പത്തുവർഷത്തെ എടുത്തുപെരുമാറൽ കൊണ്ട്

ആശുപത്രിയിലെ സാധനസാമഗ്രികളുമായൊക്കെ നാരായണൻ ഗാഢ സൗഹൃദത്തിലായിക്കഴിഞ്ഞു. പകൽ നാരായണൻ ഓട്ടോ ഡ്രൈവറാണ്. വൈകിട്ട് ആറുമണിയോടെ ഓട്ടോ ഒതുക്കി നാരായണൻ വരും.

അപ്പോഴേക്കും 'കാരുണ്യ' എന്ന പെയിന്റ് ഇളകിത്തുടങ്ങിയ ബോർഡിനെ വെളിപ്പെടുത്തിക്കൊണ്ട് അറുപത് വോൾട്ടിന്റെ ബൾബ് തെളിഞ്ഞിട്ടുണ്ടാവും. ഇനി വേണം കാരുണ്യയിൽ ചില്ലറ നിഴലനക്കങ്ങളൊക്കെ ഉണ്ടാകാൻ. പതിഞ്ഞ കാലടികളോടെ ഇരുട്ടിൽനിന്നും ചില രൂപങ്ങൾ കള്ളന്മാരപ്പോലെ കയറിവരും. ഡോ. ആന്റണി മൂന്ന് പെഗ്ഗിന്റെ സംതൃപ്തിയിൽ കൺസൾട്ടിങ്ങ് റൂമിൽ സ്ഥാനംപിടിക്കും. കൊല്ലാൻ കൊണ്ടുവന്ന മാടിനെപ്പോലെ ഒരു പെൺവേഷം പിന്നിൽ, മുൻപിൽ സ്വസ്ഥത കെട്ടൊരു പുരുഷൻ, അടിയേറ്റ് നീരുവന്ന മുഖവുമായി നാണംകെട്ട പെണ്ണ് പിന്നിൽ, ക്ഷോഭത്തിന്റെ പല്ലിറുക്കവുമായ വീട്ടുകാർ മുന്നിൽ– ഇതൊക്കെയാണ് രാത്രിയിലെ പതിവുമുഖങ്ങൾ.

"എങ്ങനെയെങ്കിലും രക്ഷിക്കണം ഡോക്ടർ. ഈ ജന്തു ഇപ്പോഴാ പൊറത്ത് പറഞ്ഞത്. രണ്ട് മാസം കഴീമ്പം കല്യാണാണ്. ആളുകളറിഞ്ഞാ ആത്മഹത്യയല്ലാതെ ഞങ്ങക്ക് മാർഗ്ഗോല്ല. ദൈവത്തെയോർത്ത്....."

ഡോ. ആന്റണി മെഡിക്കൽ എത്തിക്സിനെപ്പറ്റിയും നീതിബോധത്തെപ്പറ്റിയും സദാചാരത്തെപ്പറ്റിയും ദീർഘമായൊരു പ്രഭാഷണം തന്നെ നടത്തും. തന്നെ നിർബന്ധിക്കരുതെന്ന് വിനയപൂർവം അഭ്യർഥിക്കും. വന്നവർ മടങ്ങിപ്പോകാൻ ഒരുക്കമല്ലെന്ന് കാണുന്നതോടെ ഡോ. ആന്റണിക്ക് രൗദ്രരൂപം കൈവരും.

"നിങ്ങളോട് ആരാ ഇങ്ങോട്ട് കെട്ടിയെടുക്കാൻ പറഞ്ഞത്? എറങ്ങിക്കോ ഇവിടുന്ന്. ലക്ഷം രൂപാ തരാന്ന് പറഞ്ഞാലും ആന്റണിയെ ഇപ്പണിക്ക് കിട്ടൂലാ" ഡോ. ആന്റണി പത്തിവിടർത്തിയ പാമ്പിനെപ്പോലെ ചീറ്റിനിൽക്കും.

നാരായണൻ തന്റെ അഭിനയമുഹൂർത്തങ്ങൾക്ക് സമയമായെന്ന് ഉറപ്പുവരുത്തും. വിലപേശലിൽ അയാളൊരു വിദഗ്ധനായ യോദ്ധാവാണ്. ഉപാധികളില്ലാത്തവിധം എതിരാളിയെ നിലംപരിശാക്കി, തുക ഉറപ്പിച്ചു കഴിഞ്ഞാൽ നാരായണൻ ദൂതന്റെ വേഷപ്പകർച്ചയിലേക്ക് കടക്കും. നാരായണൻ മകുടി ഊതി ഡോ. ആന്റണിയെ അനുനയിപ്പിക്കും. പത്തി അടക്കി ഡോ. ആന്റണി കാരുണ്യവാനും ആഗതരുടെ ഉറ്റബന്ധുവുമായി പകർന്നാട്ടം ഗംഭീരമാക്കും. "നിങ്ങളുടെ കാര്യായോണ്ട് മാത്രമാണ് ഞാനിതില് എടപെട്ടത്" – ഇടയ്ക്കിടെ ഡോ. ആന്റണി ഓർമ്മിപ്പിച്ചുകൊള്ളും. "സംഭവിച്ചത് സംഭവിച്ചു. ഇനിയിവളെ അതിന്റെ പേരില് വഴക്ക് പറയാനും തല്ലാനുമൊന്നും നിക്കണ്ട" – ഡോക്ടർ, ബന്ധുക്കളെ സമാശ്വസിപ്പിച്ചു വിടും.

വല്ലപ്പോഴുമുള്ള ദൈവത്തിന്റെ ഇത്തരം ഉപകാരസ്മരണകളൊഴിച്ചാൽ കാരുണ്യ സ്ഥായീഭാവമായ നിർജ്ജീവത നിലനിർത്തിപ്പോന്നു. താനൊരു ഭാഗ്യംകെട്ടവനായത് കാരണമാണ് ഹോസ്പിറ്റലിന് മേൽഗതി

ഉണ്ടാകാത്തതെന്ന് അയാൾ പരിതപിച്ചു. ഹോസ്പിറ്റൽ പ്രവർത്തിക്കുന്ന പഴയ ഓടിട്ട കെട്ടിടവും ഇരുപത് സെന്റുമാണ് ആകെയുള്ള സമ്പാദ്യം. അതിനകത്ത് ഒരു കൂറ്റൻ ബഹുനില മന്ദിരവും നിരവധി ഡോക്ടർമാരുള്ള കാരുണ്യ ഹോസ്പിറ്റലും അയാൾ സ്വപ്നം കണ്ടിരുന്നു. ഡോ. ആശാ തോമസിന്റെ 'ലോർഡ്സ്' ഹോസ്പിറ്റലിനെ വെല്ലുന്ന ഒന്നായിരിക്കും അത്. അവളുടെയും അവളുടെ അപ്പൻ ഡോ. തോമസ് ചാണ്ടിയുടെയും അഹങ്കാരത്തിന് അതോടെ അറുതിവരും. പതിനേഴ് വർഷം മുൻപാണ് 'കാരുണ്യ' അതിന്റെ പ്രതികാരമനസ്സ് തുറന്നുവച്ചത്. അത്തരം ഇരുത്തംവരാത്ത ചിന്തകളിലേക്കൊന്നും കടന്നുചെല്ലാൻ ഡോ. ആന്റണിയുടെ മധ്യവയസ്സ് പിന്നിട്ട ബുദ്ധികേന്ദ്രം ഇപ്പോൾ അനുവദിക്കാറേയില്ല. തന്റെ ബജാജ് സ്കൂട്ടറിൽ സഞ്ചരിക്കുമ്പോൾ, 'ലോർഡ്സ്' ഹോസ്പിറ്റലിന് മുന്നിലൂടെയുള്ള വഴി തെരഞ്ഞെടുക്കാതെ, ഡോ ആന്റണി, പഴയ ഭാര്യ ഡോ. ആശാതോമസിനോടുള്ള പക നിരന്തരം വീട്ടിക്കൊണ്ടിരുന്നു.

സുഖാലസ്യത്തിനുമേൽ മഴത്തുള്ളികൾ നടത്തിയ ഒളിപ്പോരാട്ടത്തെ തുടർന്ന് ഡോ. ആന്റണി ഉണർച്ചയിലേക്ക് വന്നു. റോഡ് മുറിച്ച് ഹോസ്പിറ്റൽ ഗേറ്റിനടുത്തേയ്ക്ക് രണ്ടുപേർ വരുന്നുണ്ടല്ലോ. കണ്ണ് തിരുമ്മി, കോട്ടുവാ പറത്തി മഴമറയ്ക്കുന്ന അവ്യക്തമായ കാഴ്ചയിലേക്ക് നിവർന്നിരുന്നു. കണ്ണുകൾ കള്ളം പറഞ്ഞതാണ്, അവർ മറ്റേതോ വഴിക്കാണ്. മലർന്ന്, ഒളിയുദ്ധം പ്രഖ്യാപിച്ച വെള്ളത്തിന്റെ ഉറവിടം തിരഞ്ഞു. ഓടിനിടയിലൂടെ വെള്ളം കിനിഞ്ഞ് ഒരു തുള്ളിയായി രൂപപ്പെടുന്നതും അത് വിങ്ങിവീർത്ത് താഴേക്ക് പതിക്കാൻ ഒരുങ്ങുന്നതും കണ്ടു. കസേര മറ്റൊരിടത്തേക്ക് മാറ്റാൻ മടിച്ച്, വയറിന് കുറുകേ പഴയൊരു എക്സ്റേ ഫിലിം പ്രതിഷ്ഠിച്ച് അതിനെ പ്രതിരോധിച്ചു.

കഴുത്ത് നേരെ പിടിക്കുമ്പോൾ, വാതിലിനടുത്ത് രണ്ടുപേർ നിൽക്കുന്നതായി കണ്ടു. വെള്ള ഉടുപ്പും പച്ചപ്പാവാടയും ധരിച്ച പെൺകുട്ടിയാണ് ഒന്ന്. അവൾ ധരിച്ചിരുന്നത് ഏതോ ഗ്രാമീണ സ്കൂളിലെ യൂണിഫോമാണ്. ആൺകുട്ടിക്ക് അവളേക്കാൾ കുറച്ചുകൂടി മുതിർച്ചവരും. അവന്റെ മുഖത്ത് എണ്ണയുടെ മിനുമിനുപ്പ് ഉണ്ടായിരുന്നു.

ഡോ. ആന്റണി ഇരുവരേയും കൺസൾട്ടിങ്ങ് റൂമിലേക്ക് ക്ഷണിച്ചു. മഴ നനഞ്ഞിട്ടാവും രണ്ടാളും വിറയ്ക്കുന്നുണ്ട്. പെൺകുട്ടി രോഗിയുടെ സ്റ്റൂളിൽ ഇരുന്നു. 'പറയൂ'. കോട്ടുവാ അടക്കി ഡോ. ആന്റണി രോഗിയുടെ നേരെ തിരിഞ്ഞു. പെൺകുട്ടിയോ കൂടെവന്ന പയ്യനോ ഒന്നും പറയാൻ കൂട്ടാക്കിയില്ല. അവൾ, അവന്റെ മുഖത്തേക്ക് പ്രതീക്ഷയോടെ നോക്കിയെങ്കിലും ഉള്ളിലെ കൊടുങ്കാറ്റിൽ പെട്ടുപോയ വാക്കുകളെ അവന് പുറത്തെടുക്കാനായില്ല. ശ്വാസംമുട്ടി അവന്റെ കണ്ണുകൾ പുറത്തേക്ക് ഉന്തി. "ഒന്നുമില്ലെങ്കിൽ പിന്നെന്താ? ആളെ കളിയാക്കാ?"

ഡോക്ടറുടെ ശബ്ദമുയർന്നത് കേട്ട് പെൺകുട്ടി പിടഞ്ഞെണീറ്റു.

"നീ പുറത്തിരിക്ക്"–

പെൺകുട്ടിയോട് ഡോക്ടർ ആജ്ഞാപിച്ചു. അതോടെ നടുക്കടലിൽ

ഒറ്റപ്പെട്ടതുപോലെയായി അവൻ. സംഗതി കുഴഞ്ഞ കേസു തന്നെയെന്ന് ഡോക്ടർക്ക് ബോധ്യപ്പെട്ടു.

"കരഞ്ഞിട്ടിനി എന്താകാനാ? പോയി അവളെ വരാൻ പറ" ഡോക്ടർ അവനോട് പറഞ്ഞു.

ആരോ പിന്നിൽനിന്നും ഉന്തിക്കൊണ്ട് വരുമ്പോലെ പെൺകുട്ടി വന്നു. ഉടുപ്പിന്റെ താഴത്തെ അറ്റം അവൾ വിരലുകൾകൊണ്ട് തിരുമ്മിക്കൊണ്ടിരുന്നു.

"എന്താ നിന്റെ പേര്"? ഡോക്ടർ ശബ്ദത്തിൽ ലാഘവം വരുത്താൻ ശ്രമിച്ചു.

"നീന"

"എത്ര വയസ്സായി"?

"പതിമ്മൂന്ന്"

ഡോക്ടർ അവളെ ആകെക്കൂടി വീണ്ടുമൊന്ന് വിലയിരുത്തി. വിടർന്ന കണ്ണുകൾ, തുടുത്ത ശരീരം, പിന്നിയിട്ട മുടി, കാച്ചെണ്ണയുടെ മണം...

പുറത്ത് കടലിരമ്പുന്നതും മഴയെ കാറ്റ് പറത്തിവിടുന്നതും കേൾക്കാം.

"അവനെയെങ്ങനാ പരിചയം?"

"വീട്ടിനടുത്താണ്. പത്താംക്ലാസ്സില്, എന്റെ സ്കൂളിലാണ്."

"എന്താ അവന്റെ പേര്?"

"അനിൽ"

"നിങ്ങള് തമ്മില് ഇഷ്ടത്തിലാ?"

"ഉം" – അവൾ മടിയോടെ പറഞ്ഞു.

"വീട്ടുകാരോട് പറയാത്തതെന്താ, ഇങ്ങനെ ഉണ്ടായിട്ട്?"

"എന്നെ കൊല്ലും" – അവൾ കരയാൻ ഭാവിച്ചു.

"കരയാതെ. പ്രഗ്നന്റാന്ന് എങ്ങനാ അറിഞ്ഞത്?"

പെൺകുട്ടി മിഴിച്ച് നോക്കി.

"ഗർഭിണിയാന്ന് എങ്ങനാ അറിഞ്ഞത്?"

ഡോക്ടർ ചോദ്യത്തിൽ ഭേദഗതി വരുത്തി.

"വയറ്റില് വല്ലാത്ത ഇളക്കം. വീർത്തുവരുന്നു. ശർദ്ദിച്ചു....."

"എത്ര നാളായി?"

"രണ്ട് മൂന്ന് മാസായി."

"ഇങ്ങോട്ട് കിടക്ക്."

അവളാ മുഷിഞ്ഞ് പിന്നിയ ബെഡ്ഡിൽ മലർന്നുകിടന്നു. ഡോ. ആന്റണി ഫീറ്റോസ്കോപ്പ് ഉപയോഗിച്ച് ഭ്രൂണത്തിന്റെ മിടിപ്പിന് കാതോർത്തു.

"ഒരു കാര്യം ചെയ്യ്. ഇതില് രണ്ട് തുള്ളി മൂത്രം ഇറ്റിച്ച് വാ."

പ്രഗ്നൻസി കാർഡിലെ വരയിൽ തൊട്ട് കാണിച്ച് അവളെ ബാത്ത്റൂമിലേക്ക് അയച്ചു.

സമയം ഒച്ചുപോലെയാണ് ഇഴഞ്ഞുനീങ്ങുന്നതെന്ന് ഡോ. ആന്റ

ണിക്ക് തോന്നി. പുറത്താകെ നനഞ്ഞിട്ടും മുറിക്കുള്ളിൽ ഉഷ്ണം തിക്കി വരുമ്പോലെ. അയാൾ ഫാനിന്റെ വേഗത കൂട്ടി.

പെൺകുട്ടി തിരിച്ചുവന്നു.

ഡോ. ആന്റണി പ്രഗ്നൻസി കാർഡ് സസൂക്ഷ്മം വീക്ഷിച്ചു.

പെൺകുട്ടി കുറ്റവാളിയെപ്പോലെ തലകുനിച്ചിരുന്നു. മുഖമുയർത്താതെ അവൾ ഡോക്ടറെ ശ്രദ്ധിക്കാൻ ശ്രമിച്ചു. ഡോക്ടർ കണ്ണടച്ച്, ഇരിപ്പിടത്തിൽ ചാഞ്ഞിരുന്ന്, നെറ്റിയിൽ പേനകൊണ്ട് മുട്ടിച്ചുകൊണ്ടിരുന്നു.

"ചെറിയൊരു ഓപ്പറേഷൻ വേണ്ടിവരും. പത്തോ പതിനഞ്ചോ മിനിറ്റ് മതി" – ഡോക്ടർ കണ്ണ് തുറക്കാതെ മെല്ലെ അറിയിച്ചു. പെൺകുട്ടി വാതുറന്ന് നിലവിളിക്കാൻ ശ്രമിച്ചു. ഡോ. ആന്റണി അവളുടെ തലമുടിയിൽ തലോടി. കൈവെള്ളയിൽ മുറുകെ പിടിച്ചു. "മോള് പേടിക്കണ്ട. ദാന്ന് കഴിയും. ഒരു മുള്ളെടുക്കുന്ന വേദനയേ ഉണ്ടാവൂ." പെൺകുട്ടി കരച്ചിൽ നിയന്ത്രിച്ച് ഡോക്ടറെ വിശ്വാസപൂർവം നോക്കി.

ഡോ. ആന്റണിയുടെ അലസജീവിതത്തിന്റ സാക്ഷ്യമെന്നോണം അയാളുടെ മുറിയാകെ അലങ്കോലപ്പെട്ട് കിടന്നു. കട്ടിലിൽ ഒരാൾക്ക് കിടക്കാനുള്ള സ്ഥലമൊഴികെ വാരികകളും പത്രങ്ങളും പുസ്തകങ്ങളും നിറഞ്ഞിരുന്നു. നിലത്ത് ചാണകം മെഴുകിയ മൺചുമരുള്ള തന്റെ മുറി വൃത്തിയായാണ് അവൾ സൂക്ഷിച്ചിരുന്നത്. ഡോക്ടർ വലിയ തിരക്കുള്ള മനുഷ്യനല്ലേ, അതിനാലാവാം ഇതൊന്നും അടുക്കിവയ്ക്കാൻ കഴിയാത്തത്. കട്ടിലിലെ വസ്തുക്കൾ മാറ്റാൻ അവൾ കൂടി ഡോക്ടറെ സഹായിച്ചു. ഡോ. ആന്റണി അവളുടെ കവിളുകളിൽ സ്നേഹപൂർവം തലോടി. പെൺകുട്ടിക്ക് തന്റെ അച്ഛന്റെ രൂപത്തോട് വിദൂരസാദൃശ്യം തോന്നുകയും അവളത് പറഞ്ഞപ്പോൾ ഡോക്ടർ കഷ്ടപ്പെട്ട് ചിരിച്ചെന്ന് ഉറപ്പുവരുത്തുകയും ചെയ്തു. അയാൾ അവളെ കട്ടിലിൽ പിടിച്ചിരുത്തി.

"നിന്നെ അവനെന്താ ചെയ്തത്?"

ഡോക്ടറുടെ ശബ്ദം സൗമ്യമായിരുന്നു.

അവൾ മടിച്ചിരുന്നു.

"പറയ്, സമയം പോകുന്നു."

"ഉമ്മ വച്ചു, എല്ലാടത്തും....."

എത്ര മുറുകെ പിടിച്ചിട്ടും വഴുതിപ്പോയ പൊട്ടിച്ചിരിയുടെ ഭ്രൂണത്തെ ഡോ. ആന്റണി ചുണ്ടിന്റെ ഇടത്തേ അറ്റത്ത് വക്രിപ്പിച്ചുണ്ടാക്കിയ കുഴിയിൽ അടക്കിക്കളഞ്ഞു.

ആരും ഈ സമയത്ത് വരരുതേ എന്ന പ്രാർത്ഥനയിലായിരുന്നു പുറത്തുനിൽക്കുന്ന അനിൽ. കുറച്ചകലെ അടിച്ചുയരുന്ന തിരമാലകളിൽ ശ്രദ്ധയൂന്നാനുള്ള അവന്റെ ശ്രമം വിഫലമായിക്കൊണ്ടിരുന്നു. എങ്ങനെയെങ്കിലും ഇവിടെനിന്നൊന്ന് രക്ഷപ്പെട്ടാൽ മതിയെന്നായിരുന്നു അവന്. കുറച്ചുനാളായി ഉറക്കമില്ലാത്ത അവന്റെ കണ്ണുകൾ കുണ്ടിലേക്ക് ഇറങ്ങിപ്പോയിരുന്നു.

പെൺകുട്ടി ആയാസപ്പെട്ട് പുറത്തേക്കു വന്നു. അവളെ കണ്ട് അവൻ നെടുതായൊന്ന് നിശ്വസിച്ചു. അവൾ അവനെ നോക്കി ചിരിക്കാൻ ശ്രമിച്ചു. പല്ലുകൾ കൂട്ടിയിടിക്കുന്നതിനെ നിയന്ത്രിക്കാൻ അപ്പഴും അവന് കഴിഞ്ഞിരുന്നില്ല.

"ആരോടും ഇവിടെ നടന്നതൊന്നും പറഞ്ഞേക്കരുത്. എന്നെ പൊലീസ് പിടിക്കും" ഡോക്ടർ പറഞ്ഞു.

ഇല്ലെന്ന് അനിലും നീനയും തലയാട്ടി. പൊലീസിനെ അവർക്ക് പേടിയായിരുന്നു.

അനിൽ പോക്കറ്റിൽനിന്നും കുറച്ച് നോട്ടുകളെടുത്ത് ഡോക്ടറുടെ മേശപ്പുറത്ത് വച്ചു.

"എത്രയുണ്ട്?"

ഡോക്ടറുടെ ശബ്ദത്തിലെ മൃദുത്വം പൊയ്പ്പോയെന്ന് നീനയ്ക്ക് തോന്നി.

"അഞ്ഞൂറ്"–അവൻ മടിയോടെ പറഞ്ഞു.

"എന്റെ ഫീസ് ഇതിലും കൂടുതലാണ്."

അവൻ തലയുയർത്തിയില്ല.

"സാരമില്ല, പൊയ്ക്കോ."

"എന്ത് നല്ല ഡോക്ടർ അല്ലേ? ഞാൻ വിചാരിച്ചത് ബാക്കി നാളെ കൊണ്ടേൽപ്പിക്കണോന്ന് പറയുന്നാണ്. എങ്കിൽ നമ്മളെന്ത് ചെയ്യുമായിരുന്നു.....?"

ആശുപത്രിയുടെ ഗേറ്റ് പിന്നിട്ടപ്പോൾ അനിൽ അവളോട് ആശ്വാസം പങ്കുവച്ചു. ആർത്തിരമ്പി വന്ന ഒരു തിര അവളെയത് കേൾപ്പിച്ചില്ല. എല്ലുകൾ നുറുങ്ങുന്ന വേദന അവളുടെ ശരീരമാകെ പടരുന്നുണ്ടായിരുന്നു. ചുണ്ടിൽനിന്നും കിനിഞ്ഞുവന്ന ചോര അവൾ പുറത്തേക്ക് തുപ്പി.

ഡോ. ആന്റണി അഞ്ചും പത്തുമായ നോട്ടുകൾ എണ്ണിത്തിട്ടപ്പെടുത്തി. രണ്ടാമത് എണ്ണിയപ്പോഴും അഞ്ച് രൂപ കുറവ് തന്നെ. പറഞ്ഞ് പറ്റിച്ച ആ കഴുവേറി ചെറുക്കനെ അയാൾ മനസ്സിൽ പ്രാകാൻ തുടങ്ങി.

നൃത്തക്കാരിയുടെ മകൾ

വി എച്ച് നിഷാദ്

കഥാ സൂചനകൾ / മുന്നറിയിപ്പുകൾ

* ധൈര്യപൂർവ്വം വായിച്ചു തുടങ്ങാം

** ശ്രദ്ധിച്ചു വായിക്കുക

*** കൂടുതൽ ശ്രദ്ധിച്ചു വായിക്കുക

**** നിങ്ങളുടെ റിസ്കിൽ മാത്രം വായിക്കുക

***** ബോറടിക്കുന്നെങ്കിൽ ഒഴിവാക്കാം അല്ലെങ്കിൽ മാറ്റിയെഴുതി സ്വന്തം നിലയിൽ വായിക്കാം

കഥാരംഭം*

ഒരിക്കൽ ഒരിടത്ത് വളരെ അലസയും സുഖഭോഗപ്രിയയും ലോകത്തെ മുഴുവൻ കാറ്റു മിഠായി പോലെ വായിലിട്ട് നുണയ്ക്കാൻ കഴിയുമെന്ന വിചാരവുമുള്ള ഒരു പെൺകുട്ടിയുണ്ടായിരുന്നു. ഒരു നൃത്തക്കാരിയായിരുന്നു അവളുടെ മാതാവ്. ആയകാലത്ത് ഉത്സവപ്പറമ്പുകളിലും ആഘോഷചടങ്ങുകളിലും ചുവടുകൾ വെച്ചും വിവിധ ക്ലബ്ബുകളുടെയും മറ്റും വാർഷികാചരണ പരിപാടികളിൽ നൃത്തങ്ങൾ അവതരിപ്പിച്ചുമാണ് അവർ കഴിഞ്ഞിരുന്നത്. പട്ടണത്തിൽ താമസിക്കുന്ന കലാപ്രിയരായ മാതാപിതാക്കൾക്ക് വളരെയേറെ സ്വപ്നങ്ങൾ ഉണ്ടായിരുന്നതിനാൽ അവരുടെ മക്കൾക്ക് രാവി

ലെയും വൈകുന്നേരവും ട്യൂഷനെടുത്തു കൊടുക്കുക എന്ന ശ്രമകരമായ ദൗത്യവും അവർക്കുണ്ടായിരുന്നു. ഇങ്ങനെ പലവിധ അതിജീവന കസർത്തുകൾ നടത്തിയാണ് നൃത്തക്കാരിയായ അമ്മ പെൺകുട്ടിയെ പോറ്റിയത്. കാലം കഴിയവെ ആ സ്ത്രീക്കു പ്രായമായി വന്നു. യൗവന പ്രായത്തിലുള്ള മകളോ സുഖാലസ്യത്തിലും.നൃത്തച്ചുവടുകൾ മറന്നു പോകാതെ പരിശീലിക്കാനും തന്റെ കാലം കഴിഞ്ഞാൽ ഉപജീവനത്തിനായി ഈ മാർഗമെങ്കിലും ഉപകരിക്കട്ടേയെന്നും പലപ്പോഴും ആ മാതാവ് തന്റെ മകളെ ഉപദേശിക്കാറുണ്ടായിരുന്നു. പക്ഷെ എന്തുഫലം. അതെല്ലാം വിണ്ടുകീറിയ തരിശു നിലത്തിൽ തൂളി വീണ ജലസമാനമായിത്തീർന്നു.

ഒരുദിവസം ഉപദേശിച്ചു സഹികെട്ടപ്പോൾ ആ സ്ത്രീയുടെ സംസാരം ഏകദേശം ഒരു ശാപത്തിന്റെ രൂപത്തിലേക്ക് മാറി. "നെറികെട്ടവൾ, ഒരു പണിയും എടുക്കാതെ വാരികേം വായിച്ച് സീരിയലും കണ്ട് നിനക്കിവിടെ മലർന്നു കിടന്നാൽ മതി. ഞാൻ പറഞ്ഞിരുന്ന നേരത്ത് നൃത്തഭാഗങ്ങൾ പരിശീലിച്ച് ഒന്നുകൂടി മെച്ചപ്പെട്ട നർത്തകിയാവാനോ ആ കലാവേദിക്കാരുടെ കൂടെ പോയി നാടകങ്ങളിൽ മുഖം കാണിക്കാനോ ശ്രമിച്ചിരുന്നെങ്കിൽ ഇന്ന് നിനക്ക് വല്ല സീരിയലുകളിലെങ്കിലും അഭിനയിച്ചു രക്ഷപ്പെടാമായിരുന്നു. കുലടേ, നീ അതിനും പറ്റാത്തവൾ തന്നെ. ഏതു നേരത്താണോ എനിക്ക് ഈ എരണംകെട്ടവൾ പിറന്നു വീണത്."

ജീവിതത്തിന്റെ ഹരിതാഭമായ ഒരു കാലം കലയ്ക്കുവേണ്ടി ഉപാസിച്ച ആ സ്ത്രീ ഖേദത്തോടെ ഈ വിധത്തിൽ വാക്കുകളെ ഉച്ഛ്വസിച്ചു കഴിഞ്ഞപ്പോഴേക്കും കിതയ്ക്കാൻ തുടങ്ങിയിരുന്നു. ചുളിവ് തൊങ്ങൽ പിടിപ്പിച്ചു തുടങ്ങിയ അവരുടെ ചർമ്മമാകട്ടെ ക്രോധംകൊണ്ടു വല്ലാതെ ചുവന്നു തുടുക്കുകയും ചെയ്തു.

ആ പാവപ്പെട്ടവരുടെ ചെറിയ വീട് നാഷണൽ ഹൈവേക്ക് സമീപത്താണ് സ്ഥിതി ചെയ്തിരുന്നത്. അവർ വളരെ ഉച്ചത്തിൽ, ഉച്ചഭാഷിണികളോട് മല്ലിടുന്ന വിധത്തിൽ പുലമ്പുകയായിരുന്നതിനാൽ ആ വാക്കുകൾ അപ്പോൾ അതു വഴി കാറിൽ കടന്നുപോയ സംസ്ഥാനം ഭരിക്കുന്ന ഒരു മന്ത്രിപുംഗവൻ കേൾക്കുകയുണ്ടായി. മന്ത്രി തന്റെ കാർ റിവേഴ്സെടുത്ത് ആ വീടിനു സമീപം കൊണ്ടുവന്ന് നിർത്തി. എന്നിട്ട് അരിശപ്പെട്ടു നിൽക്കുന്ന ആ സ്ത്രീയോട് ഔദാര്യപൂർവ്വം ചോദിച്ചു-"മേഡം, ഇവിടെന്താണ് ഒരു വലിയ ബഹളം കേൾക്കുന്നത്? അഭിനയമെന്നോ സീരിയലെന്നോ എല്ലാം പറയുന്നുണ്ടല്ലോ. യഥാർഥത്തിൽ എന്താണിവിടെ സംഭവിച്ചുകൊണ്ടിരിക്കുന്നത്. ഈ പെൺകുട്ടിയുടെ മുഖം ദോശക്കല്ലുപോലെ കറുത്തും ചൂടുപിടിച്ചും ഇരിക്കുന്നതെന്താണ്?"കൺമുമ്പിൽ മന്ത്രിയെ കണ്ടതും ആ മാതാവ് കണ്ണീരൊഴുക്കാൻ തുടങ്ങി. അവരുടെ ജീവിതകഥ നീർച്ചാലുപോലെ ഉറവപൊട്ടി മന്ത്രിക്കു സമക്ഷം ഒഴുകിപ്പരന്നു.

"തന്തയില്ലാത്ത സങ്കടം അറിയിക്കാതെയാണ് ഞാനിവളെ വളർത്തിയത്. പഠിച്ചു നൃത്തക്കാരിയാകുമെന്നു കരുതി. നടന്നില്ല. അല്ലെങ്കിൽ നാടകമെങ്കിലും ചെയ്താൽ മാത്രം അവൾക്ക് രക്ഷപ്പെടാമായിരുന്നു. നോക്കണം സർ, അവളെപ്പഴും ഇങ്ങനെ മടിച്ചിയായിരിക്കുകയാണ്. ഇനി ഏതെങ്കിലും സീരിയലിലേക്ക് വിടണമെങ്കിൽ തന്നെ അവളെ വല്ല സ്കൂൾ ഓഫ് ഡ്രാമയിലോ മറ്റോ അയച്ച് കുറച്ചുകൂടി തയാറാക്കേണ്ടതുണ്ട്. എന്നാൽ അതിനുള്ള കാശൊന്നും ഈ പാവപ്പെട്ടവളുടെ കയ്യിലില്ല. ആ വിധ പരിചയങ്ങളുമില്ല. അതുകൊണ്ട് സങ്കടത്തിൽ പറഞ്ഞുപോയതാണ്. അങ്ങ് ക്ഷമിക്കണം."

അനന്തരം ആ മാതുല നിരാലംബയായി കുറെക്കൂടി കണ്ണീർ വാർക്കാൻ തുടങ്ങി.

"അങ്ങനെയെങ്കിൽ വഴിയുണ്ടാക്കാം." കുറേനേരം ചിന്തിച്ചുനിന്നിട്ട് മന്ത്രി പറഞ്ഞു. "അവളെ എന്റെ കൂടെ അയക്കൂ. അവളുടെ എല്ലാം കാര്യങ്ങളും ഞാൻ നോക്കിക്കൊള്ളാം. എനിക്കാണെങ്കിൽ നിർമ്മാതാക്കൾ, നടന്മാർ, കലാകാരന്മാർ എന്നിങ്ങനെ നിരവധിപേർ സുഹൃത്തുക്കളായി സിനിമാ-സീരിയൽ രംഗത്തുണ്ട്, മകളുടെ ഭാവി എന്റെ പക്കൽ ഏൽപ്പിക്കുന്നതിൽ നിങ്ങൾക്ക് എന്തിന് സംശയം?"

മന്ത്രിയുടെ വാഗ്ദാനത്തിൽ ഹർഷോന്മാദം കൊണ്ട പെൺകുട്ടിയുടെ അമ്മ മാനത്തുനിന്നെന്നപോലെ വന്നുപെട്ട ആ മനുഷ്യസ്നേഹിയുടെ കൂടെ പോയ്ക്കോളാൻ തന്റെ മകളെ ആ നിമിഷത്തിൽ തന്നെ അനുവദിച്ചു. പോകട്ടെ. പോകട്ടെ. എന്റെ മകളെങ്കിലും രക്ഷപ്പെടട്ടെ. ആ മാതൃഹൃദയം സങ്കടത്തോടെ അകത്തിരുന്നു ശബ്ദിച്ചു.

സങ്കടപ്പെണ്ണ്**

ധാരാളം മുറികളുള്ള വലിയ രാജകീയ ഭവനമായിരുന്നു മന്ത്രിയുടേത്. പുറത്ത് നൂറ്റൊന്നുതരം റോസാപ്പൂവുകൾ നിറഞ്ഞു നിൽക്കുന്ന പൂന്തോട്ടം. വിവിധ രാജ്ഞിമാരുടെ പേരുകളുള്ളവയും മാലാഖമാരുടേയും മാലാഖക്കുഞ്ഞുങ്ങളുടെയും ചിരിയും നിറവുമെല്ലാം പിടിച്ചു പറ്റിയവയുമായിരുന്നു അവിടത്തെ പൂക്കൾ. സ്ഫടികംപോലെ പരന്നു കിടന്നിരുന്നു നീന്തൽക്കുളം. അതിൽ ഒരു ചിത്രകംബളത്തിൽ നിന്നെന്ന വണ്ണം തെന്നിനീങ്ങുന്ന സ്വർണ മത്സ്യങ്ങൾ, മുത്തുച്ചിപ്പികൾ, നാണത്താൽ മുങ്ങി നിവരുന്ന ആമ്പലുകൾ.

ബംഗ്ലാവിലാവട്ടെ എവിടെ വേണമെങ്കിലും പെൺകുട്ടിക്ക് താമസിക്കാമായിരുന്നു. രണ്ട് നല്ല മേക്കപ്പ് മുറികൾപോലും അവിടെ അവൾക്കായി മാത്രമുണ്ട്.

"ഇവിടിരുന്ന് അഭിനയിച്ചു നോക്കൂ. കണ്ണാടിക്കു മുന്നിൽനിന്നും നിനക്ക് പരിശീലനം നടത്താം. ഈ സ്ക്രിപ്റ്റ് പഠിക്കൂ. നിനക്ക് അഭിനയ സാധ്യതകൾ ഉണ്ടോ എന്ന് അറിയാമല്ലോ." പിറ്റേന്ന് ഒരു കെട്ടു

കടലാസുകൾ അവൾക്ക് നൽകിയിട്ട് മന്ത്രി പറഞ്ഞു. "മാത്രമല്ല നീയൊരു നല്ല നടിയാണോ എന്ന് അറിയാമല്ലോ. അങ്ങനെ തെളിഞ്ഞാൽ എന്റെ മകനെക്കൊണ്ട് നിന്നെ വിവാഹം കഴിപ്പിക്കാനാണ് എന്റെ ആഗ്രഹം. അവിടെ നിന്റെ കുടുംബപശ്ചാത്തലമോ മറ്റു കാര്യങ്ങളോ ഒന്നും എനിക്ക് ഒരു പ്രശ്നവുമില്ല. നീയൊരു മികച്ച നടിയായിരിക്കുക. അതെ, അതു മാത്രമാണ് മുഖ്യം."

ഇത്രയും പറഞ്ഞിട്ട് ദൈനംദിനഭരണ കാര്യങ്ങൾക്കായി മന്ത്രി തന്റെ ഓഫീസിലേക്ക് പോയി. തിരക്കുമൂലം അടുത്ത മൂന്നുനാലു ദിവസങ്ങളിൽ മന്ത്രിക്ക് പെൺകുട്ടിയെ സന്ദർശിക്കാൻ സാധിച്ചുമില്ല.

അതിനിടയിൽ പെൺകുട്ടിയാവട്ടെ തന്റെ കയ്യിൽ വന്നുപെട്ട സ്ക്രിപ്റ്റിലേക്ക് വാനര സ്ത്രീ പൂമാലയിലേക്കെന്ന മാതിരി നെഞ്ചിടിപ്പോടെ നോക്കി ഒരേ ഇരിപ്പിരിക്കുകയായിരുന്നു. ഒരു നൂറ്റാണ്ടു മുഴുവൻ വായിച്ചു പഠിച്ചാലും തനിക്ക് ആ ഡയലോഗുകൾ ഉൾക്കൊള്ളുവാനോ ഫലപ്രദമായി ഭാവാഭിനയം നടത്താനോ ആവില്ലെന്ന് കുറഞ്ഞ മണിക്കൂറുകൾക്കിടയിൽ തന്നെ അവൾക്ക് മനസിലായിരുന്നു. അതിനാൽ കൂടുതൽ നൂലാമാലകളിലേക്ക് പോകാതെ ആ സ്ക്രിപ്റ്റും മടക്കിവെച്ച് പെൺകുട്ടി അവിടെതന്നെ ചുരുണ്ടുകൂടി.

നാലാം ദിവസം ബംഗ്ലാവ് സന്ദർശിച്ച മന്ത്രി പെൺകുട്ടി സ്ക്രിപ്റ്റ് പഠിച്ചിട്ടില്ലെന്നും വേണ്ടത്ര പരിശീലനം നടത്തിയിട്ടില്ലെന്നും മനസിലാക്കി അത്ഭുതപ്പെട്ടു. എന്നാൽ കഴിഞ്ഞ പതിനേഴു വർഷമായി അമ്മയുടെ കൂടെ ഉറങ്ങിയിരുന്ന താൻ അതിൽനിന്ന് പെട്ടെന്നു മാറി നിന്നപ്പോഴുള്ള ഗൃഹാതുരതയാലും മാനസികവ്യഥയാലും വല്ലാതെ കഷ്ടപ്പെട്ടു പോയെന്നും അതിനാലാണ് ഒന്നും ചെയ്യാൻ കഴിയാതിരുന്നതെന്നും പെൺകുട്ടി മന്ത്രിപുംഗവനെ ഒരുവിധം പറഞ്ഞു ധരിപ്പിച്ചു.

"എങ്കിൽ ശരി, നിനക്ക് നാളെക്കൂടി ഞാൻ സമയം തരാം. അപ്പോഴേക്ക് സ്ക്രിപ്റ്റ് മനപ്പാഠമാക്കിക്കൊള്ളുക."

ഇങ്ങനെ മൊഴിഞ്ഞിട്ട് മന്ത്രി ആ രംഗത്തുനിന്ന് അപ്രത്യക്ഷനായി.

മന്ത്രി പോയതോടെ പെൺകുട്ടി ശരിക്കും ധർമ്മസങ്കടത്തിലായി. ഈ കുരുക്കിൽ നിന്ന് രക്ഷപ്പെടാൻ എന്താണുപായം? പണ്ട് അമ്മ പറഞ്ഞിരുന്ന വാക്കുകൾ അനുസരിക്കാത്തതിൽ അവൾക്ക് അപ്പോൾ ആദ്യമായി ജീവിതത്തിൽ വല്ലാത്ത വ്യസനം തോന്നി. മൂടൽമഞ്ഞാൽ മൂടിയ തന്റെ ഭാവിയെക്കുറിച്ചോർത്ത് ഖിന്നയായി ജനലിനുപുറത്തെ കറപിടിച്ച രാത്രിയിലേക്ക് നോക്കി അവൾ ഒറ്റ ഇരിപ്പിരുന്നു. ആകാശത്തെ ചൂഴ്ന്നു നിൽക്കുന്ന കൂരിരുട്ടാണ് പുറത്ത്. ഈ ഇരുട്ടിൽനിന്ന് മിന്നാമിന്നികൾ എപ്പോഴെങ്കിലും പറന്നു വരുമോ? അവ പ്രത്യാശയുടെ വെളിച്ചവുമായി തനിക്കു ചുറ്റു നൃത്തം വയ്ക്കുമോ? തനിക്കീ ലോകത്തെ ഇനി എന്നെങ്കിലും സ്നേഹത്തോടെ കാണാനൊക്കുമോ?

അവൾ ഹതാശയായി ചിന്തിച്ചു.

മൂന്നു പെണ്ണുങ്ങൾ***

"ഹലോ"

ഇരുട്ടിൽനിന്ന് മൂന്നു രൂപങ്ങൾ വെളിച്ചത്തിലേക്ക് തുഴഞ്ഞു കയറി വരുന്നതാണ് പെൺകുട്ടി അപ്പോൾ കണ്ടത്. പൂർണ പ്രകാശത്തിൽ തെളിഞ്ഞപ്പോൾ ഒട്ടും സുന്ദരികളല്ലാത്ത മൂന്നു സ്ത്രീകളാണതെന്ന് അവൾക്കു മനസിലായി. ആ സ്ത്രീകളിൽ ഒരാളുടെ ചുണ്ട് വല്ലാതെ തടിച്ച് തിണർത്തിരിക്കുന്നത് പെൺകുട്ടി ശ്രദ്ധിച്ചു. രണ്ടാമത്തവളുടെ മൂക്ക് വളരെ വിരൂപമാംവിധം നീണ്ടതാണിരുന്നത്. മൂന്നാമത്തവളുടെ ശബ്ദമാകട്ടെ വളരെ വൃത്തികെട്ട വിധത്തിലായിരുന്നു. നിരത്തിലൂടെ വലിഞ്ഞു നിരങ്ങിപ്പോകുന്ന ഒരു കുടുസ്സുവണ്ടിയെ ഓർമ്മിപ്പിച്ചു അത്. എങ്കിലും മറ്റു രണ്ടുപേരെയും അപേക്ഷിച്ച് അവൾ കാണാൻ കുറച്ചു കൂടി ഭേദമായിരുന്നു. സിനിമകൾക്കും സീരിയലുകൾക്കുംവേണ്ടി അഭിനയിക്കുന്ന മൂന്നു എക്സ്ട്രാ നടികളായിരുന്നു അവർ. എന്നും പശ്ചാത്തലത്തിൽ മാത്രം വന്നുപോയവർ. എന്നാൽ ഇപ്പോൾ ആ പശ്ചാത്തലങ്ങളിൽനിന്നും അവർ പെൺകുട്ടിയുടെ ജീവിതത്തിലേക്ക്, അതിന്റെ പ്രാധാന ഫ്രെയിമിലേക്ക് ഇതാ കയറി വന്നിരിക്കുന്നു.

പെൺകുട്ടിയുടെ ഇരുണ്ട മുഖം കണ്ട് കാര്യം അന്വേഷിച്ചെത്തിയവരായിരുന്നു അവർ. തന്റെ ദുഃഖകാരണം അവരോട് വിശദമായി പെൺകുട്ടി പറഞ്ഞു കൊടുത്തു തീർന്നപ്പോഴേക്കും സഹതാപം ധാര ധാരായി അവർക്കുള്ളിൽനിന്ന് പെൺകുട്ടിയിലേക്ക് ഒഴുകാൻ തുടങ്ങിയിരുന്നു.

"നോക്കൂ, ഞങ്ങൾ നിന്നെ സഹായിക്കും." ഒരു പ്രതിജ്ഞ എടുക്കുന്നതുമാതിരി അവർ മൂന്നുപേരും പറഞ്ഞു.

"ഞങ്ങൾ നിന്നെ ഈ അപകടാവസ്ഥയിൽനിന്ന് രക്ഷപ്പെടുത്തും. ഹരിത ശോഭയാർന്ന ജീവിതത്തിലേക്ക് ഒരു നക്ഷത്രത്തെപ്പോലെ നിന്നെ ഞങ്ങൾ ഉയർത്തും. നിന്നെ സുരക്ഷിതയാക്കാനുള്ള ഉപായങ്ങൾ ഞങ്ങൾക്കറിയാം. പക്ഷേ പകരം നീ ഞങ്ങൾക്കായി ചെയ്തു തരേണ്ട രണ്ടേ രണ്ടു കാര്യങ്ങളുണ്ട്."

"എന്താണത്?"

പെൺകുട്ടി ആകാംക്ഷയോടെ ചോദിച്ചു.

"ഒന്ന്, നിന്റെ കല്യാണത്തിന് ഞങ്ങളെ ക്ഷണിക്കാൻ മറക്കാതിരിക്കുക. രണ്ട്, അവിടെ വെച്ച് നിന്റെ ആന്റിമാരാണെന്നു പറഞ്ഞ് ഞങ്ങളെ എല്ലാവർക്കും പരിചയപ്പെടുത്തുക. എന്താ സമ്മതിച്ചോ?"

"അതിനെന്താ." പെൺകുട്ടി ഒറ്റവാക്കിൽ സമ്മതിച്ചു. നിങ്ങൾ ദയവായി എന്നെ ഒന്നു സഹായിക്കൂ. സഹായിക്കൂ. ഞാനെന്തും ചെയ്യാം."

മന്ത്രിമന്ദിരത്തിലെ പെൺകുട്ടിയുടെ മുറിയിൽ മറഞ്ഞിരുന്ന് ആ രാത്രിതന്നെ മൂന്നു സ്ത്രീകളും സ്ക്രിപ്റ്റിലെ ഭാഷണങ്ങൾ മനപ്പാഠമാക്കി. ഇടയ്ക്ക് മന്ത്രിയുടെ പരിചാരികമാർ കാര്യങ്ങളന്വേഷിക്കാൻ വരു

മ്പോഴെല്ലാം അവർ വേഗത്തിൽ കട്ടിലിനടിയിൽ പോയൊളിക്കും. അപ്പോൾ പെൺകുട്ടി സ്ക്രിപ്റ്റ് കയ്യിലെടുത്ത് താൻ ഒരു പരിശീലന കളരിയിലാണെന്ന മട്ടിൽ ചില അഭിനയക്രിയകൾ കാണിച്ച് പരിചാരിക മാർക്ക് വിശ്വാസം നൽകും.

"ഞാനാരാ മോള്." പരിചാരികമാർ മുറി വിടുമ്പോൾ കണ്ണാടിയോട് കണ്ണിറുക്കി കാണിച്ച് അവൾ പറയും.

അയ്യോ എന്താണിത്****

പിറ്റേന്ന് പെൺകുട്ടിയുടെ അഭിനയ സാമർത്ഥ്യം കാണാനെത്തിയ മന്ത്രിക്ക് സമ്പന്നമായ ഒരു രാവാണ് ലഭിച്ചത്. കാറിൽ നിന്നിറങ്ങിയ മന്ത്രിയെ സ്നേഹപൂർവ്വം പെൺകുട്ടി തന്നെ ബംഗ്ലാവിലേക്ക് ആനയി ച്ചുകൊണ്ടുവരികയായിരുന്നു. പെൺകുട്ടിക്ക് ഭാവാഭിനയം നടത്തുന്നതി നായി ഇതിനിടയിൽ ബംഗ്ലാവിലെ ഒരു വലിയ ഹാളിൽ സ്റ്റേജുപോലെ ചില സജ്ജീകരണങ്ങൾ തയാറാക്കിയിരുന്നു. പലനിറങ്ങളിലുള്ള വെളി ച്ചങ്ങൾ അവിടെ ഞാണുകിടന്ന് മന്ത്രിക്ക് വിഭ്രമാവസ്ഥ നൽകി. താൻ ഒരു കഥാപാത്രമായി മാറുന്നതിനു മുമ്പ് ധാരാളം വീഞ്ഞുനൽകി മന്ത്രി യേയും സദസ്യരേയും പെൺകുട്ടി തയാറാക്കിയിരുത്തുകയും ചെയ്തു.

പ്രകടനം തുടങ്ങുന്നു. പെൺകുട്ടിയെപ്പോലെ തന്നെ വേഷംചെയ്ത് ഇതിനിടയിൽ മൂന്നു സ്ത്രീകളും പിന്നണിയിൽ തയാറായി. കൂട്ടത്തിൽ കാഴ്ചയിൽ ഭേദപ്പെട്ട ആ ചടച്ച ശബ്ദക്കാരി മേക്കപ്പ് ധരിച്ചപ്പോൾ ശരിക്കും പെൺകുട്ടിയാണെന്നു തന്നെ തോന്നിച്ചു. സ്റ്റേജിലേക്ക് ആ സ്ത്രീയും പെൺകുട്ടിയും മാറി മാറി വന്നു കയറി. നല്ല കണ്ഠമുള്ള, നീളൻ മൂക്കുകാരി കൂറ്റൻ ഡയലോഗുകൾ പിന്നണിയിൽനിന്ന് അവൾക്കാ യി ഉച്ചത്തിൽ പറഞ്ഞു കൊണ്ടിരുന്നു. സ്റ്റേജിൽനിന്ന് പെൺകുട്ടി ചുണ്ടു കൾ പേരിനു മാത്രം ചലിപ്പിച്ചു. ഇടയ്ക്ക് ഒരു നൃത്തരംഗംകൂടി വന്ന പ്പോൾ പെൺകുട്ടിക്ക് ചുവടുകൾ തെറ്റി. അപ്പോൾ തടിച്ച ചുണ്ടുള്ള സ്ത്രീ തന്ത്രപൂർവ്വം വെളിച്ച സംവിധാനങ്ങൾ മാറ്റുകയും ആരുമറിയാ തെ പെട്ടെന്ന് സ്റ്റേജിലേക്ക് ചുവടുകൾ വെച്ച് തിരിച്ചു വരികയും ചെയ്തു.

കരഘോഷങ്ങൾ മുഴങ്ങി. വാഹ്.... വാഹ്... വിളികൾ സദസിൽനിന്ന് ഉയർന്നു. ലഹരി വിഴുങ്ങിയ കണ്ണുകളോടെ മന്ത്രി പെൺകുട്ടിയെ നോക്കി. അയാൾക്കും ഒരുപാട് സന്തോഷമായിരുന്നു.

നല്ലൊരു നർത്തകിയേയും അഭിനേത്രിയേയുമാണ് ഇക്കാലയളവി നിടയിൽ താൻ കണ്ടെടുത്തതെന്ന് മനസിലായപ്പോൾ മന്ത്രിക്ക് ഉള്ളി ലുള്ള സന്തോഷം ഇരട്ടിച്ചു. തന്റെ തിരഞ്ഞെടുപ്പ് പാഴായില്ല എന്നോർത്ത പ്പോൾ അയാൾക്ക് തന്റെ കഴിവിൽ അഹങ്കാരം മുറ്റിയ ഒരു ആത്മവി ശ്വാസവും വന്നുചേർന്നു.

ഏറെ താമസിയാതെ മന്ത്രിയുടെ പുത്രനുമായി പെൺകുട്ടിയുടെ വിവാഹം നിശ്ചയിക്കപ്പെട്ടു. നാടെങ്ങും ആളുകൾ ആഘോഷങ്ങളിൽ

മുഴുകി. ബംഗ്ലാവിലെ ചുമരുകൾ പഴയ ചായങ്ങളോട് വിടപറയുകയും പൂന്തോട്ടത്തിലെ കൊഴിഞ്ഞുവാടിയ പൂക്കൾ പുതിയ പൂക്കളുടെ സ്നേഹ ശബളമായ വരവു കാണുകയും ചെയ്തു.

"സർ"

ഒരുദിവസം പെൺകുട്ടി മന്ത്രിയുടെ അടുത്തുചെന്നു. "എനിക്ക് ഒരു കാര്യംകൂടി പറയാനുണ്ട്."

"അയ്യോ... അങ്കിൾ എന്നു വിളിക്കൂ മകളേ..." അയാൾ മുഖത്തുനിന്ന് കണ്ണടയെടുത്ത് അവളെ തിരുത്തി. "പറയൂ, എന്താണ് നിന്റെയാവശ്യം?"

"എനിക്ക് മൂന്ന് ആന്റിമാരാണുള്ളത്. എന്റെ ജീവിതത്തിൽ അവ രെന്നോട് ഇതുവരെ കാണിച്ച സ്നേഹവും ദയാവായ്പുമെല്ലാം എത്രയോ ഉന്നതമാണ്. അളന്നു തൂക്കാൻ പറ്റാത്തതാണ്. അവരെ മറന്നുകൊണ്ടുള്ള ഒരു പ്രവർത്തിയും ഇതുവരെ ജീവിതത്തിൽ ഞാൻ ചെയ്തിട്ടില്ല. കല്യാ ണത്തിന് അവരെ വിളിക്കാൻ കഴിഞ്ഞാലേ ഞാൻ ഏറ്റവും സന്തോഷ വതിയാവുകയുള്ളൂ. മാത്രമല്ല, അവരെ വിശിഷ്ടാതിഥികളുടെ കൂട്ടത്തിൽ ഇരുത്താൻ കൂടി പറ്റിയാൽ ഞാൻ കൃതാർഥയായി."

"ഓഹ്... ഇതാണോ കാര്യം"? – മന്ത്രി പൊട്ടിച്ചിരിച്ചു. "ഇതിലെ ന്തിത്ര ചോദിക്കാനിരിക്കുന്നു."

ഒടുവിൽ വിവാഹദിനമായി. കളർ വസ്ത്രങ്ങളണിഞ്ഞ് നടന്നു വന്ന മൂന്നു സ്ത്രീകളെ മന്ത്രികുമാരന്റ വിവാഹത്തിനെത്തിയ ഏവരും ശ്രദ്ധി ക്കുന്നുണ്ടായിരുന്നു. അവരെ കണ്ടതും പെൺകുട്ടി ഓടിച്ചെന്നു. "വരൂ... ആന്റിമാരേ... എന്താണ് താമസിച്ചത്? നിങ്ങൾക്ക് സുഖമല്ലേ"?

വരന്റെ വീട്ടുകാർ ഇതെല്ലാം കണ്ട് പരസ്പരം കണ്ണിൽക്കണ്ണിൽ നോക്കാൻ തുടങ്ങി. "ഇത്രയും വൃത്തികെട്ട ആന്റിമാർ ഇവൾക്ക് ഉണ്ടാ യതെങ്ങനെയാണ്." വരൻ ചിന്തിച്ചു.

കഥ തന്നെ ജീവിതം*****

വിവാഹത്തിന്റെ തിരക്കു കഴിഞ്ഞപ്പോൾ വരൻ പെൺകുട്ടിയുടെ ആന്റിമാരുടെ അടുത്തേക്ക് ചെന്നു.

"നിങ്ങളുടെ ചുണ്ടുകൾ വല്ലാതെ തടിച്ച് തിണർത്തിരിക്കുന്നതെ ന്താണ്?" ഒരു സ്ത്രീയോട് അമ്പരപ്പോടെ അയാൾ ചോദിച്ചു.

"ഞാനൊരു സീരിയൽ നടിയാണ്. ഓരോ പ്രാവശ്യം അഭിനയിക്കു മ്പോഴും ചുണ്ടുകളിൽ ചായം തേച്ചു തേച്ചാണ് എന്റെ ചുണ്ടുകൾ ഈ വിധമായത്."

അടുത്ത സ്ത്രീയോടും മന്ത്രിപുത്രൻ ചോദിച്ചു.

"നിങ്ങളുടെ മൂക്ക് ഇത്രയും നീളാൻ കാരണമെന്താണ്?"

"ഞാൻ ഭാവാഭിനയം നടത്തുമ്പോഴെല്ലാം മൂക്കു ചീറ്റി കരയാറു ണ്ട്. അങ്ങനെയാണ് എന്റെ മൂക്ക് നീണ്ടുപോയത്."

ഇതോടെ അയാൾ കൂടുതൽ ആകാംക്ഷയോടെ മൂന്നാമത്തെ ആന്റിയുടെ അടുത്തേക്ക് ചെല്ലുകയും അവരുടെ ശബ്ദം ഇത്രയും മോശമാവാൻ കാരണമെന്തെന്ന് അന്വേഷിക്കുകയും ചെയ്തു.

"ഞാൻ എന്റെ കഥാപാത്രങ്ങൾക്ക് ഡബ്ബു ചെയ്താണ് ഈ കോലത്തിലായത്." ആ സ്ത്രീയും മറുപടി പറഞ്ഞു.

"മതി."

മന്ത്രിപുത്രൻ ഉച്ചത്തിൽ വിളിച്ചു. ഈ ഉത്തരങ്ങളെല്ലാം അയാളെ വല്ലാതെ ഭയപ്പെടുത്തിയിരുന്നു. "ഇല്ല, ഇനി ഒരിക്കലും സുന്ദരിയായ എന്റെ ഭാര്യ അഭിനയിക്കുകയില്ല."

അയാൾ തീരുമാനമെടുത്തു.

നമ്മുടെ പാവപ്പെട്ട നൃത്തക്കാരിയുടെ മകൾ ടെലിവിഷൻ സീരിയൽ ലോകത്തുനിന്നും ഇന്നും നാം കേൾക്കുന്ന പെൺവാണിഭ കഥകളിൽനിന്നുമെല്ലാം രക്ഷപ്പെട്ടത് അങ്ങനെയാണ്.

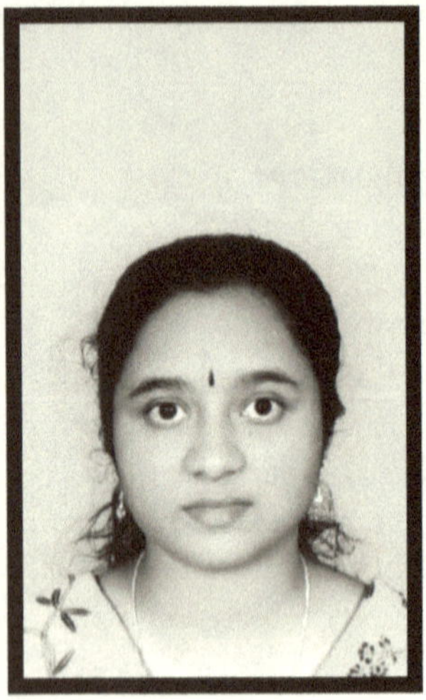

അതിജീവനമാർഗങ്ങൾ

ധന്യാരാജ്

എന്റെ കൂട്ടുകാരൻ ജയകൃഷ്ണന്റെ പ്രത്യേകതകളിലൊന്ന് അവന്റെ ക്ഷമാശീലമാണ്. ഞാനെന്തു പറഞ്ഞാലും അവന് ദേഷ്യം വരികയേയില്ല. എന്നപ്പോലെതന്നെ നിർത്താതെ സംസാരിച്ചുകൊണ്ടിരിക്കാൻ അവനും വലിയ താൽപര്യമാണ്. പ്രായത്തിലും ലോകപരിചയത്തിലും എന്നെക്കാൾ താഴെയാണെങ്കിലും പ്രായോഗികബുദ്ധിയിൽ ജയകൃഷ്ണനാണ് മെച്ചമെന്ന് മറ്റാരെക്കാളും നന്നായി എനിക്കറിയാം. ജീവിതത്തിലെ പ്രതിസന്ധി ഘട്ടങ്ങളിൽ അന്തവും കുന്തവുമില്ലാതെ ഞാൻ മിഴിച്ചുനിന്നപ്പോഴൊക്കെ അവനെന്റെ സഹായത്തിനെത്തിയിട്ടുണ്ട്. ഇന്നും ഞാനവനെ കാണാനെത്തിയിരിക്കുന്നത് അത്തരമൊരു കുരുക്കുമായിട്ടാണ്.

മുംബൈയിലെ ഒരു ഇലക്ട്രിക്ക് കടയിൽ മെക്കാനിക്കായി ഞാൻ ജോലിചെയ്ത നാലു വർഷവും ഇടക്കൊക്കെ ചുരുക്കം സുഹൃത്തുക്കളിലൊരാളാണ് ജയകൃഷ്ണൻ. അവിടെ ജീവിക്കുമ്പോൾ നാടിനെപ്പറ്റിയുള്ള ഓർമ്മകളൊക്കെ ഭയങ്കരമായി കടന്നുവരും. വീട്, ചുറ്റുമുള്ള തെങ്ങിൻ തോപ്പ്, മുറ്റത്തെ ഒട്ടുമാവ്, തൊടിയിലെ അലക്കുകല്ല് തുടങ്ങി ഞങ്ങളുടെ വളർത്തുനായ ടുട്ടുവിനെ

പ്പറ്റിപ്പോലും വല്ലാത്തൊരു കാൽപ്പനികതയോടെ ചിന്തിച്ചുപോകും. ഗൃഹാതുരത്വത്തിന്റെ നോവും തണുപ്പുമുള്ള ഈ വർണക്കുമിളകളെയൊക്കെ ലളിതമായി ഉടച്ചുകൊണ്ട് രാത്രിസമയങ്ങളിൽ ജയകൃഷ്ണന്റെ ഫോൺ വിളി വരും. "എടാ ആദർശേ, നിന്റെയാ മെക്കാനിക്ക് പണി കളഞ്ഞിട്ട് പെട്ടെന്നു വാ. ഇല്ലെങ്കി ചെലപ്പൊ നീയൊരു പ്രവാസി എഴുത്തുകാരനായിപ്പോകും."

വെറും പൈങ്കിളി പ്രസിദ്ധീകരണങ്ങളും സിനിമാ വാരികകളുമില്ലാത്ത നിലവാരമുള്ള രാഷ്ട്രീയ–സാഹിത്യ വാരികകൾ വായിക്കാനിഷ്ടപ്പെടുന്ന ഒരാൾ ആണ് ഞാൻ. പക്ഷേ, മുംബൈയിലെത്തിയതിനുശേഷം ഇലക്ട്രിക്ക് കടയിലെ ജോലി മൂലമുള്ള സമയക്കുറവും പിന്നെ മലയാളം പ്രസിദ്ധീകരണങ്ങൾ കിട്ടാനുള്ള ബുദ്ധിമുട്ടും മൂലം സ്വാഭാവികമായും വായന കുറഞ്ഞു. ജീവിതത്തെപ്പറ്റി പുരോഗമനപരമായ കാഴ്ചപ്പാടുകളാണ് എനിക്കുള്ളത്. പൊതുവെ മലയാളി സമൂഹം സ്ത്രീകളോട് പുലർത്തുന്ന അസഹിഷ്ണുതാമനോഭാവത്തോടും വിവേചനങ്ങളോടും എനിക്കൊട്ടും യോജിപ്പില്ല. സ്വന്തമായി ജോലിചെയ്ത് കുടുംബം പുലർത്തുന്ന, വ്യക്തിത്വമുള്ള പെൺകുട്ടികളോടാണ് എനിക്ക് ബഹുമാനം തോന്നിയിട്ടുള്ളത്.

ഇത്തവണ രണ്ടുമാസത്തെ അവധിക്കാണ് ഞാൻ നാട്ടിലെത്തിയത്. വന്നതിന്റെ പിറ്റേദിവസംതന്നെ ഞാൻ പെങ്ങളെ കാണാൻ പോയി. അവളെ കെട്ടിച്ചുവിട്ടിരിക്കുന്നത് കൊട്ടാരക്കരയിലാണ്. അവളുടെ ഭർത്താവ് കെ എസ് ആർ ടി സിയിൽ ഡ്രൈവറാണ്. ഇവിടെനിന്ന് പരിനഞ്ച് കിലോമീറ്ററേയുള്ളൂ അങ്ങോട്ട്. സന്ധ്യയാകാറായപ്പോഴാണ് ഞാനവിടെനിന്നും ബസിൽ വീട്ടിലേക്ക് തിരിച്ചത്. എന്റെ സ്ഥലമെത്താറായപ്പോൾ ബസ്സ് ബ്രേക്ക്ഡൗണായി. നടക്കാനാണെങ്കിൽ ഇരുപത്തഞ്ചു മിനിറ്റെങ്കിലുമുണ്ടാകും. കുറച്ചു സമയം കാത്തുനിന്നിട്ടും ബസ്സൊന്നും വരാതായപ്പോൾ ഞാൻ മടിയോടെ സാവധാനം നടക്കാനാരംഭിച്ചു. അപ്പോഴാണ് റോഡിന്റെ എതിർവശം ഒരു ഓട്ടോ സ്റ്റാന്റാണെന്ന് കണ്ടത്. അവിടെയിപ്പോൾ ഒരൊറ്റ ഓട്ടോ മാത്രമേ ഉണ്ടായിരുന്നുള്ളൂ.

ഓട്ടോക്കു നേരെ ആശ്വാസത്തോടെ നടക്കാനാരംഭിച്ച ഞാൻ ഓട്ടോ ഡ്രൈവർ പെണ്ണാണെന്ന് കണ്ടപ്പോൾ ഒരുനിമിഷം അങ്കലാപ്പിലായി. അവളെ വിളിക്കുന്നതിൽനിന്ന് അപരിചിതമായ എന്തോ ഒന്ന് എന്നെ പിന്തിരിപ്പിച്ചു. ഡ്രൈവിംഗ് സീറ്റിൽ കൈ രണ്ടും തലയ്ക്കുപിന്നിൽ ചേർത്തുവെച്ച് അലസമായി ഇരിക്കുകയായിരുന്നു അവൾ. എത്രയോ കാലമായി അവൾ ഇതേ സീറ്റിൽ തറഞ്ഞുപോയതാണെന്നു തോന്നും ഈ ഇരിപ്പു കണ്ടാൽ. അതങ്ങനെ തന്നെ ആയിരിക്കും – ഞാൻ മനസിലോർത്തു. അല്ലെങ്കിൽ ആരാണിവളെയൊക്കെ ഓട്ടത്തിനു വിളിക്കുക. പോക്കറ്റിൽനിന്ന് ചീപ്പെടുത്ത് മുടി ചീകുന്നതിനിടയിൽ ഞാനവളുടെ ഓട്ടോയുടെ പേര് വായിച്ചു–'രക്ഷകൻ'.

സമയം കടന്നുപോയി. വല്ല ആണുങ്ങളുടെയും ഓട്ടോറിക്ഷ

ഇപ്പോൾ സ്റ്റാൻഡിലേക്ക് കടന്നുവരുമെന്ന എന്റെ പ്രതീക്ഷ ഏറെക്കുറെ അസ്തമിച്ചു. അപ്പോഴാണ് അപ്രതീക്ഷിതമായ ഒരുനിമിഷത്തിൽ അവൾ തല ചെരിച്ച് എന്നെ നോക്കിയത്. ആ നോട്ടത്തിന്റെ തുടർച്ചപോലെ ഞാൻ ബാഗുമെടുത്ത് അവളുടെ ഓട്ടോയിലേക്ക് കയറി. ഒരു സൗഹൃദ ഭാവത്തോടെ അവൾ ഓട്ടോ സ്റ്റാർട്ടാക്കി. കുറ്റങ്ങളൊന്നും കണ്ടെത്താൻ കഴിയാത്തവിധം തൃപ്തികരമായിരുന്നു അവളുടെ ഡ്രൈവിംഗ്. ഇവൾക്ക് ഒരുവിധമൊക്കെ ഓടിക്കാനറിയാമെന്ന് ഞാൻ മനസിൽ പറയുകയും ചെയ്തു. എന്നിട്ടും ഈ ഓട്ടോയിൽ കയറിയപ്പോൾ മുതൽ എന്തോ ഒരു അസ്വസ്ഥത അലട്ടിക്കൊണ്ടിരിക്കുന്നത് എനിക്ക് അവഗണിക്കാനായില്ല. അതിന്റെ കാരണം എനിക്ക് വ്യക്തമായിത്തന്നെ അറിയാമായിരുന്നുതാനും. ഡ്രൈവിംഗ് സീറ്റിൽ – അത് വാഹനത്തിന്റേതായാലും ജീവിതത്തിന്റേതായാലും–ഇരിക്കേണ്ടത് പുരുഷൻ തന്നെയാണ്. അത് ദേശ, കാലങ്ങൾക്കതീതമായ ഒരു യാഥാർഥ്യമാണ്. ആ വിധത്തിൽ അതൊരു പ്രപഞ്ചസത്യം പോലുമാണ്.

ഞാനവളെത്തന്നെ ശ്രദ്ധിച്ചു. പരുക്കൻ കാക്കിഷർട്ടിനു പിന്നിൽ അപഹാസ്യമാംവിധം നീളത്തിൽ പിന്നിയിട്ടിരിക്കുന്ന കോലൻമുടി, പെണ്ണത്തത്തിന്റെ പ്രതീകങ്ങളായ ജിമിക്കികൾ. പക്ഷേ, ഇരുത്തംവന്ന ഒരു ഡ്രൈവറുടേതുപോലെ ആത്മവിശ്വാസം തുളുമ്പുന്ന കരചലനങ്ങൾ. മുഖത്ത് സ്ഥായിയായി നിസ്സാരഭാവം. അതൊരു നാട്യം മാത്രമാകാനുള്ള സാധ്യത നിലനിൽക്കുന്നുണ്ടുതാനും. ഇടയ്ക്ക് അരോചകമായ ശബ്ദത്തിൽ അവളുടെ മൊബൈൽ ചിലച്ചപ്പോൾ വലിയ ഗൗരവത്തോടെ അവൾ എന്തൊക്കെയോ മൂളിക്കേൾക്കാൻ തുടങ്ങി.

എനിക്ക് അൽപ്പം കൗതുകം തോന്നിത്തുടങ്ങി. അവളുടെ ശബ്ദമെങ്ങനെയിരിക്കുമെന്നറിയാനായി ഞാൻ ചോദിച്ചു.

“ഈ ഭാഗത്തേക്കൊക്കെ വന്നിട്ടുണ്ടോ?”

“ഉം” അവൾ അലസമായി മൂളി.

പരാജയം സമ്മതിച്ച് ഞാൻ ചോദിച്ചു. “എന്താണ് പേര്?”

“ശശികല” – കനമുള്ള ശബ്ദത്തിൽ അവൾ പറഞ്ഞു.

“എന്റെ പേര് ആദർശ്” – ഞാൻ പറഞ്ഞു.

ഒട്ടും മാംസളമല്ലാത്ത മുഖമാണവളുടേത്. ഹിന്ദി നടി ടാബുവിന്റെ ചെറിയൊരു ഛായയുണ്ട് സൈഡ് വ്യൂവിന്. എന്നാലത്ര ഭംഗിയൊന്നും ഇല്ലതാനും. കുറേക്കൂടി തടിച്ചതാണ് ശരീരം.

വീടിന്റെ ഗേറ്റിലെത്തിയപ്പോൾ ഞാനിറങ്ങിയിട്ട് ഇരുപതുരൂപ നീട്ടി.

“പെട്രോളിന് വില കൂട്ടിയതൊന്നുമറിഞ്ഞില്ലേ?”

ഉശിരനൊരു തർക്കത്തിനുള്ള സന്നദ്ധതയറിയിച്ചുകൊണ്ട് ശശികല പറഞ്ഞു.

“അഞ്ചുരൂപാ കൂടി തന്നേ ഒക്കൂ.”

“ഇവിടെവരെ വരാൻ ഇരുപതു രൂപയേ വേണ്ടൂ.”

ഞാൻ വിട്ടുകൊടുത്തില്ല.

"സാധാരണ വാങ്ങിക്കുന്ന കാശല്ലേ ചോദിക്കുന്നുള്ളൂ." ശശികല വാശിയോടെ പ്രതികരിച്ചു. പിന്നെയുമെന്തോ പറയാൻ വന്നത് വേണ്ടെന്നുവച്ചിട്ട് ഞാൻ നീട്ടിയ അഞ്ചുരൂപ നോട്ട് വാങ്ങി ശശികല സൗഹൃദത്തോടെ പുഞ്ചിരിച്ചു. നിരതെറ്റിയ പല്ലുകൾ കാട്ടിയുള്ള ചിരിയിൽ അവൾ ടാബുവിനെക്കാളും സുന്ദരിയായിത്തോന്നിച്ചു. എന്തോ ഒരു വലിയ വിഷാദം എന്റെ നെഞ്ചിൽ കനംവയ്ക്കുന്നത് ഞാൻ അമ്പരപ്പോടെയറിഞ്ഞു.

അന്നു രാത്രിയിൽ, പാതിയുറക്കത്തിൽ ഞാൻ അജ്ഞാതമായൊരു ഭൂപ്രദേശത്തുകൂടി ഓട്ടോ സവാരിയിലേർപ്പെടുന്നത് സ്വപ്നം കണ്ടു. പതുപതുത്ത, സ്പോഞ്ചുപോലെയുള്ള വഴിയിലൂടെ ഒരു വിമാനത്തിന്റെ പ്രൗഢിയോടെ ശശികലയുടെ ഓട്ടോ മുന്നോട്ടുനീങ്ങി. ഡ്രൈവിംഗ് സീറ്റിലിരുന്ന് എനിക്കേറെ ഇഷ്ടപ്പെട്ട ഒരു പാട്ടുപാടുകയായിരുന്നു ശശികല. കാക്കിനിറത്തിലുള്ള തിളങ്ങുന്ന ലാച്ചയായിരുന്നു അവളുടെ വേഷം. ശുഷ്കമായ മുടി കാക്കിനിറത്തിലുള്ള ഒരു റിബൺകൊണ്ട് നീളത്തിൽ പിന്നിയിട്ടിരുന്നു. അവളുടെ ഓട്ടോ പെട്ടെന്നൊരു ഗട്ടറിലൂടെ ടപ്പ് എന്നു കടന്നുപോയ ശബ്ദംകേട്ട് ഞാൻ ഞെട്ടിയുണർന്ന് ഇരുട്ടിലേക്ക് കണ്ണുമിഴിച്ചുകിടന്നു. അപ്പോഴത്തെ ഇരുട്ട് നിറപ്പകിട്ടാർന്നതായി അനുഭവപ്പെട്ടു. ജീവിതം, അതിന്റെ നിഗൂഢമായ അർഥതലങ്ങൾ കാട്ടി പ്രലോഭിപ്പിക്കുന്നതുപോലെ എനിക്ക് തോന്നി. അനന്തമായ അസ്വസ്ഥതകൾക്കിടയിലും നേർത്തൊരു സന്തോഷം എന്റെ മനസിനെ ത്രസിപ്പിച്ചു. ടാറിടാത്ത റോഡിലൂടെയുള്ള ഓട്ടോസവാരിയിലെന്നപോലെ എന്റെ ഹൃദയം ആടിയും കുലുങ്ങിയും വശംകെട്ടു. നേരം വെളുക്കുന്നതും വീണ്ടും ശശികലയെക്കാണുന്നതും സ്വപ്നംകണ്ടുകൊണ്ട് ഞാൻ കണ്ണടച്ചു കിടന്നു. കുറേസമയം കഴിഞ്ഞ് ജനൽച്ചില്ലുകൾ നേർത്ത സൂര്യപ്രകാശമേറ്റ് വിളറുന്നതു കണ്ടപ്പോൾ ഏതോ ചിരകാല സ്വപ്നം സഫലമായതുപോലെ ഞാൻ ആശ്വാസം കൊണ്ടു.

രാവിലെ ഒമ്പതു മണിയായപ്പോൾത്തന്നെ ഞാൻ ഓട്ടോ സ്റ്റാൻഡിലെത്തി. തലേദിവസം വൈകുന്നേരം സ്റ്റാന്റ് ഒഴിഞ്ഞുകിടക്കുകയായിരുന്നെങ്കിൽ ഇപ്പോൾ കൃത്യം ഒമ്പത് ഓട്ടോകൾ നിരനിരയായി കിടപ്പുണ്ട്. വലിയ തിരക്കഭിനയിച്ച് വാച്ചിൽ നോക്കിക്കൊണ്ട് ഞാൻ ഓട്ടോസ്റ്റാന്റിനെതിർവശത്തുള്ള വെയ്റ്റിംഗ് ഷെഡ്ഡിന്റെ ചുമര് ചാരിനിന്നു. ഓട്ടോകളുടെ നിരയിൽ ശശികലയുടെ 'രക്ഷക'നെ മാത്രം കാണാൻ കഴിഞ്ഞില്ല. ജീവിതത്തിൽ ഇന്നുവരെ അനുഭവിച്ചിട്ടില്ലാത്ത കാത്തിരിപ്പിന്റെ ഭാരമേറിയ നിമിഷങ്ങൾ ഞാൻ ഒറ്റക്കാലിൽ ചുമരു ചാരിനിന്നുകൊണ്ട് കഴിച്ചുകൂട്ടി. കുറച്ചു സമയം കഴിഞ്ഞ് ശശികലയെത്തിയപ്പോൾ തേടിക്കൊണ്ടിരുന്ന വൻകര കണ്ടെത്തിയ നാവികനെപ്പോലെ എന്റെ മനസ്സ് നിർവൃതിയിലമർന്നു. ഓട്ടോ ഡ്രൈവർമാരൊക്കെ പ്രതീക്ഷ നിറഞ്ഞ നോട്ടങ്ങൾ എന്റെ നേർക്കയച്ചുകൊണ്ടിരുന്നു. തൊട്ടുമുന്നിലെ ഓട്ടോയിലെ ഡ്രൈവറോട് എന്തോ സംസാരിച്ചുകൊണ്ട് നിൽക്കുകയായിരുന്ന

ശശികലയെ ഞാൻ തിടുക്കത്തിൽ കൈയാട്ടി വിളിച്ചു. അവളുടെ ഓട്ടോ 'രക്ഷക'ൻ എന്റെ മുന്നിൽ വിനീതനായി വന്നുനിന്നു. ചോദ്യഭാവത്തിൽ നോക്കിയ ശശികലയോട് അടുത്തുള്ള ടൗണിലേക്ക് പോകാനാണ് ഞാനാ വശ്യപ്പെട്ടത്. മൂന്നു കിലോമീറ്ററോളം ദൂരമുണ്ടായിരുന്നു അങ്ങോട്ട്.

ഒറ്റദിവസത്തെ പരിചയമേയുള്ളുവെങ്കിലും മനസുകളുടെ ഐക്യം കാരണമായിരിക്കണം ഞങ്ങൾക്ക് അനായാസമായ സംസാരം സാധ്യ മായി.

“എനിക്ക് മുംബൈയിലാണ് ജോലി.” ഞാൻ പറഞ്ഞു.

“ഇപ്പോ രണ്ടുമാസത്തെ അവധിയേയുള്ളു. ബന്ധുക്കളുടെയും പരി ചയക്കാരുടെയും വീട്ടിൽപോകാൻപോലും രണ്ടുമാസം തികയുമെന്ന് തോന്നുന്നില്ല.” ശശികല ഒന്നും മിണ്ടിയില്ല.

“ശശികലക്കിവിടെങ്ങനാ? നല്ല ഓട്ടമൊക്കെ കിട്ടാറുണ്ടോ?” ഞാൻ ചോദിച്ചു. ശശികല നിരാശ വെളിപ്പെടുത്തുന്ന ഒരു ശബ്ദം പുറപ്പെടു വിച്ചിട്ട് പറഞ്ഞു.

“ഓ... വല്യ ചാൻസൊന്നുമില്ല. പെണ്ണുങ്ങൾക്കൊക്കെ എന്റെ ഓട്ടോ യിൽ കയറാൻ പേടിയാ. ഞാനെവിടെങ്കിലും കൊണ്ടുപോയി മറിച്ചിടു മോന്നു വിചാരിച്ച്. ആണുങ്ങൾക്കും മടിയാണ്. പെണ്ണായതുകൊണ്ട് സ്പീഡ് കുറച്ച് ഇഴച്ചിഴച്ചേ ഓടിക്കുകയുള്ളൂവെന്നാണ് എല്ലാവന്റേയും വിചാരം. പിന്നെ മുടിഞ്ഞ കോംപ്ലക്സും.” ഓട്ടോ ഒരു വലിയ ഗട്ടറിനു മുകളിലൂടെ കടന്നുപോയി.

“എങ്ങനെ ആളുകളെ കുറ്റം പറയാനൊക്കും? എന്റെ കൂടെ ഡ്രൈ വിംഗ് സ്കൂളിൽ ഞങ്ങടെ ബാച്ചിൽ മൊത്തം പതിനൊന്നു പെൺകുട്ടി കളുണ്ടായിരുന്നു. എന്നിട്ടെന്താ ഇപ്പം ഓട്ടോ ഓടിക്കുന്നവർ വെറും രണ്ടു പേർ മാത്രം. കുറേപ്പേർക്ക് വീട്ടിലെ എതിർപ്പാണ് പ്രശ്നം. ചിലർക്ക് പെട്രോളിന്റെ മണം പിടിക്കുന്നില്ല. മറ്റു ചിലർക്ക് താൽപര്യക്കുറവ്. എന്നാ ലതൊന്നുമല്ല യഥാർഥ കാര്യം.” ശശികല പരുക്കൻ ശബ്ദത്തിൽ ചിരിച്ചു.

“ഒരു ഗിയറുപോലും മര്യാദക്ക് പിടിക്കാനറിഞ്ഞുകൂടാ. പിന്നെയല്ലേ ഓടിക്കുന്നത്. പിന്നെ നല്ല ധൈര്യോം വേണം. എന്നെക്കണ്ടില്ലേ. ഞാൻ സൈക്കിളോടിക്കാൻ പഠിച്ചത് അഞ്ചാമത്തെ വയസിലാണ്. പതിനൊന്നാം വയസിൽ സ്കൂട്ടറോടിച്ചു. പറഞ്ഞാലാരും വിശ്വസിക്കില്ല. പതിനഞ്ചാം വയസിൽ ഞാൻ അടുത്ത വീട്ടിലെ ലോറി കവലവരെ ഓടിച്ചുകൊണ്ടു പോയി.” ശശികല സ്വയം ആസ്വദിച്ചു ചിരിച്ചു.

“പണ്ടുമുതലേ എനിക്ക് ഏറ്റവുമിഷ്ടം ഡ്രൈവിംഗാണ്. ആരോ ഗ്യമുള്ള കാലത്തോളം ഓട്ടോയോടിക്കണമെന്നാണ് ആഗ്രഹം. കുറേ കാശുണ്ടാകുമ്പോ ഒരു ഓട്ടോ സ്വന്തമായി വാങ്ങണം. വീട്ടിലെ സാമ്പ ത്തിക ബാധ്യതകളൊക്കെ തീർക്കണം.” ശശികല അവളുടെ സ്വപ്ന ങ്ങളെപ്പറ്റി സംസാരിച്ചു.

പന്ത്രണ്ടാമത്തെ വയസിൽ സൈക്കിളിൽനിന്ന് വീണ് കൈയൊടി ഞ്ഞതോടുകൂടി എല്ലാ ഡ്രൈവിംഗ് പരിശ്രമങ്ങളും ഒറ്റയടിക്ക് അവസാ

നിപ്പിച്ചതിന്റെ ഓർമ്മയിൽ എന്റെ ആത്മവിശ്വാസം ഇടിഞ്ഞുതാണു. ഓട്ടോയുടെ പതുപതുത്ത സീറ്റ് മുള്ളുപോലെ തറച്ചുകയറുന്നുണ്ടോ യെന്ന് ഞാൻ സംശയിച്ചു. ടൗണിലെത്തുന്നതുവരെ പിന്നീട് ഞങ്ങൾ ലോകകാര്യങ്ങളെപ്പറ്റിയാണ് സംസാരിച്ചത്.

അങ്ങനെ മൂന്നാഴ്ചക്കാലം. ഇതിനിടയിൽ പത്ത് ഓട്ടോയാത്രകൾ. സംസാരിച്ചുതീരാത്ത വിശേഷങ്ങൾ.. പതിനൊന്നാമത്തെ ഓട്ടോ സഞ്ചാ രത്തിനിടയിലാണ് ഞങ്ങൾ ജീവിതകാലം മുഴുവൻ ഒരുമിച്ചു യാത്രചെ യ്യാനുള്ള തീരുമാനമെടുക്കുന്നത്. പിന്നീടുള്ള ദിവസങ്ങളെ പകൽ സമ യത്തെ കൂടിക്കാഴ്ചകളിലൂടെയും രാത്രികളിലെ ദീർഘമായ മൊബൈൽ സംഭാഷണങ്ങളിലൂടെയും ഞങ്ങൾ അതിജീവിച്ചു. ഒരു ഓട്ടോക്കാരിയെ ജീവിതപങ്കാളിയായി തിരഞ്ഞെടുത്തത് എന്റെ മനസിന്റെ വിശാലതയാണ് വെളിവാക്കുന്നതെന്ന് അൽപ്പം അഹങ്കാരത്തോടെ വ്യംഗ്യമായി ഞാൻ സൂചിപ്പിച്ചപ്പോൾ പ്രണയം എന്ന മഹാമാന്ത്രികന്റെ ജാലവിദ്യ മാത്രമാണ് ആ തീരുമാനത്തിനു പിന്നിലുള്ളതെന്ന് ശശികല തിരിച്ചടിച്ചു. ഓട്ടോ സഞ്ചാരത്തിലെ ദുർഘടപാതകളെപ്പറ്റി മാത്രമല്ല, മനുഷ്യമനസിന്റെ അപ രിചിത വഴികളെപ്പറ്റിയും അവൾക്ക് നല്ല ധാരണയുണ്ടെന്ന തിരിച്ചറിവിൽ ഞാൻ പരുങ്ങി.

ഒരു ദിവസം എന്റെ പഴയൊരു ചങ്ങാതിയെ കാണാനായി ടൗണി ലേക്കിറങ്ങിയതായിരുന്നു ഞാൻ. പോകുംവഴി പറ്റുമെങ്കിൽ ശശികല യോട് അൽപ്പം സംസാരിക്കാമെന്ന് കരുതി ഞാൻ ഓട്ടോ സ്റ്റാൻഡിനടു ത്തേക്ക് ചെന്നു. അവളുടെ ഓട്ടോ സ്റ്റാൻഡിൽ കിടപ്പുണ്ട്. എന്നാൽ, ഞാൻ വന്നതോ തൊട്ടെതിർവശത്തുള്ള വെയിറ്റിംഗ് ഷെഡിൽ നിൽക്കുന്നതോ ഒന്നുമറിയാതെ ശശികല തൊട്ടുമുമ്പിലെ ഓട്ടോയിലെ ഡ്രൈവറുമായി ഭയങ്കര സംസാരത്തിലാണ്. മുമ്പ് പലതവണ ഞാനിവിടെ വരുമ്പോഴും ശശികല അയാളുമായി വർത്തമാനങ്ങളിലും പൊട്ടിച്ചിരിയിലും മുഴുകി നിൽക്കുകയായിരുന്നുവെന്ന് ഒരു വല്ലായ്മയോടെ ഞാനോർത്തു. ഞാൻ ചുറ്റുപാടും നിരീക്ഷിച്ചു. എങ്ങും ഓട്ടോ ഡ്രൈവർമാരുടെ കലപില സംസാരവും വാഹനങ്ങളുടെ ഇരമ്പിയാർക്കലുകളും. മടുപ്പിക്കുന്ന കാക്കി നിറത്തിന്റെ ഒരു കടൽ ആയിട്ടുണ്ടിപ്പോൾ ഓട്ടോ സ്റ്റാന്റ്. പരുപരുത്ത ഡ്രൈവർക്കുപ്പായത്തിനുള്ളിൽ ശശികല പുരുഷത്വമാർജ്ജിച്ചതുപോലെ തോന്നിച്ചു. ശുഷ്കിച്ച കോലൻ മുടിയും ജിമിക്കികളും ഒഴിവാക്കിയാൽ അവളുടെയീ രൂപം പെണ്ണിന്റെ എന്തടയാളങ്ങളാണ് വഹിക്കുന്നത്? ഇക്കഴിഞ്ഞ പ്രണയനാളുകളിൽ ഒരിക്കൽപ്പോലും എന്നെ അലട്ടാതിരുന്ന ഈ വിചാരങ്ങളൊക്കെ ഇപ്പോൾ കടന്നുവരുന്നതെന്തെന്ന് ഞാൻ അമ്പരന്നു. ഞാൻ വീണ്ടും ശശികലയിൽത്തന്നെ നോട്ടമുറപ്പിച്ചു. അവ ളെന്തോ തമാശ പറഞ്ഞ് ഉറക്കെച്ചിരിച്ചുകൊണ്ട് അടുത്തുനിന്ന ഒരു ഡ്രൈവർ ചെക്കന്റെ തോളിൽ ആഞ്ഞടിക്കുന്നത് ഞാൻ കണ്ടു. അവ ളുടെ ബലിഷ്ഠങ്ങളായ കൈകളിലെ ഉറച്ച പേശികളിലേക്ക് ഞാൻ ആശ ങ്കയോടെ നോക്കി. ഇത്രയുംകാലം അവളുടെ മുഖസൗന്ദര്യത്തെപ്പറ്റിയും

ശരീരത്തിന്റെ അഴകളവുകളെപ്പറ്റിയും മാത്രമേ ഞാൻ ചിന്തിച്ചിരുന്നുള്ളൂ വെന്ന വെളിപാടിൽ ഞാനൊരിക്കൽക്കൂടി നടുങ്ങി.

ശശികലയുടെ കണ്ണിൽപ്പെടാതെ ഞാൻ പെട്ടെന്ന് റോഡ് ക്രോസ് ചെയ്ത് തിരിഞ്ഞുനടന്നു. എന്റെ ദേഹം വിയർപ്പിൽ മുങ്ങിയിരുന്നു. റോഡരികിലെ കടയിൽനിന്ന് ഞാൻ രണ്ടു ഗ്ലാസ്സ് സോഡാനാരങ്ങാ വെള്ളം വാങ്ങിക്കുടിച്ചു. എന്നിട്ടും ഒരിക്കലും ശമിക്കാത്ത ഒരു വെപ്രാളം എന്റെ തൊണ്ടയിൽ ബാക്കിയായി.

ഞാൻ വിളിക്കാഞ്ഞതിനാലാകണം, ശശികല രാത്രിയിൽ രണ്ടു മൂന്നു തവണ എന്നെ മൊബൈലിൽ വിളിച്ചു. എന്റെ മനസാകെ കുഴഞ്ഞുമറിഞ്ഞു കിടക്കുകയായിരുന്നതിനാൽ ഞാൻ മൊബൈൽ സ്വിച്ചോഫ് ചെയ്തിട്ട് ഉറങ്ങാൻ കിടന്നു. പരുക്കൻ കാക്കിക്കുപ്പായമണിഞ്ഞ, ലിംഗഭേദമില്ലാത്ത ഒരുപറ്റം ഓട്ടോഡ്രൈവർമാർ എന്റെ സ്വപ്നത്തിലേക്ക് തിക്കിത്തിരക്കി വന്നു. അക്കൂട്ടത്തിൽനിന്നും ശശികലയെ കണ്ടെത്താൻ വിഫലമായി പരിശ്രമിക്കുകയായിരുന്നു ഞാൻ. അബോധത്തിൽ തോൽവിയുടെ കയ്പ് അറിഞ്ഞുകൊണ്ട് ഞാൻ പലതവണ ഞെട്ടിയുണർന്നു. നേരംവെളുക്കുംമുമ്പ് ഞാൻ ശശികലയെ മൊബൈലിൽ വിളിച്ചു.

"എനിക്ക് നിന്നെ അത്യാവശ്യമായി ഒന്നു കാണണം. പത്തുമണിക്ക് ഞാനവിടെ വരും."

ഞാൻ സ്റ്റാൻഡിലെത്തുമ്പോൾ ശശികല ഓട്ടോയുമായി അവിടെ കാത്തുനിൽക്കുന്നുണ്ടായിരുന്നു. എന്റെ വീർത്ത കൺപോളകളും അസ്വസ്ഥമായ ചലനങ്ങളും കണ്ടിട്ടാവണം ശശികല ഒന്നും ചോദിക്കാതെ ഓട്ടോ സ്റ്റാർട്ട് ചെയ്തു. ആ യാത്രക്കിടയിലും എത്രമാത്രം ഉല്ലാസത്തോടെയാണ് അവൾ ഡ്രൈവ് ചെയ്യുന്നതെന്ന് ഞാൻ ശ്രദ്ധിച്ചു. അവളുടെ സന്തോഷം പെരുകി പെരുകി നേർത്തൊരു ചൂളംവിളിയിലെത്തിയപ്പോഴേക്കും ഞാൻ ഇടപെട്ടു.

"നിർത്ത്." അസഹ്യതയോടെ ഞാൻ പറഞ്ഞു.

"നമുക്കൽപ്പം സംസാരിക്കാം." ശശികല ഓട്ടോയിൽ നിന്നിറങ്ങിയിട്ട് ഒരു ചോദ്യഭാവത്തോടെ എനിക്കഭിമുഖമായി നിന്നു.

"ശശികലേ." ഞാൻ ബുദ്ധിമുട്ടോടെ വിഷയത്തിലേക്ക് കടന്നു.

"വിവാഹശേഷവും ഓട്ടോ ഓടിക്കൻ തന്നെയാണോ നിന്റെ തീരുമാനം? നമുക്ക് ബുദ്ധിമുട്ടില്ലാതെ ജീവിച്ചാൽ പോരേ?"

ഞാൻ മടിച്ചുമടിച്ച് തുടർന്നു. "ഡ്രൈവിംഗ് നിന്റെ ജീവിതമാർഗമായിരിക്കാം. എന്നാൽ അത്... അത് ശരിയാകില്ല."

"ജീവിതമാർഗമല്ല, ജീവിതംതന്നെയാണത്"– ശശികല പ്രതികരിച്ചു.

"ജീവിതത്തിൽനിന്നും ജീവിതത്തെ എടുത്തുമാറ്റിയാൽ പിന്നെ ബാക്കിയാകുന്നതെന്ത്?"

ശശികല മ്ലാനമായ മുഖത്തോടെ, എന്നാൽ ഉറച്ച ശബ്ദത്തോടെ തുടർന്നു.

"പൂജ്യം! പെട്രോൾഗന്ധമില്ലാത്ത പുതിയ ദൂരങ്ങളുടെയും വേഗങ്ങളുടേയും പാരസ്പര്യമില്ലാത്ത, അപരിചിതമായ വഴികളും ലക്ഷ്യവുമില്ലാത്ത ശശികലയുടെ ജീവിതത്തിൽ പിന്നെ ശേഷിക്കുന്നത് വലിയൊരു പൂജ്യം മാത്രം."

എന്റെ മൗനത്തിനുമേലെ പൊട്ടിത്തെറിപോലെ അവളുടെ ശബ്ദം വന്നു വീണു.

"അതിനു ശശികല ഒരുക്കമല്ല."

ഞാൻ അവിശ്വസനീയതയോടെ അവളെ നോക്കി. ഇത് ശശികല തന്നെയോ? അവളുടെ കണ്ണുകളിലെ നിശ്ചയദാർഢ്യത്തിനുനേരെ പുറം തിരിഞ്ഞ് ഞാൻ നിശ്ചലനായി നിന്നു. പിന്നിൽ അവളുടെ ഓട്ടോ സ്റ്റാർട്ട് ചെയ്യുന്ന ശബ്ദം കേട്ടു.

ഈ സംഭവങ്ങൾ അത്രയും അവയുടെ സൂക്ഷ്മാംശങ്ങൾ ചോർന്നുപോകാതെ ഞാൻ ജയകൃഷ്ണനോട് പറഞ്ഞു. ഒരു ഓട്ടോക്കാരിയുടെ ഭർത്താവാകുന്നത് കുറച്ചിലല്ലേ? പ്രേമിക്കാനും കല്യാണം കഴിക്കാനുമൊക്കെ വീട്ടിനുള്ളിൽ അടങ്ങിയൊതുങ്ങി കഴിയുന്ന ഒരു പെണ്ണുതന്നെയല്ലേ നല്ലത്? ശശികലയുമായുള്ള ബന്ധത്തിൽനിന്ന് ഒഴിവാകുന്നതിനും അതേസമയം എന്റെ പുരോഗമന ജാടകൾ നിലനിർത്തുന്നതിനും എന്താണ് മാർഗം? വേവലാതിയോടെ ഞാൻ അവനോട് ചോദിച്ചു.

ജയകൃഷ്ണൻ പുരികം മേലോട്ടുയർത്തി താടിക്കു കൈകൊടുത്ത് രണ്ടുമിനിട്ടുനേരം ചിന്തിച്ചിരുന്നു. പിന്നീടവൻ താടിയിൽനിന്നും കൈയെടുത്ത് എന്നെ നോക്കി സാവധാനം പുഞ്ചിരിച്ചു. ചിരപരിചിതമായ അവന്റെ ആ ഭാവമാറ്റത്തിൽനിന്നറിയാം എന്റെ പ്രശ്നത്തിനുള്ള ഏറ്റവും പ്രായോഗികമായ പോംവഴി കണ്ടെത്തിക്കഴിഞ്ഞുവെന്ന്. അത് കേൾക്കാനായി ഞാൻ ഉദ്വേഗത്തോടെ കസേരയിൽ നിവർന്നിരുന്നു.

വെയിൽ, മഴ, മുസ്തഫ etc

ഷാജികുമാർ പി വി

മുസ്തഫ എന്ന അഞ്ചാംക്ലാസുകാരൻ ചീരക്കെട്ടുമായി സൈക്കിൾ ചവിട്ടുമ്പോൾ മധ്യാഹനവെയിൽ മരത്തണലിൽ ഇരിക്കുകയും ഉടനെതന്നെ പുറത്തേക്ക് എഴുന്നേറ്റ് വരുകയും ചെയ്യുന്നുണ്ടായിരുന്നു. വെയിലിന്റെ ഒളിച്ചുകളിയിൽ രസംപൂണ്ട് മുസ്തഫയ്ക്ക് ശ്രദ്ധതെറ്റുകയും ചെമ്പരിക്കയിലെ ചെമ്മൺറോഡിലെ കുഴികളിൽ സൈക്കിൾ ഇടയ്ക്കിടെ പോവുകയുമുണ്ടായി. ഉപ്പ മമ്മൂഞ്ഞി പനിയായതുകൊണ്ട് ചീര വിൽക്കാൻ മുസ്തഫയെ ഏൽപ്പിക്കുകയായിരുന്നു. ഭാര്യ കണ്ടത്തിൽനിന്ന് പറിച്ചുകൊണ്ടുവന്ന് കെട്ടുകെട്ടുകളാക്കിയ ചീരകൾ സൈക്കിളിന്റെ കാരിയറിൽ കെട്ടുമ്പോൾ മമ്മൂഞ്ഞിക്ക് ചെറുതല്ലാത്ത പരിഭ്രമം ഉണ്ടായിരുന്നു. "മനസിന് ഉറപ്പില്ലാത്ത ചെക്കനാണ് എന്തെങ്കിലും ബഹിടത്തരം കാട്ടിക്കൂട്ട്വോ...!" അടുത്തനേരം അയാൾ സ്വയം സമാധാനം വരുത്തി. "കിട്ടുന്നത് കിട്ടട്ടെ. അങ്ങനെയെങ്കിലും അവൻ എന്തെങ്കിലും പഠിക്കട്ട്. കണക്ക് കൂട്ടാനോ നഷ്ടപ്പെടാനോ പറ്റിക്കപ്പെടാനോ വർത്തമാനം പറയാനോ വിഷമിപ്പിക്കാനോ ചിരിക്കാനോ അങ്ങനെ എന്തെങ്കിലും...."

"ചീരക്കെട്ട് വിൽക്കാൻപോവണം" എന്ന് ഉപ്പ പറഞ്ഞപ്പോൾ "മുസ്തഫേ, നിന്നോടാണ്" എന്ന് തന്റെയുള്ളിൽനിന്ന് ഒരാൾ അഭിമാനത്തോടെ മുസ്തഫയോട് പറഞ്ഞു. അവൻ സൈക്കിൾ സ്റ്റാന്റിൽനിന്നിറക്കി. ചീര വിൽക്കാൻ ഉപ്പകൊണ്ടുപോവുന്നതൊഴിച്ചാൽ അത് മുസ്തഫയുടെ സ്വന്തം സൈക്കിളായിരുന്നു. തെളിഞ്ഞ ആകാശത്തിന്റെ നിറമായിരുന്നു മുസ്തഫയുടെ സൈക്കിളിന്. ആകാശം കീറിയെടുത്തതുപോലെ മഡ്ഗാർഡുകളും മറ്റും നീലയിൽ കുളിച്ചുകിടന്നു. വീലിന്റെ കമ്പികളിൽ, ഉപേക്ഷിച്ച സ്ട്രോകളിട്ട് നിറംവരുത്തിയിരുന്നു. ഹാൻഡിലിന്റെ അറ്റത്ത് ഓഡിയോ കാസറ്റിന്റെ ഓല സമമായി മുറിച്ച് മുടിപോലെ ഫിറ്റ് ചെയ്തിട്ടുണ്ടായിരുന്നു. ഉമ്മയുടെ വേവലാതിയുടെ വേലിക്കെട്ടുകളും കടന്ന് സൈക്കിൾ പറപ്പിച്ചു മുസ്തഫ. ഇടയ്ക്കിടെ "ചീര.... ചീരേയ്..." എന്ന് വിളിച്ചുകൂകി. എല്ലായ്പ്പോഴും ലോകത്തെ വിഴുങ്ങാനെന്നപോലെ മുസ്തഫ വാ തുറന്നു പിടിച്ചിരിക്കും. സൈക്കിളിന് വേഗം വച്ചപ്പോൾ മുസ്തഫ വിഴുങ്ങിയ ലോകം കാണാൻ മഴപ്പാറ്റകൾ, നങ്ങീച്ചകൾ, ചലുമ്പുകൾ, വെള്ളപ്രാണികൾ മുസ്തഫയ്യുടെ വായിലേക്ക് വന്നു. വായ കയ്ക്കുമ്പോൾ അവനവയെ പുറത്തേക്ക് തുപ്പി.

ഉച്ചവെയിലിന്റെ കളിയിൽ മനസ്സ് തെറ്റിയെങ്കിലും ഉപ്പയുടെ ചീര വിൽപ്പനക്കാരന്റെ കുപ്പായം അവൻ ആവുംവിധം എടുത്തിട്ടു. ചീര വേഗം വിറ്റുതീർന്നു. കിട്ടിയ കാശ് പക്ഷേ, ഉമ്മ പൊരിവെയിലത്ത് പുറംവേദന വകവയ്ക്കാതെ ഏറെനേരത്തോളം ചീര പറിച്ചതിന്റെ കാലിലൊരംശം പോലും ആയില്ല എന്ന് മുസ്തഫക്ക് അറിയില്ലായിരുന്നു. അത് പാന്റ്സിന്റെ ഇടത്തേക്കീശയിലിട്ട് ചെമ്പരിക്ക സ്കൂളിലേക്ക് അവൻ തന്റെ ആകാശക്കീറ് തിരിച്ചു. വെയിൽ കുന്നിനപ്പുറത്തേക്ക് ആരെയോ കണ്ടുപിടിക്കാനെന്നപോലെ പോയിരുന്നു ആ സമയം. തണലിന്റെ നേർത്ത ഇരുട്ട് എല്ലായിടത്തും പടർന്നിരുന്നു. സൈക്കിൾ ചവിട്ടുന്നതിനിടയിൽ വെറുതെ ഒന്ന് തിരിഞ്ഞുനോക്കിയപ്പോൾ മുസ്തഫ കണ്ടു, ഭീമാകാരനായ ഒരു ഭൂതത്തെപ്പോലെ വെയിൽ കുന്നിറങ്ങിവരുന്നത്, വെളിച്ചം തിരപോലെ ഇളകിവരുന്നത്. തന്നെ തോൽപ്പിക്കാതിരിക്കാൻ മുസ്തഫ സൈക്കിൾ നിന്നുകൊണ്ട് ചവിട്ടി, സ്കൂൾ ഗ്രൗണ്ടിലെത്തുമ്പോഴേക്കും വെയിൽ അവനെ കടന്നുവെച്ചിരുന്നു.

സ്കൂളിൽ ഏഴാംതരംവരെയുള്ള കുട്ടികൾക്കായുള്ള കഥാക്യാമ്പ് നടക്കുകയായിരുന്നു. മുസ്തഫയെത്തും നേരം കുട്ടികൾ രണ്ടോ മൂന്നോ കൂട്ടം ചേർന്ന് കഥയുണ്ടാക്കുന്ന തിരക്കിലായിരുന്നു. അവസാനത്തെ ചീരക്കെട്ട് പാചകമൊരുക്കുകയായിരുന്ന ഗോപികടീച്ചറെ ഏൽപ്പിച്ചു. കാശ് കൊടുക്കുംനേരം "മുസ്തഫേ വേണമെങ്കിൽ അവരൊപ്പമിരുന്ന് ഒരു കഥയെഴുതിക്കോടാ..." എന്ന് പറഞ്ഞു ടീച്ചർ. മുസ്തഫ കോസ്മോസ്പൂവു

പോലെ വിടർന്ന് ചിരിച്ചു. കല്ലുകൾ പെറുക്കിയെടുത്ത് അരി വെള്ളത്തിലിട്ട് ഗോപിക ടീച്ചർ മുസ്തഫയിൽനിന്ന് പിന്മാറി. വാളാൻ മരത്തണലിൽ സൈക്കിൾ സ്റ്റാന്റിലിട്ട് ക്ലാസ്മുറിയിൽചെന്നു. ഒളിച്ചുകളി നിറുത്തി വെയിൽ കാറ്റിനെ പിടിച്ച് ചെമ്പരിക്ക സ്കൂളിൽ നിലയുറപ്പിച്ചിരുന്നു അപ്പോഴേക്കും. കടലവിൽപ്പനക്കാരന്റെ വലിയ പൊതിപോലെ വെയിലിനെ ചുഴറ്റി ഗ്രൗണ്ടിലെ കാറ്റ്.

കുട്ടികൾ വാക്കുകൾകൊണ്ട് മുസ്തഫയ്ക്ക് സ്നേഹം കൊടുത്തില്ല. ചിലർ ഒന്ന് ചിരിച്ച്, ഒന്ന് നോക്കി, കഥയെഴുതാൻ തങ്ങൾ തിരഞ്ഞെടുത്ത വിഷയത്തിലേക്ക് ശിരസ്സ് താഴ്ത്തി, ജനൽപ്പടിയിൽ കൈവെച്ച് തല അഴികളിൽ മുട്ടിച്ചുവച്ച് മുസ്തഫ അവരെത്തന്നെ നോക്കിനിന്നു. “നീ ബുക്ക് എടുക്കാതെയാണല്ലേടാ ഇന്നലെ വീട്ടിലേക്ക് പോയത്, ഇന്നാ പിടി...” മനോജ് മാഷ് പിറകിൽവന്ന് നോട്ട് ബുക്കുകൊണ്ട് മുസ്തഫയെ തട്ടി. നോട്ട് ബുക്കും ബോക്സുംവാങ്ങി, മുസ്തഫ വീണ്ടും ക്ലാസ്മുറിയിലേക്ക് കണ്ണുകൾ അയച്ചു. “എന്താടാ കഥയെഴുതണോ നിനക്ക്...?” മുസ്തഫ മനോജ് മാഷിന് പൂർണമായും മുഖം കൊടുത്തു. മനോജ് മാഷ് ഒരു ചിരി ചിരിച്ച് കൂട്ടിച്ചേർത്തു. “പുസ്തകം ഉണ്ടല്ലോ... ബോക്സില് പെന്നും ഉണ്ട്. എവിടെയെങ്കിലും ഇരുന്ന് എഴുതിക്കോളിൻ. നിനക്കിഷ്ടമുള്ളത് കഥയാക്കിക്കോ...” മുസ്തഫയുടെ മുഖം വികസിച്ചു. വന്ന ഒരു മൊബൈൽ കോളിൽ മനോജ് മാഷ് വരാന്തയിൽ അങ്ങുമിങ്ങും നടക്കാൻ തുടങ്ങി. അവൻ മാഷിനെയും ക്ലാസ്മുറിയിലേക്കും മാറിമാറി നോക്കി. പെട്ടെന്നവൻ വരാന്തയിലെ തൂണിനോട് ചേർന്നിരുന്നു. നടരാജവിഗ്രഹത്തിന്റെ തെളിമയില്ലാത്ത ചിത്രമുള്ള തുരുമ്പുപിടിച്ച ടിൻബോക്സ് തുറന്നു. ക്ലിപ്പ് പൊട്ടിപ്പോയതുകൊണ്ട് അടപ്പും പെട്ടിയും വേറെവേറെയായി. അടപ്പിന്റെ ഉൾപ്പുറത്തിൽ കളർനെയിംസ്ലിപ്പുകൾ അടുപ്പിച്ചൊട്ടിച്ച് തുരുമ്പ് മറച്ചിരുന്നു. വെള്ളംകുടിയൻതണ്ടും പൂമ്പാറ്റയുടെ ചിറകുകളും തീപ്പെട്ടിച്ചിത്രങ്ങളുംകൊണ്ട് പെട്ടി നിറഞ്ഞിരുന്നു. ടോപ്പില്ലാത്ത പേന അതിൽനിന്നെടുക്കുമ്പോൾ ചിലതെല്ലാം നിലത്ത് വീണു. ബോക്സിലത് പെറുക്കിവെച്ച് അവൻ നോട്ട്ബുക്ക് തുറന്നു. ചാണകം തേച്ചപോലെയാണ് മുസ്തഫയുടെ നോട്ട്ബുക്കെന്ന് എല്ലാ അധ്യാപകരും ഏകാഭിപ്രായം ഉണ്ടാക്കിയിരുന്നു. മുസ്തഫ എഴുതുന്ന വാക്കുകൾ ഈ ലോകത്തിൽവെച്ച് മുസ്തഫക്ക് മാത്രമേ വായിക്കാൻ കഴിയുമായിരുന്നുള്ളൂ. മുസ്തഫ പകർത്തിയ ഒരു അക്ഷരവും അവർ പഠിപ്പിച്ച അക്ഷരങ്ങളുമായി ഒത്തുവന്നതേയില്ല. “മലയാളത്തിൽ സ്വന്തമായ അമ്പത്തിയൊന്ന് അക്ഷരങ്ങൾ ഉണ്ടാക്കിയ ആൾ” എന്ന ചോദ്യം ഉടനെ പി എസ് സി പരീക്ഷക്കുണ്ടാവുമെന്ന് മലയാളം പഠിപ്പിക്കുന്ന എലിസബത്ത് ടീച്ചർ ഇടയ്ക്കിടെ പറയാറുണ്ടായിരുന്നു. തന്റെ സ്വന്തം അക്ഷരങ്ങളിൽ

മുസ്തഫ ആകാശവും മഴയും കാറ്റും വെയിലും മഞ്ഞക്കിളിയും മറ്റും എഴുതിക്കൊണ്ടേയിരുന്നു.

പഴഞ്ചൊല്ലുകൾ എഴുതിയ പേജും കടങ്കഥയുടെ പേജും നമുക്ക് ചുറ്റുമുള്ള വസ്തുക്കളെ കുറിച്ചുള്ള പേജും മറിച്ച് ഒഴിഞ്ഞ പേജിലേക്ക് നോട്ട്ബുക്ക് രണ്ടായി മടക്കി തറയിൽവെച്ചു. തറയിൽ വലതു കൈ കുത്തി, ശിരസ്സിൽവെച്ച് പേന ഇടതുകൈയിൽ എഴുതാനായി പിടിച്ച് മുസ്തഫ കുനിഞ്ഞിരുന്നു. വെയിലത്ത് മഴപെയ്യാൻ തുടങ്ങിയിരുന്നു. കാറ്റിൽ മഴയുടെ സ്വർണത്തുള്ളികൾ ഇളകി. വരാന്തയിലേക്ക് കാറ്റിന്റെ കയർപിടിച്ച് മഴ മുസ്തഫയുടെ കഥയിലേക്ക് എത്തിനോക്കി. നോട്ട് ബുക്കിൽ 'കഥ' എന്ന് സ്വന്തം അക്ഷരത്തിൽ എഴുതാൻ തുടങ്ങുമ്പോൾ മുസ്തഫയുടെ കൈ വല്ലാതെ വിറച്ചു. ഉള്ളിൽ കഥകൾ കടൽപോലെ ഇരമ്പുന്നത് മുസ്തഫയറിയുന്നു. കടലിന്റെ വേലിയേറ്റത്തിൽ മുസ്തഫ തൂണിലേക്ക് ചരിഞ്ഞുപോയി. തല തൂണിൽ മുട്ടി. വേദന സുയിപ്പി[1]ൽ മുഴച്ചുവന്നു. "മുസ്തഫോ... ഓ, മുസ്തഫോ..." ഉമ്മ വലിയ ഉച്ചത്തിൽ വിളിക്കുന്നത് മുസ്തഫ കേട്ടു. തട്ടിപ്പിടഞ്ഞെഴുന്നേറ്റു. വാർപൊട്ടിയ തന്റെ റബർ ചെരുപ്പെടുത്തിട്ടു. ബോക്സും നോട്ട്ബുക്കും കാരിയറിൽ വെച്ചു. നെഞ്ചിൽ ഇളകിമറിയുന്ന കടലും താങ്ങിപ്പിടിച്ച് അവൻ സൈക്കിളിൽ കയറി ചവിട്ടിവിട്ടു. വെയിലത്തെ മഴ മുസ്തഫയുടെ മൊട്ടത്തലയിൽ അസ്ത്രങ്ങളായി എയ്യപ്പെട്ടുകൊണ്ടിരുന്നു. മുസ്തഫയുടെ വരണ്ട മുഖത്തിലൂടെ മഴ ഇഴപിരിഞ്ഞ ഞരമ്പുകളായി താഴേക്ക് പടർന്നു.

ചെമ്പരിക്ക ജംഗ്ഷനിൽനിന്ന് ഇടതുവശത്തെ കുന്നിൻമുകളിലേക്ക് സൈക്കിൾ മുസ്തഫയെ കൊണ്ടുപോയി. പെരുമ്പാമ്പ് ഉപേക്ഷിച്ച ഉപ്പീലി[2] പോലെ വളഞ്ഞു തിരിഞ്ഞ വഴിയിലൂടെ മുസ്തഫയുടെ ആകാശക്കീറ് മേൽപോട്ട് പോയിക്കൊണ്ടിരുന്നു. കുന്നിന്റെ ഉച്ചിയിലെത്തുമ്പോൾ മഴ വല്ലാതെ കനത്തിരുന്നു. വെയിലും. വെളിച്ചത്തിന്റെ നിറഞ്ഞ മഞ്ഞയിൽ മഴത്തുള്ളികൾ കല്യാണത്തിനുള്ള തോരണങ്ങളായി മാറുന്നത് മുസ്തഫ കണ്ടു. പുല്ലാഞ്ഞിമരങ്ങൾ ഇടതൂർന്ന് കിടക്കുന്നതിനു മുന്നിലെ മൺതിട്ടയിൽ രണ്ട് കുറുക്കന്മാർ കീഴ്പോട്ട് നോക്കിയിരിക്കുന്നുണ്ടായിരുന്നു. അസംഖ്യം കുറുക്കന്മാരും കുഞ്ഞുങ്ങളും അവയെത്തന്നെ നോക്കിക്കൊണ്ട് അങ്ങിങ്ങായി ഇരിക്കുന്നുണ്ടായിരുന്നു. മുസ്തഫ പിന്നെയും കണ്ടു: കുളിച്ചുകുളിച്ചു കൊക്കായി വെളുത്ത കാക്ക, നേരെ വാലുള്ള നായ, അമരത്തടത്തിൽ ഇരിക്കുന്ന അരണ-പഴഞ്ചൊല്ലുകളിലെ ആശ്ചര്യത്തിനും ചോദ്യത്തിനും ഉത്തരങ്ങളുണ്ടാവുന്നത് നേരിൽക്കണ്ട് മുസ്തഫക്ക് വീർപ്പുമുട്ടി. കൊക്കായ കാക്ക മരക്കൊമ്പിലിരുന്ന് ലോകത്തെ നോക്കി. അമരത്തടത്തിലിരുന്ന അരണ അതിന്റെ ഒടുക്കത്തെ മറവിക്കുള്ള മരുന്ന് ആലോചിച്ചു. നേരെവാലുള്ള നായ തെറ്റിന്റെ ഗതിയറി

യാൻ ചെവികൂർപ്പിച്ചു. മുസ്തഫയെയോ മുസ്തഫയുടെ ആകാശക്കീറിനെയോ അവ കണ്ടില്ല.

എടലമരത്തിന് കീഴിലേക്ക് സൈക്കിളുരുട്ടിവെച്ച് അവൻ നിന്നു.

ജംബുകന്മാരുടെ കൂട്ടത്തിൽനിന്ന് പ്രായമേറിയ ഒന്ന് മൺതിട്ടയുടെ മുന്നിലേക്ക് എഴുന്നേറ്റുവന്നു. കിഴക്കോട്ടേക്ക് തിരിഞ്ഞ് അത് ഇടതുകാൽകൊണ്ട് മണ്ണുമാന്തി. നക്ഷത്രചിഹ്നത്തിൽ ഒരു കുഴിയുണ്ടാവുംവരെ അത് മണ്ണുമാന്തൽ തുടർന്നു. അനന്തരം ഇടതുകാൽ കുഴിയിൽ തന്നെ വെച്ച് അത് ദീർഘമായി ഒന്ന് ഓരിയിട്ടു. മരിച്ച ദു:ഖത്താലുള്ള മനുഷ്യവിലാപം പോലെയുണ്ടായിരുന്നു അതിന്റെ ഓരിയിടൽ. പൊടുന്നനെ മൺതിട്ടയിലെ രണ്ട് കുറുക്കന്മാരും വൃദ്ധ ജംബുകനെ അനുകരിച്ച് കിഴക്കുവശത്തേക്ക് തിരിഞ്ഞ് ഇടതുകാൽകൊണ്ട് നക്ഷത്രക്കുഴി ഉണ്ടാക്കി മനുഷ്യവിലാപംപോലെ ഓരിയിട്ടു.

മഴ സാവധാനത്തിലായി. വൃദ്ധജംബുകൻ നക്ഷത്രക്കുഴിയിൽനിന്ന് കാലെടുത്ത് കുറുക്കന്മാർക്കഭിമുഖമായി നിന്നു. നിശ്ശബ്ദത വെയിലിട്ടു അവിടം. ഇടറുന്ന ഒച്ചയിൽ അത് പറയാൻ തുടങ്ങി. "എത്ര നാളുകൾക്കുശേഷമാണ് ഒരു വെയിലും മഴയും നമ്മളെ തേടിവരുന്നത്. ഒന്നിച്ചുവരുന്ന ഓരോ വെയിൽമഴയും നമ്മുടെ വർഗത്തിന്റെ കൂട്ടുചേരലിനുള്ള നിമിത്തമായിരുന്നു എല്ലാ കാലത്തും. എന്തോ ഇന്ന് എനിക്ക് വല്ലാത്ത പേടിതോന്നുന്നു. നമ്മെപ്പറ്റിയല്ല, മനുഷ്യരെക്കുറിച്ചോർത്ത്..." വൃദ്ധജംബുകൻ തെല്ലിട മൗനത്തിൽ പൂണ്ടു. അതിന്റെ ശിരസ്സ് ഇടതുവശത്തേക്ക് വിറച്ചു. കഴുത്തിലെ ചാരരോമങ്ങൾ എഴുന്നുനിന്നു. കുറുക്കൻ പറയുന്നത് തനിക്ക് കേൾക്കാൻ കഴിയുന്നുവെന്ന് മുസ്തഫയറിഞ്ഞു. എടലമരത്തിന്റെ കീഴ്ക്കൊമ്പിൽ അവൻ കൈ ആശ്ചര്യത്താൽ മുറുക്കി. കൊക്കായ കാക്കയും വാല് നേരെയായ നായയും അമരത്തടത്തിലെ അരണയും വൃദ്ധജംബുകനെത്തന്നെ നോക്കി. "എല്ലാ കാലത്തും നമ്മൾ അങ്ങനെത്തന്നെയായിരുന്നു. നമ്മുടെ ജീവിതത്തിനുമപ്പുറം അവരുടെ ജീവിതമായിരുന്നു നമുക്ക് ജീവിതം. അവർക്കുവേണ്ടിയായിരുന്നു ദൈവം നമ്മെ സൃഷ്ടിച്ചത്. കാലത്തെ പിടിക്കാൻ മരണപ്പാച്ചിലെടുക്കുമ്പോൾ നമ്മളെ കാണാൻ അവർക്ക് സമയമെവിടെ...!" വൃദ്ധജംബുകൻ കുനിഞ്ഞിരുന്ന് മണ്ണിൽ ശിരസ്സ് ചായ്ച്ചു. വാർധക്യത്തിന്റെ ക്ഷീണം അതിന്റെ ചലനങ്ങളിൽ പ്രകടമായിരുന്നു. കിതപ്പ് കടൽക്കാറ്റുപോലെ ഉയരുന്നുണ്ടായിരുന്നു. കണ്ണുകളിൽ വെള്ളപ്പാട നേർത്തൊരു മഞ്ഞുപാളിപോലെ വന്ന് കാഴ്ച മറച്ചിരുന്നു. നീണ്ടചെവികൾ ഭൂമി പറ്റിക്കിടന്നിരുന്നു. മഴ ഇല്ലാതായി. വെയിൽ പോകാൻ തുടങ്ങിയിരുന്നു. അങ്ങിങ്ങായി ഇരുന്നിരുന്ന കുറുക്കന്മാർ എഴുന്നേറ്റു. മൺതിട്ടയിലെ കുറുക്കന്മാരെ ഒന്ന് വലംവെച്ച് അതെല്ലാം ഒന്നിച്ച് ഓരിയിട്ടു. അനന്തരം അവയെയും കൂട്ടി കുറു

ക്കന്മാർ മലയുടെ മറുഭാഗത്തുകൂടി താഴേക്കിറങ്ങാൻ തുടങ്ങി. വൃദ്ധജംബുകൻ എഴുന്നേറ്റു. ഇളംകാറ്റ് വന്ന കാട്ടുവള്ളിയിലകളിലെ മഴ പെയ്യിച്ചു. വൃദ്ധജംബുകൻ കൊക്കായ കാക്കക്കും വാല് നേരെയായ നായക്കും അമരത്തടത്തിലെ അരണക്കും അടുത്തുവന്നു. "നിങ്ങൾക്ക് നിങ്ങളുടെ കൂട്ടത്തിൽ ചേരാൻ ഇനിയൊരിക്കലും കഴിയില്ലെന്ന് എനിക്കറിയാം. കൂട്ടു തെറ്റി മേഞ്ഞവന് തിരിച്ചുപോക്ക് സാധ്യമല്ല കൂട്ടരേ... കാലത്തിന്റെ വിധിയാണത്..." കുറുക്കന്മാർ നടത്തം നിറുത്തി വൃദ്ധജംബുകനെ നോക്കി. "സാധ്യമെങ്കിൽ നിങ്ങൾക്ക് ഞങ്ങൾക്കൊപ്പം വരാം. ഞങ്ങൾ നിങ്ങളോടും പങ്കുവെക്കാം..." മൂന്നിന്റെയും നോട്ടത്തിൽ വല്ലാത്ത ദൈന്യത നിറഞ്ഞിരുന്നു. വൃദ്ധജംബുകൻ ആകാശം നോക്കി: മനുഷ്യന്റെ വിധി എന്താണെന്ന് പ്രവചിക്കാൻ എനിക്ക് കഴിയില്ല. എങ്കിലും അവരുടെ ജീവിതം നേരെയാക്കുന്ന ഒരു തെളിച്ചം ഞാൻ കാണുന്നു. ഇന്ന് രാത്രി മുഴുവനാകുന്ന നേരത്ത് ഈ മലയുടെ അടിഭാഗത്തെ പൂവംമരത്തിനു കീഴിൽ നക്ഷത്രങ്ങളെ പെറുക്കിയെടുക്കുന്ന ഒരു വയസനെ കാണാം. നക്ഷത്രങ്ങളെ സഞ്ചിയിലാക്കി മടങ്ങുംനേരം പൂവംമരത്തിന്റെ രണ്ടാമത്തെ ശാഖിയുടെ ആദിസ്ഥാനത്ത് മരംകൊത്തി ചാപ്പൻ ഉണ്ടാക്കിയ ഓട്ടയിൽ അയാൾ ഒരു ചെമ്പുതകിട് വെക്കും. അതിൽ എഴുതിവെച്ചിട്ടുണ്ട് മനുഷ്യർക്കുവേണ്ടിയുള്ള ഉത്തരം. ഇത് കാലങ്ങൾക്കു മുമ്പേയുള്ള വെളിപാടാണ്. ഓരോ വെയിൽമഴയിലും മരണത്തോട് ഏറ്റവും ഒട്ടിനിൽക്കുന്ന ഒരു ജംബുകന് ദൈവം അവസാനമായിത്തരുന്ന വെളിപാട്..." വൃദ്ധജംബുകൻ അടുത്ത നിമിഷം മരുത് മരത്തിനുനേരെ പാഞ്ഞടുക്കുകയും തന്റെ ശിരസ്സ് മരുത് മരത്തിൽ ശക്തിയിൽ അടിക്കുകയും മരണത്തിലേക്ക് തെറിച്ചുവീഴുകയും ചെയ്തു. മറ്റുള്ളവ വൃദ്ധജംബുകന് ചുറ്റും കൂടി. കുറച്ചുനേരം അതിനെ നോക്കിനിന്നു. ഒരു ഓരിയിടലും ഉണ്ടായില്ല. അനന്തരം കാക്കയെയും നായയെയും അരണയെയും കൂട്ടി മലയിറങ്ങി. "കാലത്തെ അറിയുന്ന ഒന്നിനും നിൽനിൽപ്പില്ല..." ഒരു കുറുക്കൻ പറഞ്ഞു. എല്ലാം ഒഴിഞ്ഞുപോയി, കുന്നിൻപുറം ശൂന്യമായ മനസ്സ് പോലെയായി. നരച്ച മഞ്ഞ് വീണുതുടങ്ങിയിരുന്നു. ഇരുട്ടിന് കനംവെച്ച് വൃദ്ധജംബുകനടുത്തേക്ക് വന്നു മുസ്തഫ. ആരെയോ പ്രതീക്ഷിക്കുന്നതു പോലെയായിരുന്നു അതിന്റെ കിടത്തം. മരുത് മരത്തിന്റെ ഇലകൾ അതിന്റെ ഉടലിലങ്ങിങ്ങായി വീണിരുന്നു.

ആകാശക്കീറുമെടുത്ത് താഴേക്കിറങ്ങുമ്പോൾ മുസ്തഫക്ക് യാതൊരു പരിഭ്രമവുമുണ്ടായില്ല. അവൻ ഇടയ്ക്കിടെ ചൂളംവിളിച്ചു. പൂവംമരത്തിനടുത്തെത്തിയപ്പോൾ അവൻ നിന്നു. അതിന്റെ കീഴിൽ നക്ഷത്രങ്ങൾ ചിതറിക്കിടക്കുന്നത് കണ്ട് മുസ്തഫക്ക് വിശ്വസിക്കാനായില്ല. കണ്ണുകൾ കളവു പറയുന്നതായി അവന് തോന്നി. പൂവംമരത്തിനു കീഴിൽ

നക്ഷത്രങ്ങൾകൊണ്ട് ഒരു തടാകം ഉണ്ടാക്കിയതുപോലെയായിരുന്നു. താരശോഭയിൽ പൂവംമരം വെളിച്ചത്തിന്റെ മരമായി. മുസ്തഫ നാർച്ചിക്കാടിനടുത്ത് കാത്തുനിന്നു. മലയെ രാത്രി പൂർണമായി മൂടിയ നേരം നരച്ചതാടിയുള്ള ഒരു വൃദ്ധൻ ഒരു ചെറുസഞ്ചിയുമായി ഏതോ വഴിയിലൂടെ അവിടേക്ക് വന്നു. താമസിയാതെ അയാൾ നക്ഷത്രങ്ങളൊന്നൊന്നായി എടുത്ത് സഞ്ചിയിലിട്ടു. ഓരോ നക്ഷത്രമിടുമ്പോഴും സഞ്ചി വലുതായി വന്നു. നക്ഷത്രങ്ങളെല്ലാം സഞ്ചിയിലാക്കി, മരത്തോലുകൊണ്ടുള്ള തന്റെ അരപ്പട്ടിയിൽ വെച്ചിരുന്ന ചെമ്പുതകിട് അയാൾ പൂവംമരത്തിന്റെ ഒന്നാമത്തെ ശാഖയിൽ മരംകൊത്തിച്ചാപ്പൻ ഉണ്ടാക്കിയ ഓട്ടയിൽവെച്ചു. ഉടനെത്തന്നെ വെളിച്ചത്തിന്റെ സഞ്ചിയുംകൊണ്ട് അയാൾ എവിടേക്കോ നടന്നകന്നു. അയാൾ ഈ നക്ഷത്രങ്ങളെക്കൊണ്ട് എന്തു ചെയ്യും? കുട്ടികൾക്ക് കളിക്കാൻ കൊടുക്കും? ഇരുട്ടത്ത് വിളക്കായി വെക്കും? ഉടുപ്പിൽ പതിപ്പിച്ച് നടക്കും? തന്റെ സ്വപ്നങ്ങളിലേക്ക് കൊണ്ടുവന്ന് സ്വപ്നങ്ങൾ നക്ഷത്രതുല്യമാക്കും? കൂട്ടിലടച്ച് പ്രദർശനത്തിന് വെക്കും?

സൈക്കിൾ നാർച്ചിക്കാടിൽ ചാരിവെച്ച് മുസ്തഫ പൂവംമരത്തിൽനിന്ന് വേഗം ചെമ്പുതകിട് എടുത്തു. അതിലെഴുതപ്പെട്ടതെന്താണെന്ന് ശ്രദ്ധയോടെ നോക്കി. ആശ്ചര്യമായിരുന്നു. അതിലെ അക്ഷരങ്ങൾ മുഴുവനും മുസ്തഫയുടെ സ്വന്തം അക്ഷരങ്ങൾ മാത്രമായിരുന്നു. മുസ്തഫയുടെ നോട്ട്ബുക്കിലെ ആർക്കും വായിക്കാനാവാത്ത ലിപികൾ ചെമ്പുതകിടിൽ നിരന്നുകിടന്നു. ഇടത്തേ ചൂണ്ടുവിരൽ ഓരോ അക്ഷരത്തിലും തൊട്ടുപോകുമ്പോൾ വാക്കുകളുടെ ചൈതന്യം തന്റെ ശരീരത്തിലേക്ക് വിടരുന്നത് മുസ്തഫ അറിഞ്ഞു. ആരും അനുഭവിക്കാത്ത രഹസ്യം ചെമ്പുതകിടിൽനിന്ന് കർണന്റെ കവചകുണ്ഡലങ്ങൾപോലെ മുസ്തഫയുടെ നെഞ്ചിനെ പറ്റിപ്പിടിച്ചു. ചെമ്പുതകിട് സ്വസ്ഥാനത്ത് വെച്ചു. പൂവംമരത്തിനു പിറകിലെ പൊന്തിനിൽക്കുന്ന വേരിനടിയിൽ ഒരു നക്ഷത്രം കിടപ്പുണ്ടായിരുന്നു. വൃദ്ധൻ സഞ്ചിയിലാക്കാൻ വിട്ടുപോയതാവണം. കൂട്ടിനൊന്നുമില്ലാതെ ഒറ്റയ്ക്ക് തന്റെ വിധിയുംകാത്ത് പൂവംമരത്തിന്റെ തണുപ്പു ഏറ്റുവാങ്ങി നക്ഷത്രം സ്വയം കത്തിക്കൊണ്ടിരുന്നു. മുസ്തഫ അതിനെ കൈയിലെടുത്തു. നക്ഷത്രം മുസ്തഫയുടെ കയ്യിൽ ഒരു കിരുകിരുപ്പുണ്ടാക്കി. അവനതിനെ ഷർട്ടിന്റെ കീശയിലിട്ടു. വെളിച്ചത്തിന്റെ മനുഷ്യനായി മാറി മുസ്തഫ. സൈക്കിളുമെടുത്ത് വീണ്ടും മലമുകളിലെത്തി. ആകാശത്തിനെ ഏറ്റവും എളുപ്പത്തിൽ മൂടുന്ന ഒരു പാറക്കല്ലിൽ അവൻ കയറിനിന്നു. കീശയിൽനിന്ന് നക്ഷത്രത്തെയെടുത്ത് ഇടതു കൈവെള്ളയിൽ ആകാശത്തിന് നീട്ടിപ്പിടിച്ചു. കൈവെള്ളയിലെ നക്ഷത്രം ആകാശത്തേക്ക് വെളിച്ചപ്പെട്ടു. പൊടുന്നനെ ആകാശത്തിലെ

നക്ഷത്രങ്ങൾ ഒന്നാകെ ഇറങ്ങിവന്ന് അവന്റെ കൈവെള്ളയെ പൊതിഞ്ഞു. വെളിച്ചംകൊണ്ട് നിർമിച്ച ഒരു ഹിമാലയമായി മാറി അടുത്ത നേരം അവന്റെ ഇടതുകൈ. നിമിഷങ്ങളിൽ നക്ഷത്രങ്ങൾ ഒന്നിച്ച് ആകാശത്തേക്ക് ഉയർന്നു. കൈവെള്ള ശൂന്യമായി. മലമുകളിലെ നിശ്ശബ്ദതയിൽ സൈക്കിളിന്റെ പഴഞ്ചൻ ബെല്ല് വെറുതെയടിക്കുമ്പോൾ തന്റെ കണ്ണുകൾ നിറഞ്ഞിരിക്കുന്നത് മുസ്തഫയറിഞ്ഞു.

ചെമ്പരിക്ക ജംഗ്ഷനിൽ മുസ്തഫ എത്തുമ്പോൾ ആകെ പുകിലായിരുന്നു. ഉപ്പയും ഉമ്മയും രമേശേട്ടന്റെ അനാദിപ്പീടികത്തിണ്ണയിലിരുന്ന് കരയുന്നുണ്ടായിരുന്നു. "മോനേ മുസ്തഫേ, എട്യാട്യാ നീ...?" എന്ന് നിലവിളിക്കിടയിൽ ഉമ്മ പറയുന്നുണ്ടായിരുന്നു. ചൂട്ടുകളും പാനീസ് വിളക്കുകളും ടോർച്ചുകളും പലവഴിക്കായി തിരക്കിട്ട് നോക്കുന്നുണ്ടായിരുന്നു. മുസ്തഫക്ക് ചിരിപൊട്ടി. ഉമ്മയുടെ പിറകിലൂടെ വന്ന് അവൻ അവരെ കെട്ടിപ്പിടിച്ചു. "എന്റുമ്മാ, ഇങ്ങനെ പേടിച്ചാലോ... ദാ, ഞാൻ ആ മലേല് പോയതാണ് എന്റുമ്മാ സത്യം, എനിക്കവിടുന്ന് വല്ല്യൊരു രഹസ്യം കിട്ടി..." ഉമ്മയുടെ നിലവിളി തുടർന്നു. ഉമ്മ തന്നെ കാണുകയോ കേൾക്കുകയോ ഉണ്ടായിട്ടില്ലെന്ന് ഞെട്ടലോടെ മുസ്തഫ മനസിലാക്കി. അവൻ വേഗം ഉമ്മയ്ക്ക് മുന്നിൽ വന്നുനിന്നു. "ദാ, ഉമ്മാ ഞാൻ... ഉമ്മേന്റെ മുസ്തഫ..." ഉമ്മക്ക് ഭാവഭേദമൊന്നുമുണ്ടായിരുന്നില്ല. ഉമ്മ മാത്രമല്ല ഉപ്പയും ആരും തന്നെ കാണുന്നില്ലെന്ന് അടുത്ത നിമിഷം മുസ്തഫ മനസിലാക്കി. ഒരു വലിയ കരച്ചിലോടെ അവൻ ഉമ്മയുടെ മടിയിൽ വീണ് ഉമ്മയുടെ കൈപിടിച്ചൊടിച്ചു. "ഉമ്മാ, ദാ മുസ്തഫ... ഇതാ ഉമ്മ..." മുസ്തഫയുടെ നിലവിളിയും പറച്ചിലും മുസ്തഫയ്ക്ക് മാത്രമായി. ഉമ്മയുടെ മടിയിൽനിന്നിറങ്ങി കാണുന്ന പരിചയക്കാരുടെ കൈപിടിച്ച് വലിക്കുകയോ ഷർട്ട് പിടിക്കുകയോ ചെയ്ത് താനിവിടെയുണ്ടെന്ന് അറിയിക്കാൻ അവൻ വിഫലമായി ശ്രമിച്ചു. നിശ്ശബ്ദത കെട്ടിനിന്ന അവസരങ്ങളിൽ അവൻ ആർത്തു നിലവിളിച്ചിട്ടും ആരും അവനെ കേട്ടില്ല. ഫോറിൻ ടോർച്ചിനു മുന്നിൽ വന്ന് നിന്നിട്ടും ആരും അവനെ കണ്ടില്ല. ഒരു കാറ്റ് പോലെ ഒഴുകിനടന്ന് മുസ്തഫ തൊണ്ടപൊട്ടുന്ന ഒച്ചയിൽ പറഞ്ഞു."ഇത് കേൾക്കിൻ ഈ ലോകത്തിനു വേണ്ടിയുള്ള വാക്കുകൾ... ലോകത്തിന് മാത്രമായി ചെമ്പുതകിടിൽ എഴുതപ്പെട്ട വാക്കുകളെങ്കിലും നിങ്ങൾ കേട്ടിരുന്നെങ്കിൽ..." അവന്റെ വാക്കുകൾക്ക് വല്ലാത്ത വലുപ്പം വെച്ചിരുന്നു. ആരും, ഒന്നും അവനെ അറിഞ്ഞില്ല. മഴ കനത്തു. ഇരുട്ട് കനത്തു. തണുപ്പ് കനത്തു. ആകാശത്തിലെ നക്ഷത്രങ്ങൾ മടങ്ങിപ്പോയിരുന്നു. ആളുകൾ വീട്ടിലേക്ക് ധൃതിപിടിച്ചു. തളർച്ചയോടെ ഉപ്പയും ഉമ്മയും വേച്ചുവേച്ച് നടന്നുപോവുന്നത് മുസ്തഫ കണ്ടു. ചെമ്പരിക്കാ ജംഗ്ഷൻ വിജനമായി. തനിക്ക് മാത്രം വായിക്കാൻ കഴിഞ്ഞ ആ

വാക്കുകളെ നെഞ്ചിൽനിന്ന് ഇറക്കിവെച്ച് മുസ്തഫ വിതുമ്പിക്കൊണ്ടിരുന്നു. മഴ അവന്റെ ചുണ്ടുകൾതൊട്ടു. തണുപ്പ് ശരീരത്തെ കോച്ചിപ്പിടിച്ചു. കാറ്റ് കണ്ണുകളെ പ്രഹരിച്ചു. ഇരുട്ട് അവനെ മൂടി. എന്നാലും ആരെങ്കിലും തന്നെ കാണുന്നതും കാത്ത് തന്റെ ആകാശക്കീറിന് കീഴിൽ അവൻ കുത്തിയിരുന്നു.

"മുസ്തഫാ... കഥ എഴുതിക്കഴിഞ്ഞോ..." മനോജ് മാഷ് മുസ്തഫയിൽനിന്ന് നോട്ട്ബുക്ക് വാങ്ങി. വെയിലത്തെ മഴ വരാന്തയിലേക്ക് വന്ന് മുസ്തഫയെ ചെറുതായി നനച്ചുതുടങ്ങിയിരുന്നു. മനോജ് മാഷ് ഒഴിഞ്ഞ പേജിൽ കുറച്ചുനേരം നോക്കി, "നല്ല കഥ... തുടർന്നെഴുത്." ബുക്ക് അയാൾ തിരിച്ചേൽപ്പിച്ചു. നോട്ട്ബുക്കിലെ ഒഴിഞ്ഞ പേജിലേക്ക് മുസ്തഫ കണ്ണുകളിട്ടു. ഉമ്മ തൊണ്ടപൊട്ടുന്ന ഒച്ചയിൽ തന്റെ പേരിനെ ആവർത്തിക്കുന്നത് മുസ്തഫ കേട്ടു. തട്ടിപ്പിടഞ്ഞെഴുന്നേറ്റു. വാർപൊട്ടിയ തന്റെ റബർ ചെരിപ്പിട്ടു. നോട്ട്ബുക്കും ബോക്സും ആകാശക്കീറിന്റെ കാരിയറിൽ വെച്ചു. "എന്താടാ... കഥ പൂർത്തിയാക്കുന്നില്ലേ....?" സൈക്കിളിൽ കയറുമ്പോൾ മനോജ്മാഷിന്റെ ചോദ്യം പിറകിൽ നിന്നുയർന്നു. "ആ.." എന്ന ഉത്തരം നിലവിളിയും നിസ്സഹായതയും ഇടകലർന്ന് അവന്റെയുള്ളിൽനിന്ന് മഴയെ തോൽപ്പിക്കുന്ന ഒച്ചയിൽ പുറത്തുവന്നു. അവന്റെ കണ്ണുകൾ നിറഞ്ഞു. ചെമ്പരിക്കാമലയിലേക്ക് ആകാശക്കീറ് മുസ്തഫയെ കൊണ്ടുപോയത് പൊടുന്നനെയായിരുന്നു.

---

1. സുയിപ്പ്: ശിരസ്സിന് മധ്യഭാഗത്ത് മുകളിലായി മുടികൊണ്ട് രൂപപ്പെടുന്ന ചുഴി
2. ഉപ്പീലി: പാമ്പ് ഉപേക്ഷിക്കുന്ന തോൽ

www.ingramcontent.com/pod-product-compliance
Lightning Source LLC
LaVergne TN
LVHW090410051026
849518LV00006B/2305